Những lời k dành cho quyển "Chết dưới tay Trung Quốc"

"Bản thân tôi đã thoát khỏi gọng kìm của Đảng Cộng sản Trung Quốc và bây giờ được hưởng một cuộc sống tự do ở Hoa Kỳ. Tất cả mọi người ở đất nước mà tôi yêu mến này cần phải hiểu rằng sự xâm phạm thô bạo quyền con người của chính quyền Trung Quốc không chỉ dừng lại ở biên giới Trung Quốc. Các lãnh đạo Đảng Cộng sản Trung Quốc tin rằng họ đang chiến đấu chống nền dân chủ và tự do, và chống lại bất kỳ chính quyền nào đang hỗ trợ các giá trị này. 'Chết dưới tay Trung Quốc' là cuốn sách hoàn hảo để giải thích những nhà chiến lược Bắc Kinh đang chiến đấu và đưa cuộc chiến tranh đó ra toàn thế giới như thế nào."

Lý Phong Chí (Li Fengzhi), *Cựu Điệp viên, Bộ An ninh Quốc gia Trung Quốc*

"Tại thời điểm có nhận thức rằng Trung Quốc là cường quốc sắp tới của thế giới, cuốn sách này sẽ đặt sự chú ý vào một khía cạnh khác của Trung Quốc, một đất nước dường như không sẵn sàng là một thành viên có trách nhiệm trong cộng đồng các quốc gia hữu nghị và tôn trọng luật lệ của nhau. Thất bại của cộng đồng quốc tế trong việc để ý tới hiện thực Trung Quốc này không chỉ nguy hại cho các quốc gia khác trên thế giới, mà còn nguy hại hơn cho dân tộc Trung Quốc, Tây Tạng, và những người đang phải hàng ngày đối diện với các hậu quả này."

Bhuchung K. Tsering, *Phó chủ tịch, Chiến dịch Quốc tế vì Tây Tạng*

"Là một nhà báo được sinh ra và lớn lên ở Trung Quốc và đã viết báo về Trung Quốc trong nhiều năm, tôi rất thán phục kiến thức dồi dào của các tác giả về các vấn đề của Trung Quốc và quan trọng nhất là sự hiểu biết thấu đáo và sáng suốt nội tình Trung Quốc và mối quan hệ với Hoa Kỳ."

Simone Gao, *Người điều khiển và Nhà sản xuất giành nhiều giải thưởng của Chương trình Truyền hình Zooming In, Đài New Tang Dynasty TV*

"Một tác phẩm làm sáng mắt cho tất cả người Mỹ, 'Chết dưới tay Trung Quốc' là cuốn sách phải đọc trước khi đi mua sắm ở Walmart - hay có thể là trước khi đứng vào hàng ngũ những người thất nghiệp."

Stuart O. Witt, *Tổng giám đốc, Phi cảng Hàng không và Vũ trụ Mojave; Phi công lái thử; Tốt nghiệp USN TOPGUN*

"310 triệu người Mỹ nên bắt đầu lắng nghe những gì Peter Navarro và Greg Autry viết trong 'Chết dưới tay Trung Quốc' - về việc 1.3 tỷ người Trung Quốc dưới sự chỉ đạo của một chế độ độc tài toàn trị đang hủy diệt kế sinh nhai của họ như thế nào. Tiếng chuông tự do của cuốn sách này sẽ thức tỉnh các nhà lãnh đạo Hoa Kỳ để rốt cuộc họ phải nhận ra rằng các chính sách kinh tế của Trung Quốc đang làm phá sản Hiệp-chủng-quốc Hoa Kỳ. Navarro và Autry mô tả việc này một cách hết sức giản dị, và, quan trọng hơn, đưa ra cách để Hoa Kỳ đối phó với mối đe dọa này."

Richard McCormack, *Chủ nhiệm và Nhà xuất bản, Manufacturing & Technology News*

"Giống như một Paul Revere thời hiện đại, cuốn sách này đưa ra những cảnh báo khẩn cấp nhất về một Trung Quốc với chủ trương con buôn và bảo trợ

thương mại, đi đôi với quân sự hóa nhanh chóng, đang phá hủy một cách có hệ thống nền kinh tế Hoa Kỳ dưới chiêu bài "tự do" thương mại - và trong quá trình đó làm suy yếu nghiêm trọng quốc phòng Hoa Kỳ. Mọi công dân Hoa Kỳ cần phải đọc cuốn sách này và tất cả các dân biểu Hoa Kỳ phải luôn mang nó bên mình."

Ian Fletcher, Kinh tế gia Cao cấp, Liên minh vì một nước Hoa Kỳ thịnh vượng

"Một phát súng trường cực mạnh nhắm trúng tim đen của Bắc Kinh."

Dylan Ratigan, Người điều khiển chương trình MSNBC's The Dylan Ratigan Show

"Chết dưới tay Trung Quốc đưa ra thêm bằng chứng cho thấy chúng ta đang tạo ra mầm mống cho sự suy vong của chính chúng ta. Navarro và Autry trình bày tỉ mỉ cách thức Trung Cộng ăn cắp kỹ thuật và công ăn việc làm của Hoa Kỳ, bán lại cho chúng ta sản phẩm kém phẩm chất, rồi lại dùng ngay các lợi nhuận thu được để sản xuất vũ khí đe dọa toàn thế giới. Cuốn sách này gây chấn động và là một cuốn sách tất cả mọi người phải đọc."

Paul Midler, Tác giả của Sản phẩm Tồi tệ làm tại Trung Quốc

"Chết dưới tay Trung Quốc không chỉ mô tả chính xác mối đe dọa lớn lao về quân sự và kinh tế của một Trung Quốc đang lớn mạnh. Các tác giả còn vạch mặt chính xác và dứt khoát những doanh nghiệp phản bội và những kẻ biện hộ cho Trung Quốc ở Hoa Kỳ đang giúp Trung Quốc lớn mạnh về mọi mặt, trừ chủ trương hòa bình."

Alan Tonelson, Chuyên gia Nghiên cứu, Hội đồng Thương mại và Công nghiệp Hoa Kỳ, *AmericanEconomicAlert.org*

"Lời kêu gọi hành động này nghiên cứu một cách cẩn thận và đưa ra chi tiết về những hiểm họa hiện hữu và rõ ràng - mà một Trung Quốc đang lớn mạnh nhưng bất chấp hòa bình, gây ra cho thế giới. Lời kêu gọi đó khiến cho chúng ta phải đối diện với sự thật không thể tránh được: Nếu chúng ta không hành động ngay bây giờ, chúng ta sẽ phải đối diện gần như chắc chắn với cái 'Chết dưới tay Trung Quốc.'"

Dana Rohrabacher, *Dân biểu Khu vực Bầu cử 46 (Đảng Cộng hòa, California)*

"Tôi đã từ lâu quan tâm đến thách thức quân sự ngày càng tăng của Trung Quốc đối với Hoa Kỳ và các đồng minh, nhưng Chết dưới tay Trung Quốc tiết lộ chiến lược rộng lớn hơn của Trung Quốc hiệp đồng tấn công trên nhiều mặt trận. Các tác giả đưa ra các tài liệu về phương cách Bắc Kinh dùng những vũ khí kinh tế của giới con buôn, thao túng tiền tệ, phối hợp với hoạt động gián điệp, chiến tranh internet, vũ khí không gian, độc quyền nguồn tài nguyên, và ăn cắp kỹ thuật để đạt được sự thống trị như thế nào. Trong quá trình này, các thế mạnh kinh tế và địa chính trị căn bản làm nền tảng cho ưu thế quân sự của Hoa Kỳ đang bị xói mòn một cách có hệ thống trong khi Trung Quốc ngày càng có thái độ hung hăng hơn trong các tranh chấp trong khu vực. Các nhà lãnh đạo chính trị và quân sự Tây phương nên đọc cuốn sách này. Ngay bây giờ!"

Jon Gallinetti, *Thiếu tướng, Thủy quân Lục chiến Hoa Kỳ, đã về hưu*

"Một tập hợp các tài liệu lạnh người về cơn bão Trung Quốc đang tới. Tài liệu này khiến tôi vừa sửng sốt vừa bừng tỉnh. Tôi cảm thấy là sự lơ là của Hoa Kỳ khi đối mặt với sự thống trị của Trung Quốc thật đáng lo ngại."

Brian Binnie, Tư lệnh Hải quân Hoa Kỳ, đã về hưu; phi công lái thử; Phi hành gia thương mại và người đoạt giải thưởng Ansari X

"Xin cảnh báo trước: Một khi bạn bắt đầu đọc, bạn sẽ không muốn dừng lại. Chết dưới tay Trung Quốc phơi bày những nước cờ quan trọng, thường bị bỏ qua, và đôi khi cố tình bị che giấu trong một ván cờ đại quy mô có tầm cỡ toàn cầu. Navarro và Autry đã lên tiếng báo động, kêu gọi thế giới tự do hãy hành động vì lợi ích và tương lai của mình. Điều đáng khâm phục là họ cũng kêu gọi cả Trung Quốc nữa."

Damon DiMarco, Tác giả của Các Câu chuyện về các Tòa tháp: Lịch sử bằng Lời nói về Sự kiện 9/11 và đồng tác giả Hai nước Trung Quốc của tôi: Hồi ký của một người Trung Quốc phản Cách mạng với Đường Bách Kiều (Baiqiao Tang)

"Tại thời điểm này, các quan chức Trung Quốc cho chất độc vào thuốc của bạn, gây ô nhiễm không khí của bạn, và phá hoại các quyền tự do của bạn. Nếu bạn là người Mỹ, Ấn Độ, hay Nhật Bản, họ đang có kế hoạch gây chiến với đất nước của bạn. Bây giờ là thời điểm tốt để đọc cuốn sách này."

Gordon Chang, Tác giả của Sự sụp đổ đang đến với Trung Quốc

Những lời khen ngợi dành cho quyển "Những cuộc chiến tranh Trung Quốc đang đến" tác phẩm trước của Peter Navarro

"Peter Navarro đã am tường bao quát các lãnh vực mà Trung Quốc và Hoa Kỳ đang có những xung đột căn bản về thương mại, kinh tế và các lợi ích chiến lược. Ông đặt sự kiện này trong bối cảnh thế giới cho thấy những nơi mà các quá trình phát triển hiện tại của Trung Quốc có thể dẫn đến xung đột. Những đề nghị của ông về việc các quốc gia kết hợp lại để đối phó với những thách thức đặt ra bởi Trung Quốc là rất thực tế. Cuốn sách này phải đến tay của tất cả các thương gia, kinh tế gia và các nhà làm chính sách."

Dr. Larry M. Wortzel, *Chủ tịch, Ủy ban Duyệt xét Kinh tế và An ninh Hoa Kỳ - Trung Quốc*

"Những cuộc chiến tranh Trung Quốc đang đến là một tư liệu vững chắc chứa nhiều dữ kiện về khía cạnh hắc ám của sự trỗi dậy của Trung Quốc mà bất kỳ ai quan tâm bởi đất nước phức tạp nhưng hấp dẫn này. Navarro không có ý tìm ra điểm dung hòa trong cuộc tranh luận về Trung Quốc. Ông kêu gọi Trung Quốc và các nước khác trên thế giới hành động ngay để đáp ứng với các vấn đề đang chồng chất của đất nước này - ô nhiễm môi trường, y tế cộng đồng, vi phạm quyền sở hữu trí tuệ, khan hiếm tài nguyên, và nhiều vấn đề khác – nếu không sẽ phải đối đầu với nguy cơ bất ổn nghiêm trọng bên trong Trung Quốc và xung đột quân sự giữa Trung Quốc và các cường quốc khác."

Elizabeth C. Economy, Thành viên Cao cấp của C.V. Starr và Giám đốc Nghiên cứu Á châu, Hội đồng Bang giao Quốc tế

"Al Gore đã khiến thế giới quan tâm đến vấn đề biến đổi khí hậu như thế nào thì bây giờ Peter Navarro cũng làm như vậy đối với vấn đề Trung Quốc. Cuốn sách này sẽ đập vào mắt của bạn. Một lời kêu gọi thức tỉnh mạnh mẽ."

Stuart L. Hart, Chủ tịch S.C. Johnson của Tập đoàn Sustainable Global Enterprise, Đại học Cornell; Tác giả của Chủ nghĩa Tư bản ở Ngã ba đường

"Những cuộc chiến tranh Trung Quốc đang đến cung cấp các tin tức phong phú về tác động của Trung Quốc đối với thế giới và những mối nguy mà nó tạo ra. Vì tầm quan trọng rất lớn của Trung Quốc, đây là một cuốn sách tất cả chúng ta nên đọc."

D. Quinn Mills, Giáo sư Alfred J. Weatherhead Jr. về Quản trị Kinh doanh, Harvard Business School

"Đây là một cuốn sách được dày công nghiên cứu và diễn đạt rất rõ ràng, và là một sự phản biện cần thiết đối với nhiều ý kiến cho rằng sự trỗi dậy của Trung Quốc là không thể tránh khỏi và rất hòa bình, và không đếm xỉa gì tới phần những thông điệp do tác giả đưa ra."

Richard Fisher, Phó Tổng giám đốc, Trung tâm Thẩm định và Chiến lược Quốc tế

Giới thiệu:
Chết dưới tay Trung Quốc

Trung Quốc từ ngàn xưa, ngay từ thời Tần Thủy Hoàng, đã có tham vọng trở thành bá chủ thế giới. Với danh xưng Trung Quốc, họ đã nghĩ rằng sớm muộn họ sẽ là Trung tâm của hành tinh này. Tuy nhiên, ý định này chưa thành vì các chư hầu phản ứng lại và Trung Quốc bị phân chia làm nhiều tiểu quốc bị xâm chiếm bởi các sắc tộc bị coi như man di. Nào Mông Cổ, nào Mãn Thanh thống trị Trung Quốc trong nhiều khoảng thời gian dài. Từ khi tư tưởng Cộng sản được du nhập vào Trung Quốc, Đảng Cộng sản đã thanh trừng, tiêu diệt cả trăm triệu dân, và sau này qua việc thay đổi chiến lược của Đặng Tiểu Bình và những lãnh tụ thừa kế, tuy vẫn dùng độc tài đảng trị và thủ tiêu đối lập, nhưng Trung Quốc ngày nay đang trở nên hùng mạnh và lại bắt đầu manh tâm làm bá chủ thế giới lần nữa.

Cuốn sách *Death by China* do hai tác giả Peter Navarro và Greg Autry xuất bản năm 2011 đã mạnh dạn vạch rõ âm mưu thâm độc và chứng minh cho nhân dân Hoa Kỳ thấy không chỉ Hoa Kỳ là nạn nhân chính, mà toàn thế giới đã và đang bị Trung Quốc manh nha xâm chiếm qua nhiều hình thức.

Tiến sĩ Lê Minh Thịnh đã cùng với các niên trưởng, và bạn hữu là cựu sinh viên Viện Kỹ thuật Á châu (Asian Institute of Technology – AIT), dịch thuật, hiệu đính và biên tập để người Việt chúng ta dù đủ khả năng Anh ngữ cũng có thể cùng người trong nước nhận thức được tầm quan trọng của cái *Chết dưới tay Trung Quốc* nếu chúng ta không tìm cách ngăn chặn trước. Nhóm dịch giả đã chuyển ngữ quyển sách giá trị này và đăng dần trên các trang của Cộng đồng Người Việt Quốc Gia vùng Montréal, Bauxite

Viet Nam, và Khoahocnet.com. Mới đây, dạng eBook cũng được phổ biến tại iTunes. Để các bạn chưa có dịp đọc cuốn sách này, chúng tôi hân hạnh giới thiệu đại cương cuốn *Chết dưới tay Trung Quốc*.

Sách này gồm 5 phần và 16 chương với đầy đủ các chi tiết về những âm mưu của Trung Quốc. Ngay trong chương 1, tác giả đã xác nhận chính Trung Quốc hiện nay là đầu mối đe dọa cho toàn cầu chứ không riêng gì Hoa Kỳ. Các vật dụng thông thường nhập cảng từ Trung Quốc đều không an toàn trên phương diện về kỹ thuật tới phẩm chất: Hư hỏng mau và nhiều khi còn gây nguy hiểm vì chất liệu bị cắt xén, và chứa đựng nhiều hóa chất. Trong khi đó, ngay tại Trung Quốc trong mục đích chế tạo những vật dụng này, môi trường không hề được bảo vệ khiến các chất thải đầy độc tố đã giết hại chính nhân dân của họ, nhưng mạng sống nhân dân nghèo tại Trung Quốc có đáng kể gì nếu so sánh với mức lời Trung Quốc thu nhập được. Kinh tế vô luật lệ dù gia nhập tổ chức WTO từ 2001 nhưng các hàng hóa nhờ nhân công rẻ mạt và nhờ có Bắc Kinh trợ giá, nên khi xuất cảng qua các nước khác đều được bán với giá quá thấp khiến người mua ưa chuộng hàng mang nhãn hiệu Trung Quốc mặc dù đã được cảnh báo.

Phần 2 nói về Những vũ khí hủy diệt việc làm. Các chương từ 4 tới 7 đã cho thấy nền sản xuất việc làm tại Hoa Kỳ đang bị suy thoái mạnh: từ việc Trung Quốc thao túng tiền tệ, gài đồng nhân-dân-tệ vào đồng đô-la, phá giá, ép giá và tài trợ hàng sản xuất kèm theo mức lương quá thấp của công nhân Trung Quốc, khiến các hàng sản xuất từ Trung Quốc trở nên rẻ mạt khi xuất cảng ra nước ngoài. Hơn thế nữa chính các doanh thương Hoa Kỳ cũng vì ham nhân công rẻ đã mang các hãng xưởng đôi khi cần tân trang qua xây dựng tại Trung Quốc và dĩ nhiên mang kỹ thuật mới và vô hình chung chuyển giao kỹ thuật qua Trung Quốc. Thí dụ điển hình hãng GE đã đóng cửa nhà máy sản xuất tại Virginia và mang toàn bộ nhà máy mới qua xây tại Trung Quốc và sử dụng nhân viên tại chỗ. Thêm vào đó Trung Quốc cũng đang khai thác tài nguyên trên thế giới và chú trọng tới các tài nguyên tại các nước Phi châu. Người Trung Quốc đã tới Phi châu ào ạt và có mặt tại nhiều nước. Để trao đổi việc khai thác một cách tàn bạo, họ còn mị dân Phi châu bằng cách xây cao ốc, cung ứng vào tiện nghi cho một thiểu số tại đô thị nhưng không ngừng khai thác nguồn tài nguyên phong phú.

Phần 3 đề cập tới một mối nguy hại mới qua các chương 8 tới chương 11. Trung Quốc đang tăng gia sức mạnh quân sự: hải, lục, không quân, nhưng quan trọng hơn là đang theo đuổi các hoạt động gián điệp. Nguy hiểm nhất là hệ thống tin tặc và phá hủy các cơ cấu của Hoa Kỳ trong không gian. Trung Quốc đã dần dần thành công trong việc phóng lên không gian một số phi thuyền không gian và có những dự mưu xâm nhập hoặc phá hủy các vệ tinh Hoa Kỳ để gây hỗn loạn trong các hoạt động của các vệ tinh này và phá vỡ hệ thống phòng thủ. Hơn thế nữa với tham vọng dùng mặt trăng, để chế ngự thế giới, mới đây Trung Quốc đã thành công trong việc bắn một phi thuyền lên mặt trăng. Hoa Kỳ với Neil Amstrong đã đổ bộ lên mặt trăng vào năm 1969. Việc đổ bộ lên mặt trăng nay không phải là độc quyền của Hoa Kỳ và Nga nữa. Hậu quả này sẽ ra sao khi Trung Quốc đặt nổi một tia LASER chiếu thẳng Hoa Kỳ.

Qua Phần 4 từ chương 12 tới 14, chúng ta được theo chân các tác giả đã tới tận nơi và cho biết vấn đề ô nhiễm khí quyển và nguồn nước không chỉ để đe dọa Trung Quốc mà thôi và với những hóa chất được các nhà máy Trung Quốc thải, khí quyển với nồng độ vô cùng khủng khiếp đã khiến các dân đô thị lớn nhỏ từ Bắc Kinh, Thượng Hải, Côn Minh và mới đây tới cả Lassa Tây Tạng không còn nhìn thấy mặt trăng hay các ngôi sao vì tất cả bị bao phủ bởi mây mù khói và các khí độc khác. Bầu khí quyển và nguồn nước đầy ô nhiễm này đang tràn lan qua các nước và có thể lan qua các lục địa khác qua sức gió. Khi đó, thế giới bị chung tai nạn với chất độc phân phát đi từ Trung Quốc không phải là vấn đề trong tương lai mà chính là một hiện tượng mang tính cách thời sự và ngày MỆNH CHUNG của cả THẾ GIỚI không xa.

Tuy nhiên con đường tiến tới mục tiêu bá chủ thế giới cũng còn gặp khó khăn ngay trong nước. Trung Quốc chưa thống trị nổi chính nhân dân của mình dù đưa ra Hiến pháp mới với lời lẽ hoa mỹ nhưng thực tế phũ phàng nhằm dập tắt mọi chống đối, hữu hiệu nhất qua chế độ lao cai tù đầy. Người dân Trung Quốc cũng bị bạc đãi và chắc chắn nhiều vụ chống đối đã xảy ra. Hiện tượng Thiên An Môn năm 1989, và các vụ giam giữ các nhà đối lập cũng chứng minh dân Trung Quốc cũng chưa hoàn toàn bị độc tài dập tắt.

Xa hơn nữa việc tiêu diệt được các sắc dân khác và còn gặp khó khăn trong công cuộc HÁN HÓA các khu tự trị như Tân Cương, Tây Tạng và cả Nội Mông. Nhưng các nhà cầm quyền Trung Quốc vẫn tiếp tục diệt chủng và không coi Quốc tế ra gì vì sẵn địa vị "Một trong thành viên thường trực của Hội đồng Bảo An Liên Hiệp Quốc" nên có quyền phủ quyết mọi can thiệp về Nhân quyền dù được sắp hạng thứ 171 trong thứ hạng vi phạm nhân quyền. Để chống trả tình trạng *Chết dưới tay Trung Quốc* ta hãy cùng nhau đọc chương 2 cho tới chương 15 và 16 của phần 5, và cũng là chương kết để có thể trước hết tránh đại nạn này.

Trong chương 16: Làm thế nào để tồn tại và thịnh vượng... chúng ta cũng cần chú ý tới những cảnh giác bởi tác giả cuốn *Death by China* và cần bác bỏ những lời phủ nhận nguy hại của các hành động của Trung Quốc do người Hoa Kỳ cũng như các nhà báo khá nổi danh như Fereed Zaakermari người Ấn Độ viết cho CNN cũng như James Falloows và cả báo The Wall Street journal. Các ký giả này đang ủng hộ việc giao thương với Trung Quốc mặc dầu có khá nhiều ký giả khác phản bác. Cũng trong chương

16, tác giả khuyên chúng ta cần ngay nhận thức phải xa lánh những độc hại gây ra từ hàng hóa, vật liệu của Trung Quốc, một mặt mang nhiều độc tố, nên tuy giá rẻ nhưng ta nhiều khi phải trả giá cao cho sinh mạng. Ta cần tìm hiểu những mánh khóe gian lận qua việc giả dạng nhãn hiệu một nước uy tín nhưng thực sự là hàng Trung Quốc. Các doanh nhân cũng nên theo gương hãng Nucor Steel của DanDimicco từ chối chuyển hãng qua Trung Quốc và đừng noi theo hãng GE nay bị Trung Quốc kiểm soát. Việc chuyển giao kỹ thuật cũng vô cùng quan trọng vì nguy hiểm vô lường. Cũng cần đòi hỏi Trung Quốc phải từ bỏ đường lối kiểm soát các mạng lưới tin học. Và sau cùng Hoa Kỳ cần có một vị Tổng Thống sáng suốt và dám làm. Có như vậy Hoa Kỳ mới mong tránh khỏi cái *Chết dưới tay Trung Quốc* gần kề.

Nhóm dịch giả chắc chắn không chỉ nhắm việc phổ biến bằng Việt ngữ một cuốn sách Death by China. Chúng tôi nghĩ rằng người dân trong nước đang bị tràn ngập hàng Trung Quốc, lại sống dưới một chính thể sợ hãi Trung Quốc nên bưng bít mọi tin tức qua các báo chí lề phải cũng nên đọc tài liệu này để biết rõ sự thật về Trung Quốc với tư tưởng bá quyền. Còn người hải ngoại lại càng nên đọc và qua tài liệu này chúng ta cùng nhau nhận thức : Sản phẩm Trung Quốc rẻ nhưng là những sản phẩm cần xa lánh. Chúng ta có nhiều lựa chọn và ta có quyền và bổn phận tự giác cũng như khuyên bảo thân hữu nên tránh xa những loại sản phẩm rác rưởi, kém chất lượng, cũng như thực phẩm chứa nhiều độc tố này.

Bác sĩ Từ Uyên,
Montréal ngày 21-12-2013

PETER W. NAVARRO & GREG W. AUTRY

CHẾT DƯỚI TAY
TRUNG QUỐC

ĐỐI ĐẦU VỚI CON RỒNG TRUNG QUỐC
LỜI KÊU GỌI HÀNH ĐỘNG TOÀN CẦU

Nhóm dịch: Lê M. Thịnh & Bằng hữu

Publisher : Thinh M. Le
Cover Design : Minh-An Nguyen

First release of eBook September 2013
Xuất bản eBook lần thứ nhất tháng 9, 2013

In tại Canada
Xuất bản paperback lần thứ nhất tháng 12, 2013
Xuất bản paperback lần thứ hai tháng 6, 2014

ISBN : 978-1-62988-323-6

Contact / liên lạc : chet.duoitay.tq@gmail.com

*Tặng cho những người bạn của chúng tôi ở Trung Quốc.
Chúc cho họ có ngày sống trong tự do – và cho đến lúc đó
cầu mong họ được an toàn.*

Peter Navarro *and* **Greg Autry**

*"Công việc của những người biết suy nghĩ là không đứng
về phe những kẻ đao phủ."*

Albert Camus

Lời mở đầu

Vào cuối những năm 1980, Trung Quốc ở trong tình trạng đầy phấn khích và đầy khả năng khi mà các luồng tư tưởng mới, tự do cá nhân, và các cơ hội kinh tế chảy ồ ạt vào từ Tây phương như một dòng sông cuốn đi những rác rưởi của cuộc Cách mạng Văn hóa do Mao khởi xướng.

Trong những năm đầy hy vọng này, tôi là thành viên của một nhóm các lãnh đạo sinh viên trẻ đứng ra kêu gọi cải cách chính trị để hợp với tư duy mới và đưa Trung Quốc đàng hoàng vào với thế giới hiện đại. Chúng tôi đã tổ chức các cuộc biểu tình và đọc diễn văn tại các trường học và các quảng trường trên khắp đất nước, và chúng tôi nhiệt thành tin rằng giới lãnh đạo cao cấp nhất của Đảng Cộng sản Trung Quốc sẽ lắng nghe. Thay vào đó, phong trào của chúng tôi đã bị nghiền nát bằng làn sóng xe tăng và những sự kiện bi thảm ngày 4 tháng 6 năm 1989 tại Quảng trường Thiên An Môn, mà rất nhiều bạn đã kinh hoàng thấy trên TV.

Ngày đó, nhiều thứ bị mất đi - không những mất mạng sống của rất nhiều người Trung Quốc dũng cảm mà chúng ta khóc thương mà còn mất cơ hội có một không hai để được sống tự do trong một Trung Quốc dân chủ với tương lai xán lạn nhất.

Không lâu sau cuộc thảm sát tại quảng trường Thiên An Môn, tôi bị bắt giam, và cộng với hàng ngàn người biểu tình khác, đã phải chịu nhiều tháng bị tra tấn và ngược đãi. Trong thời kỳ đen tối này, tại nhiều nơi cực kỳ đen tối khác nhau, nhiều bạn bè tôi đã chết; và cho đến hôm nay, một số nạn nhân Thiên An Môn còn sống sót vẫn đang còn bị lưu đày trong tù ngục hay trong các trại cưỡng bức lao động.

Buồn thay, cả một thế hệ mới của thanh niên Trung Quốc chẳng biết điều gì đã xảy ra tại Thiên An Môn. Trong khi chúng ta sống ở Tây phương có thể tự do xem các đoạn video và hình ảnh trên mạng Internet liên quan đến vụ thảm sát, thì toàn bộ các tài liệu đó đã bị "tẩy rửa" theo đúng lễ nghi quan cách khỏi mạng Internet ở Trung Quốc bằng một đội quân kiểm duyệt hùng hậu.

Cho đến nay tôi đã trải qua nửa đời người chiến đấu chống lại sự kiểm duyệt đó và đấu tranh cho tự do và dân chủ ở Trung Quốc. Hơn lúc nào hết, tôi nhiệt thành tin rằng bất cứ ai có lý trí ở bên ngoài Trung Quốc phải hiểu rõ được điều này:

Hơn hai thập niên sau sự kiện Thiên An Môn, con hổ toàn trị vẫn không hề thay đổi các sọc vằn của nó. Thực vậy, khác hẳn với các quốc gia đã ổn định, sự chi tiêu của Trung Quốc cho công an và kiểm soát xã hội hiện đang ngày càng tăng, nhanh hơn cả ngân sách quốc phòng vốn đã tăng vùn vụt của Trung Quốc!

Tôi thấy thật là điều mỉa mai hay đáng phẫn nộ khi thấy rằng chính nhiều quan chức Đảng Cộng sản ngày xưa đã giám sát việc đánh đập, bỏ tù, và giết hại các bạn sinh viên của tôi trong sự kiện Thiên An Môn nay lại điều khiển sự bức hại không thương xót đối với các tín đồ tôn giáo như Pháp Luân Công và sự đàn áp tàn nhẫn các dân tộc thiểu số hòa bình như người Tây Tạng và người Duy Ngô Nhĩ. Cũng chính Đảng Cộng sản Trung Quốc đã cấp thời đàn áp mọi phong trào đối kháng chính trị như bản Tuyên ngôn Hiến chương 08 và Phong trào Cách mạng Hoa Lài đang lên. Chỉ có một thay đổi là bè lũ cầm quyền của thế kỷ mới này – hơn bao giờ hết - xảo quyệt hơn, lén lút hơn, và dùng kỹ thuật tinh vi hơn.

Ngày nay, khi tôi đang sống thoải mái, an toàn, và tự do ở thành phố New York, tôi có thể hiểu được tại sao những người Tây phương lại khó có thể thấy rõ rằng Đảng Cộng sản Trung Quốc là kẻ thù nguy hiểm – cho cả cho nhân dân Trung Quốc lẫn những dân tộc khác trên thế giới. Xét cho cùng, các nhà lãnh đạo ở Bắc Kinh trông có vẻ rất dễ mến trên TV, và ngày nay theo một chiến lược định sẵn họ cố gắng không lải nhải chống Tây phương như thời của Mao.

Nhưng sự thật là sự thật, và chân lý vẫn là chân lý. Và khi các trang sách này lần lượt được mở ra, bạn sẽ đối mặt với từ sự thật này đến sự thật rành rành khác rằng kẻ cai trị ở Bắc Kinh vẫn tiếp tục đàn áp hung bạo những tiếng nói của chính người dân Trung Quốc ngay cả khi họ - một cách có hệ thống – làm tràn ngập thế giới bằng các hàng hóa nguy hiểm, sử dụng một loạt các vũ khí tác hại của chủ nghĩa con buôn và chủ nghĩa bảo hộ để hủy hoại nền kinh tế của Hoa Kỳ và Tây phương, và nhanh chóng trang bị vũ trang bằng những hệ thống vũ khí tốt nhất mà mạng lưới gián điệp tinh vi của họ có thể ăn cắp được từ Ngũ Giác Đài.

Tôi cũng có thể hiểu tại sao những sự thực phũ phàng khiến cho ta thức tỉnh này lại có thể không ăn nhập gì với kinh nghiệm cá nhân của bạn. Khi du lịch đến Trung quốc, bạn có thể đã có một chuyến đi vui thích xuôi dòng Dương Tử, bị mê hoặc bởi đạo quân đất nung tại lăng Tần Thủy Hoàng, hứng khởi bước dọc theo Vạn Lý Trường Thành, hay bị hoàn toàn thu hút bởi Tử Cấm Thành. Hoặc thậm chí bạn có thể là một giám đốc kinh doanh người Mỹ ở Thượng Hải hay Thẩm Quyến kiếm được bộn tiền và được thiết đãi các bữa tiệc thịnh soạn mà chẳng có lý do ngoài việc ngắm bầu trời trong xanh và một con đường gạch vàng trước mặt. Đáng tiếc là, hầu hết người Mỹ chưa bao giờ nhìn thấy một mặt khác của Trung Quốc và người dân Trung Quốc đã phải trả giá như thế nào cho tất cả sự "tiến bộ" này với một hệ thống sinh thái bị hủy hoại tàn khốc, tham nhũng, bất công xã hội, nhân quyền bị xâm phạm,

7

thực phẩm độc hại, và quan trọng nhất là sự băng hoại tâm hồn con người.

Mặc dù tôi nhớ Trung Quốc, nhưng Hoa Kỳ đã trở thành mái nhà thân yêu thứ hai của tôi; và sự hỗ trợ của người vợ đẹp cho tôi thấy hằng ngày rằng tại sao Hoa Kỳ là quốc gia hùng mạnh nhất thế giới. Tôi cũng thấy sức mạnh này ở rất nhiều điều nhỏ bé ở Hoa Kỳ, ví dụ như dòng chữ trên bửng xe hơi: "Tự do không phải miễn phí"[1].

Cá nhân tôi biết rất rõ câu nói trên là thật đến thế nào. Tôi cũng biết rằng cái giá của tự do không phải lúc nào cũng giành được bằng quân sự. Mà nó còn bao gồm những sự hy sinh cá nhân, chính trị và kinh tế để tranh đấu một cách hòa bình cho các quyền con người và dám bảo vệ những nguyên tắc tự do và dân chủ.

Sự lựa chọn sẽ không bao giờ sai lầm khi đòi hỏi rằng chúng ta phải sống xứng đáng với những nguyên tắc ấy như hai tác giả Peter Navarro và Greg Autry đã nêu ra trong cuốn sách gây xúc động sâu xa này. Chính điều đó giải thích tại sao đã đến lúc các công dân của thế giới phải thực sự đứng về phía nhân dân Trung Quốc - chứ không phải là về phía chế độ hà khắc và lỗi thời dã man đang cai trị họ. Nếu có một sự thật vĩnh viễn còn nổi bật lên sau sự kiện Thiên An Môn, thì sự thật đó là chỉ có một nước Trung Quốc tự do và dân chủ mới có thể làm lợi cho thế giới.

__Đường Bách Kiều__, người biểu tình tại Quảng trường Thiên An Môn và là đồng tác giả của cuốn "Hai nước Trung Quốc của tôi: Hồi ký của một tên phản cách mạng Trung Quốc", New York ngày 23-03-2011.

---

[1] Freedom is not free: Tự do không phải miễn phí.

Chương 1

Chẳng phải đả kích Trung Quốc, nếu đó là sự thật

Chết dưới tay Trung Quốc. Đây là mối hiểm nguy rất thực mà giờ đây tất cả chúng ta phải đối mặt khi quốc gia đông dân nhất và nền kinh tế sẽ sớm trở thành lớn nhất thế giới này đang nhanh chóng biến thành sát thủ lợi hại nhất hành tinh.

- Về mặt an toàn của người tiêu dùng, các thương gia vô đạo đức Trung Quốc đang làm tràn ngập thị trường thế giới với một loạt sản phẩm, thực phẩm, dược phẩm chết người, không gây gẫy xương, làm ung thư, thì cũng dễ cháy, và độc hại.

- Về đồ dùng cho trẻ em, những sản phẩm nguy hiểm này bao gồm từ vòng đeo tay, dây chuyền và đồ chơi chứa chì đến đồ ngủ dễ cháy, áo-liền-quần độc hại của trẻ em mới biết đi.

- Ở tiệm thuốc Tây gần nhà hay trực tuyến trên mạng, ta có thể tìm thấy tất cả các phương thức "chữa trị" mà thực ra là giết người - từ viên aspirin nhiễm độc, Lipitor giả, Viagra giả trộn với strychnine đến thuốc heparin phá thận và vitamin chứa đầy arsenic.

- Nếu bạn mơ tưởng đến cái chết do nổ, hỏa hoạn hay điện giật, bạn có thể chọn trong một loạt dụng cụ mìn bẫy từ ổ cắm với dây điện nối dài, quạt, đèn, bộ phận điều khiển từ xa, điện thoại di động dễ nổ, và máy nghe nhạc công suất lớn tự hủy.

- Dĩ nhiên, nếu vừa đói vừa muốn tự tử, ta luôn luôn có thể thưởng thức cá, trái cây, thịt hay rau nhập cảng từ Trung Quốc ngấm ngon lành bằng đủ mọi cách các kháng sinh bị cấm, vi khuẩn gây thối rữa, kim loại nặng, hay thuốc trừ sâu bất hợp pháp.

Ngay cả trong khi hàng nghìn người chết bởi sự tấn công dữ dội của các sản phẩm rác rưởi và độc hại của Trung Quốc, thì nền kinh tế và công nhân Hoa Kỳ cũng đang chịu đựng "cái chết không kém phần đau đớn là sự tử vong của nền tảng sản xuất của Hoa Kỳ".

Về mặt kinh tế, nhãn hiệu quái đản "Tư bản Quốc doanh" theo kiểu cộng sản của Trung Quốc đã hoàn toàn xé bỏ những nguyên tắc của cả thị trường tự do lẫn mậu dịch tự do. Thay vào đó, "các vị cứu tinh" của quốc gia được chính quyền hỗ trợ của Trung Quốc đã triển khai một hỗn hợp vũ khí thuộc chủ nghĩa con buôn và bảo hộ để lần lượt tước đoạt hết việc làm này đến việc làm khác từ những ngành kỹ nghệ của Hoa Kỳ.

"Vũ khí Hủy diệt Việc làm" của Trung Quốc bao gồm trợ cấp xuất cảng bất hợp pháp, giả mạo tràn lan những sở hữu trí tuệ của Hoa Kỳ, bảo vệ môi trường lỏng lẻo một cách tệ hại, và sử dụng đầy rẫy nhân công nô lệ. Tuy nhiên, trọng tâm của chủ nghĩa con buôn Trung Quốc là hệ thống tiền tệ được thao túng một cách vô liêm sỉ đã gây khó khăn rất lớn cho các nhà sản xuất Hoa Kỳ, kích thích quá đáng xuất cảng của Trung Quốc đã tạo ra một trái bom nổ chậm làm thâm hụt cán cân thương mại giữa Hoa Kỳ - Trung Quốc gần một tỷ đô-la một ngày.

Trong khi đó, bất cứ công ty Hoa Kỳ nào muốn vượt qua "Vạn Lý Trường Thành Bảo hộ" của Trung Quốc và bán hàng tại thị trường nước này cũng phải nộp một khoản "tiền mãi lộ" bằng cách không chỉ phải chuyển giao kỹ thuật cho đối tác Trung Quốc. Các công ty Hoa Kỳ cũng phải chuyển các cơ sở nghiên cứu và phát triển sang Trung quốc, và vì vậy, xuất cảng "nguồn sữa mẹ" tạo việc làm tương lai của Hoa Kỳ dâng cho đối thủ cạnh tranh.

Cho đến nay hàng triệu việc làm trong ngành sản xuất của Hoa Kỳ đã bị mất đi vì cái trò hề thương mại tự do của Trung Quốc, và chính công nhân Hoa Kỳ cũng đã và đang là "loại" bị nguy cơ tuyệt chủng. Hãy xem xét những điều sau đây:

- Từ khi Trung Quốc gia nhập Tổ chức Mậu dịch Thế giới (WTO) vào năm 2001 và hứa cuội chấm dứt các hành động theo chủ nghĩa con buôn và chủ nghĩa bảo hộ, các ngành may mặc, dệt, và đồ gỗ của Hoa Kỳ đã thu nhỏ lại chỉ còn một nửa - riêng việc làm trong ngành dệt đã giảm 70%.

- Những ngành trọng yếu khác như hóa chất, giấy, thép và vỏ bánh xe hơi cũng bị vây hãm, trong khi đó việc làm trong ngành sản xuất máy điện toán và điện tử kỹ thuật cao đã giảm hơn 40%.

Trong khi chúng ta đã mất hết việc làm này đến việc làm khác, nhiều người Mỹ vẫn lầm tưởng rằng Trung Quốc chỉ sản xuất những sản phẩm rẻ tiền và bình dân như giày dép và đồ chơi. Thực ra, Trung Quốc đang tiến lên trong "chuỗi các mặt hàng có giá trị" và việc chiếm lĩnh thị phần của nhiều kỹ nghệ có lợi nhuận cao nhất còn hoạt động của Hoa Kỳ - từ xe hơi và hàng không vũ trụ đến thiết bị y tế tiên tiến.

Với sự hỗ trợ mạnh mẽ của chính quyền, các công ty Trung Quốc đang ráo riết chiếm lĩnh các thị trường của cái gọi là kỹ nghệ "xanh" như xe hơi điện, năng lượng mặt trời, và năng lượng gió. Dĩ nhiên, đó chính là những kỹ nghệ các chính khách Hoa Kỳ rất thích rêu rao như là các nguồn mới tạo ra việc làm tốt nhất của Hoa Kỳ.

11

Chẳng hạn, về mặt năng lượng gió, Trung Quốc hiện nay dẫn đầu thế giới về mâu thuẫn trong chủ trương vừa sản xuất vừa bảo hộ ngành công nghiệp turbin gió. Đó là vì trong khi các công ty Trung Quốc được chính quyền trợ cấp tràn ngập thị trường thế giới những turbin thì các nhà sản xuất nước ngoài như General Electric của Hoa Kỳ, Gamesa của Tây Ban Nha, và Suzlon của Ấn Độ lại bị cấm đấu thầu các dự án ở Trung Quốc do chính sách "Chỉ mua hàng Trung Quốc".

Sự nổi lên của Trung Quốc với vai trò không ai phủ nhận được là "công xưởng" của thế giới đưa tới một trong những hậu quả nghiêm trọng nhất là sự tiêu thụ ngày càng gia tăng một cách tham lam năng lượng và nguyên liệu của trái Đất. Để nuôi bộ máy sản xuất của mình, Trung Quốc phải tiêu thụ một nửa lượng xi-măng, gần một nửa lượng thép, một phần ba đồng, và một phần ba nhôm của thế giới. Hơn nữa, tới năm 2035, nhu cầu dầu hỏa của chỉ riêng Trung Quốc sẽ vượt tổng sản lượng dầu hỏa hiện nay của toàn thế giới.

Đây là thói phàm ăn chết người. Vì để hỗ trợ cho thói phàm ăn này, các viên chức chính quyền Trung Quốc đã leo lên chiếc chiếu thực dân đẫm máu ngồi cùng các nhà độc tài sát nhân và các chế độ tàn bạo khắp thế giới. Để làm điều đó, các viên chức chính phủ và nhà ngoại giao Trung Quốc đã lạm dụng một cách thô bỉ nhất chính sách ngoại giao của Liên Hiệp Quốc (LHQ) mà thế giới chưa từng thấy.

Là thành viên thường trực của Hội đồng Bảo an LHQ, Trung Quốc có thể tùy nghi phủ quyết bất cứ biện pháp chế tài nào của LHQ. Trong gần một thập niên nay, những nhà ngoại giao cao cấp Trung Quốc đã dùng quyền phủ quyết của Trung Quốc để mối lái một loạt các giao dịch "đổi máu lấy dầu" và "cưỡng đoạt lấy nguyên liệu". Dưới đây là các sự kiện:

- Để đổi lấy dầu của Sudan, những con buôn có quyền phủ quyết Trung Quốc đã ngăn LHQ can thiệp vào vụ diệt chủng ở Darfur - lực lượng dân quân Janjaweed tàn bạo lại còn sử dụng vũ khí Trung Quốc để cưỡng hiếp hàng ngàn phụ nữ và giết chết 300,000 người dân Sudan vô tội.

- Những con buôn có quyền phủ quyết Trung Quốc cũng ngăn LHQ trừng phạt Iran và tổng thống bài Do Thái, trúng cử nhờ gian lận, để được tiếp cận các mỏ khí thiên nhiên lớn nhất thế giới. Hành vi này đã mở toang cánh cửa cho việc phát tán vũ khí hạt nhân ở Trung Đông. Nó cũng làm tăng cao khả năng tấn công hạt nhân vào Israel và làm tăng đáng kể nguy cơ vũ khí hạt nhân rơi vào tay các phần tử thánh chiến chống Hoa Kỳ.

Việc Trung Quốc lạm dụng sứ mạng gìn giữ hòa bình của LHQ không phải là những sự kiện riêng lẻ. Thay vào đó, chúng là một phần của chiến lược "tiến ra ngoài", biến Trung Quốc từ một quốc gia từng theo chủ nghĩa biệt lập thành một đế quốc thực dân bành trướng lớn nhất thế giới. Đây là điều mỉa mai không nhỏ cho một quốc gia ban đầu được xây dựng trên những nguyên lý Mác-xít chống thực dân và đã từng bị Đế quốc Anh dùng cuộc chiến tranh thuốc phiện biến thành nạn nhân đau khổ ngay trên đất họ.

Khắp châu Phi, châu Á, và Mỹ Latin sân sau của Hoa Kỳ, nhãn hiệu chủ nghĩa thực dân thế kỷ 21 của Trung Quốc luôn bắt đầu với sự mặc cả hiểm độc như sau: chi xài hậu hĩnh, cho vay lãi suất thấp để xây dựng hạ tầng đổi lấy nguyên liệu và sự xâm nhập thị trường nội địa.

Dĩ nhiên, một khi đất nước đó nuốt phải miếng mồi thực dân này, thay vì dùng nhân công địa phương, Trung Quốc sẽ mang đến đội quân kỹ sư và nhân công khổng lồ để xây xa lộ, đường rầy xe lửa, hải cảng và hệ thống viễn thông mới. Hạ tầng cơ sở này cả về nghĩa đen và nghĩa bóng lót đường cho việc bòn rút và vận chuyển nguyên liệu. Và như thế, gỗ của Cameroon, magnésium của Congo, thạch cao của Djibouti, mangan của Gabon, uranium của Malawi, titan của Mozambique, molybdenum của Niger, thiếc của Rwanda, và bạc của Zambia được chở về các công xưởng của Trung Quốc ở các thành phố như Trùng Khánh, Đông Quản, và Thẩm Quyến. Sau đó, như phát súng ân huệ cuối cùng của chủ nghĩa thực dân, Trung Quốc đổ thành phẩm của họ vào thị trường nội địa tại các nước này - và do đó triệt hạ các kỹ nghệ địa phương, nâng cao tỷ lệ thất nghiệp, và nhận chìm các thuộc địa mới lún sâu hơn nữa vào tình trạng bần cùng và đói nghèo.

Vũ trang đến tận răng

Ngay khi Trung Quốc bùng phát bằng cái giá mà tất cả các nước còn lại trên thế giới phải trả, họ cũng dùng sự phát triển kinh tế nhanh chóng của mình tài trợ cho một trong những gia tăng quân sự nhanh chóng và toàn diện nhất mà thế giới chưa từng chứng kiến. Theo cách này, trong tinh thần phương châm của Lê-nin là kẻ tư bản sẽ bán dây thừng dùng để treo cổ chính hắn, mỗi "đô-la Walmart" người Mỹ chúng ta hiện nay chi tiêu vào những thứ nhập cảng rẻ tiền giả tạo của Trung Quốc vừa là khoản ký quỹ cho tình trạng thất nghiệp của chúng ta, vừa là khoản tài trợ bổ sung cho một Trung Quốc vũ trang nhanh chóng. Dưới đây là vài điểm mà bộ máy chiến tranh đó đang khoe khoang:

- Lực lượng hải quân và không quân mới được hiện đại hóa với tất cả mọi thứ từ tàu ngầm hạt nhân gần như tàng hình và máy bay phản lực chiến đấu dùng thiết kế mới nhất của Nga đến hoả tiễn đạn đạo có thể nhắm chính xác các hàng không mẫu hạm Hoa Kỳ ngoài biển khơi.

14

- "Ngũ Giác Đài" kiểu Trung Quốc phát triển các hệ thống vũ khí tiên tiến một cách tự tin - trong đó nhiều thứ do tin tặc và điệp viên đánh cắp của chúng ta - để bắn hạ vệ tinh và hệ thống định vị toàn cầu (GPS) của chúng ta và tấn công bằng đầu đạn hạt nhân vào sâu trung tâm Hoa Kỳ.

- Không giống như quân đội Hoa Kỳ đã mệt mỏi lại còn bị dàn mỏng do các cuộc xung đột ở Afghanistan và Iraq, Quân đội Giải phóng Nhân dân Trung Quốc - lớn nhất thế giới - có cả số lượng vượt trội lẫn khả năng sẵn sàng chiến đấu để áp đảo các lực lượng của Ấn Độ, Đại Hàn, Đài Loan, hay Việt Nam mà vẫn còn đủ bộ binh để nghiền nát Taliban và giữ gìn hòa bình ở Baghdad, nếu họ quan tâm.

- Phe "diều hâu" của quân đội Trung Quốc thậm chí chuẩn bị khả năng ném bom hạt nhân từ vũ trụ mà gần như không thể phát hiện được. Những vũ khí hạt nhân vũ trụ này lặng lẽ và chớp nhoáng phóng đến mục tiêu làm cho đối phương không kịp chống trả.

Dĩ nhiên, Hoa Kỳ không phải là quốc gia duy nhất nên e ngại sự nổi lên của kẻ gây hấn châu Á mới và hùng mạnh này. Những nước láng giềng ngày càng lo âu giờ đây đối mặt với nguy cơ tăng nhanh từ một kẻ bá quyền châu Á đang lên với chính sách đe dọa chiến tranh và bắt nạt trong mọi vấn đề từ tiếp cận các lộ trình thủy vận đến tranh chấp lãnh thổ âm ỉ kéo dài.

Đại ca diện kiến tiết Xuân thầm lặng²

Hàng trăm triệu công dân Trung Quốc vô tội cũng đang lâm nguy. Họ là những người phải đối mặt với nguy cơ cực kỳ lớn "Chết dưới tay Trung Quốc ngay tại Trung Quốc" nảy sinh từ mô hình tăng trưởng kinh tế với ô nhiễm lan tràn, chế độ thần quyền cứng nhắc dựa trên giai cấp của Đảng Cộng sản, và một chủ nghĩa toàn trị cực đoan như George Orwell mô tả trong tác phẩm "*1984*".

Về mặt ô nhiễm, một nền kinh tế nặng về chế xuất chú trọng quá mức vào xuất cảng đã biến bầu khí quyển trên những trung tâm kỹ nghệ của Trung Quốc thành đám mây che phủ độc hại lớn nhất thế giới. Hơn 70% suối, sông, hồ chính của Trung Quốc bị ô nhiễm trầm trọng. Thậm chí một chuyến du lịch xuôi dòng sông Dương Tử, phía trên đập Tam Hiệp cho thấy kho báu quốc gia nguyên sơ trước đây của Trung Quốc, nơi Mao đã từng bơi qua giờ đây hầu như vắng bóng các loài chim và dấu hiệu của các loài thủy sinh.

Trong khi đó, "Những gì xảy ra ở Trung Quốc không ở lại Trung Quốc". Trong khi các nhà máy Trung Quốc tạo ra cơn lũ sản phẩm để chất lên kệ các cửa hàng của Target và Walmart, thì các loại tro bụi ô nhiễm không khí cực kỳ độc hại của Trung Quốc cũng bay hơn 6,000 dặm theo các dòng khí đối lưu tầng trên khí quyển đến California, thả các chất thải độc hại xuống dọc đường đi. Ngày nay, phần lớn mưa a-xit ở Nhật Bản và Đại Hàn là "Made in China", trong khi tỷ lệ ngày càng tăng các hạt bụi mịn phát hiện

---

² Tiểu thuyết 1984 của George Orwell xuất bản năm 1949 mô tả một thế giới mà mọi cử chỉ và suy nghĩ của người dân bị chính quyền giám sát khắp nơi. Hệ thống chính trị này - có tên nôm na là Chủ nghĩa Xã hội Anh (English socialism - Ingsoc) - bị đặt dưới sự kiểm soát của một tầng lớp đặc quyền của Đảng, trấn áp tất cả các chủ nghĩa cá nhân hay tư duy độc lập như những tội phạm về tư tưởng.

16

trong không khí tại các thành phố bờ biển phía Tây như Los Angeles cũng xuất phát từ các nhà máy Trung Quốc.

Về nguy cơ từ xã hội cứng nhắc, dựa trên giai cấp của Trung Quốc, sự thật mỉa mai, cay đắng ở đây là Đảng Cộng sản cầm quyền cai trị không phải là một đảng "Cộng hòa Nhân dân" chân chính mà là một chế độ thần quyền thế tục. Trong khi Mác trở mình trong ngôi mộ và xác ướp Mao từ chiếc hòm pha-lê của mình hướng cặp mắt đờ đẫn vào quảng trường Thiên An Môn, một tỷ lệ nhỏ dân số Trung Quốc trở nên giàu có cực kỳ cho dù cho một tỷ công dân Trung Quốc tiếp tục sống đói nghèo trong một chế độ chuyên chế như chủ trương của triết gia Thomas Hobbes, không được chăm sóc y tế đầy đủ và chỉ một căn bệnh nhỏ cũng thành án tử hình.

Nền chính trị toàn trị của Trung Quốc cũng kinh hoàng không kém. Để dập tắt bất đồng quan điểm, Đảng Cộng sản dựa vào công an và lực lượng bán quân sự trên một triệu người. Mạng lưới theo dõi kiểu Orwell cũng có khoảng 50,000 công an mạng. Các công an thực và ảo này không ngừng cùng nhau trấn áp và đàn áp.

- Thử lập ra tổ chức nghiệp đoàn độc lập ở nơi làm việc của mình, bạn sẽ bị đánh đập và đuổi việc.

- Đứng lên vì quyền con người hay quyền phụ nữ, bạn sẽ bị săn lùng tàn nhẫn, quản thúc trong nhà, hay đơn thuần "biến dạng".

- Bị phát hiện là người theo Pháp Luân Công hay "người theo Thiên chúa giáo một cách kín đáo", thì hãy sẵn sàng để được tẩy não cho hết "tư tưởng lệch lạc".

Cái chốt khóa bắt mọi người vào khuôn phép của chính sách trấn áp đó của Trung Quốc là quần đảo ngục tù của các trại cưỡng bách lao động, nơi hàng triệu công dân Trung Quốc bị lưu đày - thường không được xét xử. Bị giam ở trại tù Lao Cải thì vẫn còn được coi là "may mắn";

theo Tổ chức Ân xá Quốc tế, hàng năm nước Cộng hòa Nhân dân này xử tử dân chúng của mình nhiều hơn mấy lần các nước còn lại trên thế giới gom lại.

Ít ra thì xử tử bằng tiêm thuốc độc giờ đây được ưa chuộng hơn viên đạn bắn vào đầu như trước vẫn làm. Tuy nhiên, đó không phải do lòng từ bi dẫn đến "sự cải cách" hình thức tử hình này. Đơn giản là vì tiêm thuốc độc dễ dọn hơn, ít nguy cơ người thi hành án bị nhiễm HIV, và dễ dàng hơn nhiều cho việc thu hoạch các bộ phận cơ thể của nạn nhân để bán ra chợ đen.

Phản bội nghiêm trọng, nhưng tránh né còn nghiêm trọng hơn

Ngay cả khi vô số cái *Chết dưới tay Trung Quốc* diễn ra cả bên trong nước Cộng hòa Nhân dân này và ở những xưởng máy chết chóc trên khắp thế giới, các nhà lãnh đạo thương nghiệp, nhà báo, và nhà chính trị Hoa Kỳ nói quá ít về nguy cơ lớn nhất duy nhất đối mặt với Hoa Kỳ và thế giới.

Trong phạm vi lãnh đạo cao cấp, một số công ty lớn nhất của Hoa Kỳ - từ Caterpillar và Cisco đến General Motors và Microsoft - đã hoàn toàn đồng lõa với chính sách "chia rẽ" Hoa Kỳ "để trị" của Trung Quốc. Bi kịch ở đây là khi chủ nghĩa con buôn Trung Quốc bắt đầu tấn công kỹ nghệ Hoa Kỳ vào cuối những năm 1990 - những kỹ nghệ như tủ giường bàn ghế, dệt và may mặc bắt đầu sụp đổ hết ngành này đến ngành khác - cộng đồng và các cơ quan thương mại như Phòng Thương mại Hoa Kỳ đã gắn bó với nhau.

Tuy nhiên, trong thập niên qua, khi mỗi việc làm của Hoa Kỳ và mỗi nhà máy mới của Hoa Kỳ chuyển sang[3]

---

[3] Offshore : mang các nhà máy sản xuất ra khỏi các quốc gia như Hoa Kỳ đến những nước đang phát triển, nhằm giảm chi phí sản xuất.

Trung Quốc, vì mối quan tâm thiển cận nhằm tối đa hóa lợi nhuận, nhiều lãnh đạo công ty Hoa Kỳ đã điều chỉnh theo đối tác Trung Quốc. Thật vậy, khi bánh mì của họ được phết bơ ở nước ngoài, các tổ chức được gọi là 'Hoa Kỳ" như Thảo luận Kinh doanh Bàn tròn và Hội các Công ty Sản xuất Quốc gia đã chuyển biến từ phê phán gay gắt chủ nghĩa con buôn Trung Quốc thành những chiến sĩ cởi mở, và thường rất xông xáo trong những cuộc vận động hành lang ủng hộ Trung Quốc.

Trong khi nhiều Tổng giám đốc Điều hành công ty Hoa Kỳ trở thành những chiến sĩ vận động hành lang cho Trung Quốc, các nhà báo Hoa Kỳ phần lớn đã mất tích trong khi thi hành nhiệm vụ. Sự cắt giảm nhân sự của các tờ báo và hệ thống tin tức truyền hình trong thời đại Internet dẫn đến việc đóng cửa hay thu hẹp nhiều văn phòng tin tức ở nước ngoài. Kết quả là các cơ quan truyền thông Hoa Kỳ đã phải ngày càng dựa vào nguồn tin từ báo chí của chính quyền Trung Quốc - một trong những bộ máy tuyên truyền không khoan nhượng và hiệu quả nhất mà thế giới từng chứng kiến.

Trong khi đó, tinh hoa của báo chí tài chính Hoa Kỳ - đáng chú ý nhất là tờ *Wall Street Journal* - bám chặt vào tư tưởng thị trường tự do và mậu dịch tự do, dường như không biết đến một thực tế là "mậu dịch tự do một chiều" của Trung Quốc hoàn toàn là sự đầu hàng đơn phương của Hoa Kỳ trong thời đại chủ nghĩa tư bản quốc doanh của Trung Quốc. Điều nghịch lý ở đây là thay vì xem cải cách thương mại là một hình thức tự vệ chính đáng chống lại sự công kích không thương tiếc của hành động "lợi mình, hại người" của Trung Quốc, báo chí như tờ *Wall Street Journal* lại liên tục xỉ vả nguy cơ "chủ nghĩa bảo hộ" của Hoa Kỳ. Tất cả đều quá vô nghĩa, nhưng tiếng trống ý thức hệ vẫn tiếp tục vang lên.

19

Không một nhóm cá nhân riêng lẻ nào xứng đáng bị lên án hơn các chính trị gia Hoa Kỳ vì tội đã nhu nhược, thụ động, và dốt nát khi để Trung Quốc mặc sức lũng đoạn nền tảng sản xuất Hoa Kỳ và tiến hành tăng cường quân sự trên quy mô lớn. Không phải vì Quốc hội Hoa Kỳ đã không được cảnh báo đầy đủ về những hiểm nguy của một Trung Quốc đang nổi lên. Mỗi năm Ủy ban Hoa Kỳ - Trung Quốc, được Quốc hội cung cấp ngân khoản, vẫn xuất bản phúc trình hàng năm và nhiều tài liệu về mối nguy cơ đang nổi lên này.

Chẳng hạn, Ủy ban Hoa Kỳ - Trung Quốc đã cảnh báo "hoạt động gián điệp của Trung Quốc tại Hoa Kỳ rộng đến nỗi chúng trở thành nguy cơ lớn nhất duy nhất về an ninh về khoa học kỹ thuật của Hoa Kỳ". Thực tế, đến nay, mạng lưới gián điệp rộng lớn của Trung Quốc đã đánh cắp những bí mật trọng yếu liên quan đến khu trục hạm mang phi đạn điều khiển bằng hệ thống Aegis, máy bay ném bom B1-B, hỏa tiễn Delta IV, hệ thống dẫn đường cho hoả tiễn đạn đạo ICBM, máy bay ném bom tàng hình Stealth, và phi thuyền Con Thoi. Tin tặc và điệp viên Trung Quốc có hiệu quả như nhau trong việc cung cấp chi tiết hệ thống phóng máy bay của hàng không mẫu hạm, máy bay không người lái drone, thiết kế lò phản ứng tàu thủy, hệ thống động cơ đẩy của tàu ngầm, cơ chế hoạt động bên trong bom neutron, và thậm chí quy trình hoạt động rất chi tiết của chiến hạm hải quân Hoa Kỳ.

Tương tự, về nguy cơ kinh tế, Ủy ban đã yêu cầu Quốc hội thừa nhận rằng các thương nghiệp vừa và nhỏ của Hoa Kỳ "đương đầu với toàn bộ sức mạnh của các thủ đoạn mậu dịch bất chính, thao túng tiền tệ, và trợ cấp bất hợp pháp của Trung Quốc cho các hoạt động xuất cảng của họ". Bất chấp những cảnh báo này, Quốc hội tiếp tục đã làm ngơ những khuyến cáo của ủy ban độc lập của chính Quốc hội và từ chối thức tỉnh trước nguy cơ kinh tế và quân sự ngày càng tăng từ phía Trung Quốc.

20

Dĩ nhiên, Tòa Bạch Ốc phải chịu trách nhiệm tương tự. Cả hai tổng thống George W. Bush và Barack Obama đã nói chuyện nhẹ nhàng và mang gậy rất nhỏ khi đến Trung Quốc. Lý do của tổng thống Bush là sự lưu tâm đến cuộc chiến ở Iraq và an ninh nội địa kèm với niềm tin mù quáng vào đủ mọi thứ, trừ thị trường tự do. Chỉ trong nhiệm kỳ của Bush, Hoa Kỳ đã từ bỏ hàng triệu việc làm cho Trung Quốc.

Về phần mình, *Ứng cử viên* Obama trong chiến dịch vận động bầu cử vào năm 2008 đã hứa hẹn nhiều lần kiên quyết chấm dứt hoạt động mậu dịch bất công của Trung Quốc, nhất là tại các tiểu bang công nghiệp chủ yếu như Illinois, Michigan, Ohio, và Pennsylvania. Thế nhưng, từ khi nhậm chức, Tổng thống Obama đã nhiều lần cúi đầu trước Trung Quốc về những vấn đề mậu dịch then chốt, chủ yếu vì ông muốn Trung Quốc tiếp tục tài trợ cho thâm hụt ngân sách khổng lồ của Hoa Kỳ. Trong khi Obama thế chấp tương lai của chúng ta cho các ngân hàng Trung Quốc, ông ta không hiểu được rằng chương trình tạo việc làm tốt nhất cho nước Hoa Kỳ là cải cách mậu dịch toàn diện với Trung Quốc.

Lộ trình phía trước: Mọi con đường đều đổ dồn đến Bắc Kinh

Trong quyển sách này, chúng tôi sẽ trình bày một cách hệ thống các dạng *Chết dưới tay Trung Quốc* chính - từ những thành tích kinh hoàng về an toàn sản phẩm và sự hủy diệt nền kinh tế Hoa Kỳ đến sự nổi dậy của chủ nghĩa thực dân Trung Quốc, sự tăng cường sức mạnh quân sự nhanh chóng, và các hoạt động gián điệp táo bạo và trắng trợn của Trung Quốc. Khi làm điều đó, mục tiêu tổng quát của chúng tôi không chỉ cung cấp cho độc giả một sự thật rành mạch và danh mục những sự lạm dụng của Trung Quốc. Cuốn sách này cũng được dùng như một tài liệu hướng dẫn sống còn và kêu gọi hành động tại một thời khắc quan trọng trong lịch sử Hoa Kỳ và thế giới. Trừ khi tất cả chúng ta cùng nhau đứng lên đương đầu với con Rồng này, phần còn lại của cuộc đời chúng ta và cuộc sống của con cháu chúng ta sẽ kém thịnh vượng hơn nhiều - và lại nguy hiểm hơn nhiều - so với Thời đại Vàng son mà nhiều người trong chúng ta đã lớn lên.

Phần I

Người mua hãy cực kỳ cảnh giác

Chương 2

Chết vì chất độc của Trung Quốc: Mạng sống vài đồng và thịt gà thì miễn phí

Ở Trung Quốc, thức ăn Trung Quốc được gọi là gì? Là "Thức ăn"!

Jay Leno

Trong khi câu đùa này nghe thú vị, thì cụm từ "thực phẩm Trung Hoa" lại hàm nghĩa nghiêm trọng hơn nhiều khi mà Trung Quốc đang cung cấp cho Hoa Kỳ ngày càng nhiều trái cây, rau quả, cá và thịt, không kể các loại vitamin và thuốc chữa bệnh.

Trung Quốc là nước xuất cảng hải sản lớn nhất sang Hoa Kỳ, là nguồn cung cấp chính về gà thịt trắng và là nước xuất cảng trà lớn thứ ba trên thế giới. Các nhà nông Trung Quốc cũng cung cấp cho chúng ta 60% nước táo ép, 50% tỏi, và một số lượng lớn đủ các loại từ trái lê đóng hộp, nấm bảo quản đến mật ong và sữa ong chúa.

Về dược phẩm, Trung Quốc cũng sản xuất cho thế giới đến 70% lượng penicillin, 50% lượng aspirin, và 33% lượng tylenol. Các công ty dược phẩm Trung Quốc cũng đã chiếm lĩnh phần lớn thị trường thế giới về kháng sinh, enzyme, các acid amin chính và vitamin tổng hợp. Trung Quốc thậm chí đã thống lĩnh đến 90% thị trường thế giới về vitamin C - cùng lúc đó họ đang có vai trò áp đảo trong việc sản xuất các loại vitamin A, B12, và E, không kể nhiều loại nguyên liệu để sản xuất vitamin tổng hợp.

Các số liệu thống kê này làm tất cả chúng ta lo lắng chỉ vì một lý do đơn giản: Một phần quá lớn các loại thuốc Trung Quốc đang tràn ngập các cửa hàng và siêu thị thuốc của chúng ta thực sự là chất độc. Đấy là lý do tại sao thực phẩm và dược phẩm Trung Quốc luôn được xếp hàng đầu trong các loại phải kiểm tra khi nhập vào biên giới hoặc bị trả về bởi cả Cơ quan Quản lý Thực phẩm & Dược phẩm của Hoa Kỳ lẫn Cơ quan An toàn Thực phẩm châu Âu.

Thế sao Trung Quốc vẫn tiếp tục mang đến cho chúng ta các loại thực phẩm và thuốc có thể làm chúng ta đau ốm hoặc giết chúng ta như vậy? Đôi khi các chất độc có trong dây chuyền cung cấp thực phẩm và thuốc men là hậu quả ngẫu nhiên của những yếu tố như phương pháp sản xuất kém chất lượng, quy trình kém vệ sinh, hoặc là chất độc từ đất do môi trường bị ô nhiễm. Những khi khác thì do những kẻ thiếu đạo đức hay còn gọi là "kẻ dã tâm" - một chữ do chính người dân của họ gọi - cố tình làm nhiễm bẩn thực phẩm và dược phẩm, đơn giản chỉ vì muốn gia tăng lợi nhuận cho họ.

Cho dù là do ngẫu nhiên hay cố ý, việc đầu tiên bạn cần biết cụ thể về cái Chết dưới tay Trung Quốc này là nó không nhắm vào một người nào. Thật vậy, người Trung Quốc, dù là nông dân, ngư dân, người chế biến thực phẩm hay là người bán thuốc, đều có thể đầu độc chính người dân của họ y như họ đầu độc người Mỹ, người châu Âu, người Nhật, người Hàn và tất cả những ai trên toàn thế giới dùng thực phẩm và dược phẩm của họ. Để thử xem câu nói trên đúng tới đâu chỉ cần xem trả lời cho câu hỏi: "Cái gì trong chảo của anh thế?": Có tới 10% nhà hàng ở Trung Quốc sử dụng cái gọi là "dầu ăn bẩn" để nấu nướng.

Dầu ăn bẩn là một hỗn hợp hôi hám của dầu đã được sử dụng và chất thải thu được từ hố ga và cống rãnh từ các nhà bếp thương mại, chứa đầy nấm mốc độc aflatoxin gây ung thư gan. Những người vô gia cư ở Trung Quốc lén lút bán thứ này cho nhiều nhà hàng với giá chỉ bằng một phần năm giá dầu đậu nành hay dầu lạc mới. Ngoài khả năng gây ung thư, cái hỗn hợp gồm dầu bị mốc với đủ loại thực phẩm bỏ đi này có thể là bản án tử hình bất ngờ cho bất kỳ ai bị dị ứng thực phẩm nặng.

Kẻ giết người hàng loạt bằng Melamine Trung Quốc

Câu chuyện dầu ăn bẩn này cho dù có thể làm chúng ta phẫn nộ, nhưng so với chuyện những kẻ giết người hàng loạt bằng melamine Trung Quốc thì nó chưa là gì cả. Những kẻ sát nhân này đã hạ sát nhiều nạn nhân trên đất Trung Quốc cũng như trên khắp thế giới, và những nỗ lực thường là vô hiệu quả để bắt chúng cho thấy một cách rõ ràng sự khó khăn đối với cả chính quyền Trung Quốc lẫn các cơ quan kiểm soát Hoa Kỳ trong việc bảo đảm an toàn thực phẩm và thuốc men khi mà bọn sát nhân hoạt động chỉ vì lợi nhuận.

Vũ khí giết người, melamine, thực ra là một hóa chất có giá trị khi chúng không bị lén lút cho vào thực phẩm. Kết hợp melamine với formaldehyde để sản xuất nhựa melamine, bạn sẽ có được một chất dẻo có độ bền cao dùng sản xuất các sản phẩm như formica và các bảng viết bằng bút. Trộn với một số hóa chất khác, bạn có thể dùng melamine như một chất chống cháy, phân bón, hay là "phụ gia" siêu dẻo dùng trong bê tông độ nén và độ bền cao. Thế nhưng thêm melamine vào các sản phẩm như thức ăn gia súc, sữa, hoặc sữa cho trẻ sơ sinh thì không còn cách nào nhanh hơn để hủy hoại hai trái thận của con người.

Thế tại sao những thương gia có dã tâm của Trung Quốc lại thêm melamine vào thực phẩm của chúng ta? Đó là vì hàm lượng nitrogen cao trong melamine có thể nhái mức protein cao trong thực phẩm. Sự giả mạo protein kiểu

Trung Quốc này do đó có thể đánh lừa các nhân viên kiểm tra thực phẩm trong việc xếp hạng thực phẩm có hàm lượng protein cao. Vì melamine rất rẻ so với protein thật, nên điều này có nghĩa là rất nhiều tiền sẽ vào túi thủ phạm, bất kể nhiều người có thể thiệt mạng.

Ai giết con mèo của tôi? Điều gì đã xảy ra với chó của tôi?

Thế giới lần đầu biết đến việc giả mạo protein của Trung Quốc vào năm 2007, khi hàng chục ngàn chó và mèo ở châu Âu, Hoa Kỳ và Nam Phi bị chết vì loạt thức ăn nhiễm melamine. Và không chỉ thú vật nuôi bị ảnh hưởng. Theo Cơ quan Quản lý Thực phẩm và Dược phẩm cùng Bộ Nông nghiệp Hoa Kỳ, ba triệu người Mỹ đã tiêu thụ thịt gà và thịt heo nuôi bằng thức ăn có chứa melamine.

Và giờ bạn hãy nghe đây: Nếu bạn bị mất con vật nuôi đang khỏe mạnh vì một chứng bệnh bí ẩn hay do hư thận, có lẽ là chúng bị chết do "Chất độc Trung Quốc". Có thể biết trước được rằng khi sự khủng hoảng nổ ra, chính phủ Trung Quốc đã tìm cách ngăn chặn và thậm chí từ chối cho phép các thanh tra nước ngoài đến để xem xét vấn đề. Tuy nhiên, khi sự kiện melamine nổ ra trên chính đất nước Trung Quốc thì lại là một chuyện khác.

Không nhắm vào riêng ai cả, Phần hai

"Tôi đã hoàn toàn mất niềm tin vào sữa bột do Trung Quốc sản xuất", Emily Tang, một công chức 31 tuổi ở thành phố Thẩm Quyến có cô con gái 3 tuổi nói.

Bloomberg Businessweek

Năm 2008, gần 300,000 trẻ sơ sinh Trung Quốc bị ốm và 6 trẻ em đã chết sau khi 22 nhà máy sữa ở Trung Quốc bị nghi ngờ là đã cho thêm melamine vào sữa và sữa dành riêng cho trẻ sơ sinh. Theo Triệu Huệ Bình, một nông dân

28

nuôi bò sữa ở tỉnh Hà Bắc: "Trước khi sử dụng melamine, người ta đã dùng cháo gạo và tinh bột khoai để cố ý làm tăng số đo hàm lượng đạm, nhưng cách này rất dễ bị phát hiện, nên họ chuyển sang dùng melamine".

Trong trường hợp cụ thể này, những kẻ giả mạo đầy dã tâm còn không thèm dùng loại melamine tinh khiết công nghiệp. Thay vào đấy, chúng dùng loại rẻ tiền hơn - và độc hại hơn - "melamine phế thải". Không ngạc nhiên khi nhiều trẻ em dù khỏi bệnh vì nhiễm độc melamine đã bị tổn thương thận nghiêm trọng. Điều làm người ta rùng mình là sự việc xảy ra chỉ một năm sau khi Thủ tướng Ôn Gia Bảo đã quyết định chi thêm 1.1 tỷ đô-la và cử hàng trăm ngàn thanh tra đi kiểm tra các cơ sở sản xuất thực phẩm và dược phẩm.

Tờ *New York Times* đã có bài nói về sự thất bại triền miên trong quản lý này như sau:

> *Sự kiện liên quan đến các nhà máy sữa làm dấy lên một câu hỏi cốt lõi là liệu Đảng Cộng sản đang cầm quyền có khả năng tạo ra một cơ cấu điều hành có trách nhiệm và minh bạch trong hệ thống độc đảng hay không.*

Ta hãy xem câu chuyện hài nhỏ có thể trả lời câu hỏi ấy đồng thời nhấn mạnh sự khác biệt căn bản giữa các chế độ xã hội mở và tự do so với chế độ toàn trị tàn bạo ở Trung Quốc. Năm 2010, nguyên nhà báo Triệu Liên Hải bị tù sau một phiên tòa vờ vịt trong đó anh không được phép đưa ra bằng chứng.

"Tội" của Triệu không phải là đầu độc mọi người. Đúng hơn là anh bị kết tội "gây rối trật tự xã hội" vì đã cố đưa ra ánh sáng những kẻ giết người bằng melamine sau khi con anh bị mắc bệnh. Và đấy cũng lại thêm một lý do nữa vì sao Cộng hòa Nhân dân Trung Quốc sẽ không bao giờ có thể bảo đảm cho chúng ta các sản phẩm an toàn hơn được. Không như ở các nước dân chủ, nơi quyền tự do ngôn luận và tự do hội họp là bất khả xâm phạm để giúp soi rọi mọi hành vi sai trái, Trung Quốc giấu nhẹm mọi thứ - và cho tất cả những người phản kháng vào trại tù cưỡng bách lao động (kiểu gulags của Xô Viết).

Những chất độc giết người có tên heparin của Trung Quốc

Bây giờ, nếu bạn nghĩ rằng sự kiện melamine là xưa rồi, thì không phải vậy đâu! Cho đến tận bây giờ, các sản phẩm nhiễm độc melamine vẫn ngày càng nhiều vì nó thực sự đem lại lợi ích quá lớn khi được dùng làm chất phụ gia, cho dù nó tàn phá thận của con người.

Còn như bạn nghĩ rằng thủ đoạn kiếm lợi nhuận bằng việc sử dụng những chất nhiễm độc như melamine chỉ có trong thực phẩm, thì cũng không phải chỉ thế thôi đâu. Chất độc giết người trong heparin của Trung Quốc minh họa một cách sinh động việc bọn con buôn bất lương Trung Quốc cũng đang bận rộn làm nhiễm độc cả thuốc chữa bệnh cho chúng ta. Heparin là một loại thuốc chống đông máu dùng trong phẫu thuật tim, truyền máu, chữa tĩnh mạch cho đến lọc thận. Nó được làm từ một sản phẩm tầm thường là niêm mạc ruột heo. Chính vì vậy mà Trung Quốc tham gia vào hoạt động sản xuất heparin: là nước sản xuất thịt heo lớn nhất thế giới, Trung Quốc luôn có nguồn cung cấp ruột heo hầu như vô tận.

Để giảm chi phí và gia tăng lợi nhuận, các nhà sản xuất Trung Quốc đã bí mật thêm một chất tương tự như heparin, nhưng rẻ tiền và có thể gây chết người gọi là chondroitin sulfate với hàm lượng sulfate vượt mức. Chất độc này có thể gây ra những phản ứng nghiêm trọng, đôi khi gây chết người - từ hạ huyết áp và thở gấp đến ói mửa và tiêu chảy.

Và đây là điều bẩn thỉu của trò lừa đảo này: Chất gây độc cho heparin có cấu trúc hóa học rất gần với heparin

30

thật đến nỗi rất khó bị phát hiện. Giá của nó rẻ hơn heparin thật 100 lần: 9 đô-la so với 900 đô-la mỗi pound! Vì giá cực thấp như thế, một số lô heparin bị nhiễm độc đã có tới 50% là heparin giả!

Không đâu xa, hãy xem trường hợp cụ thể của anh Leroy Hubley ở Toledo, Ohio về cái chết bởi chất độc Trung Quốc. Anh đã mất người vợ 48 tuổi vì nhiễm chất heparin giả. Chỉ một tháng sau đấy và trước khi phát hiện ra chất độc, con trai của Hubley, cùng bị bệnh kém chức năng thận như mẹ cháu đã trở thành nạn nhân của cùng trò giá rẻ bất lương của bọn Trung Quốc.

Đến nay, chất độc heparin của Trung Quốc đã giết hại hàng trăm người Mỹ và làm hàng ngàn người khác bị bệnh. Heparin kém chất lượng đã xuất hiện ở 11 nước khác như Nhật Bản, Đức, Ấn Độ và Canada. Mặc dù nhà chức trách của cả Hoa Kỳ và Trung Quốc đã nỗ lực kiểm soát, cho đến nay heparin kém chất lượng vẫn có mặt ở các phòng mổ và các trung tâm lọc thận.

Bây giờ, chúng ta hãy tự hỏi: Vì sao mà nhiều kẻ dã tâm Trung Quốc lại sẵn sàng đầu độc thức ăn và thuốc men chỉ vì lợi nhuận? Câu trả lời của một học giả nổi tiếng Trung Quốc đã chỉ ra một cách sâu sắc đối với vấn đề suy thoái đạo đức của tâm hồn Trung Quốc. Theo giáo sư kinh doanh Lưu Hải Đồng trong *Tạp chí Quản trị và Tổ chức*, vấn đề suy thoái đạo đức - và việc chạy theo lợi nhuận bằng mọi giá - đã xảy ra do sự đổ vỡ các nguyên lý Khổng giáo trong môi trường không có đạo đức và luân thường đạo lý của chủ nghĩa cộng sản Trung Quốc.

Chính vì sự suy thoái đạo đức đó, cùng với việc các viên chức chính quyền tham nhũng và luật pháp lỏng lẻo, đã thúc đẩy những người chế biến thực phẩm cố ý sử dụng hóa chất công nghiệp độc hại để cải thiện vị ngon và bảo quản thực phẩm.

Thực vậy, chính các nhà chức trách Trung Quốc cũng đã tìm thấy những điều quái gở như nồi lẩu có thêm formaldehyde để có vị ngon hay nước tương có pha thêm acid hydrochloric và tóc người để làm tăng độ đạm. Nhưng kẻ dã tâm Trung Quốc còn làm xúc xích giá rẻ "tươi ngon" bằng cách cho cả thuốc trừ sâu cực độc dichlorvos vào. Lần sau, mỗi khi định ăn cái gì ngon ngon mà "Made in China", bạn hãy nhớ những tiểu xảo đó nhé!

Đôi khi đấy không phải là chủ ý giết người - chỉ là ngộ sát!

Bây giờ tôi nghĩ là đã rõ mọi vấn đề, nếu Trung Quốc muốn sống trong thế kỷ 21 này, thì họ phải sản xuất theo những tiêu chuẩn như vậy.

Richard Durbin, *Thượng nghị sĩ, Đảng Dân chủ - Tiểu bang Illinois*

Trong khi "tội giết người cấp một" là bản án trong những vụ án melamine hay heparin thì trong nhiều vụ khác đấy chỉ là "tội ngộ sát" - tức tội giết người không có "chủ đích trước". Vấn đề chủ yếu ở đây là khi Trung Quốc đã trở thành công xưởng sản xuất của thế giới, thì họ cũng đồng thời trở thành bãi chứa chất thải nguy hại và là đất nước ô nhiễm nhất thế giới. Bãi rác cực lớn ấy giờ đây có nghĩa là mảnh đất Trung Quốc dùng để nuôi dưỡng thế giới chứa đầy những chất gây ung thư, kim loại nặng, thuốc trừ sâu bất hợp pháp và những chất độc hại khác. Có nghĩa rằng việc chất độc từ mảnh đất Trung Quốc đang ngấm vào bữa ăn của người Mỹ, người châu Âu, người Nhật Bản, người Đại Hàn phải trở nên hiển nhiên đối với bất kỳ ai quan tâm.

Ăn một quả táo Trung Quốc mỗi ngày đủ cho các bác sĩ chuyên khoa ung thư của Hoa Kỳ có việc làm cả đời

Hãy xem một ví dụ. Hộp nước ép ngon và đẹp mắt bạn dùng trong bữa trưa của con bạn. Thế là đã có một cơ hội để bạn, thay vì đưa một lon nước có gas, đã cho con bạn uống một thứ có vẻ là "tốt cho sức khỏe" chứa đầy arsen, một thứ kim loại nặng có thể gây ung thư. Đây là lý do tại sao:

Hơn 30 năm qua, các nhà nhập cảng nước táo đặc Trung Quốc đã tăng từ 10,000 gallon lên đến gần nửa tỷ gallon mỗi năm; và ngày nay Trung Quốc chiếm lĩnh hơn một nửa thị trường Hoa Kỳ.

Điều chắc chắn là, giá của họ rẻ hơn giá của các nhà nông Hoa Kỳ. Nhưng có một lý do làm cho nó rẻ là vì các vườn cây Trung Quốc dùng rất nhiều các loại thuốc trừ sâu bất hợp pháp có chứa arsen để rồi thấm vào cây và cô đọng trong quả.

Bạn muốn tách trà "loại thường" hay "không chì"?

Có một câu nói: "mọi thứ trà đều là trà Tàu cả". Đúng thế, dù rằng khó tin! Một vị nguyên là Phó Giám đốc Cơ quan Quản lý Thực phẩm và Dược phẩm Hoa Kỳ đã mô tả trên Đài Phát thanh Công cộng Quốc Gia phương pháp mà người Trung Quốc đã sử dụng để phơi khô lá trà như sau: Người sản xuất rải "lá trà trên một cái sân kho rất rộng rồi dùng xe tải cán lên cho chóng khô". Vì xe Trung Quốc dùng xăng pha chì nên không có cách nào hiệu quả hơn thế để biến lá trà thơm ngon trở thành một thứ vũ khí giết người.

Chẳng có tí sự thật nào trong nhãn hiệu thực phẩm Trung Quốc cả!

Ngoài ra, một trong những thói quen lừa đảo của những kẻ dã tâm Trung Quốc là thường xuyên ghi sai nhãn cho các thực phẩm "hữu cơ". Không ngạc nhiên là các nhà nông Trung Quốc luôn nóng lòng muốn nhảy vào thị trường thực phẩm hữu cơ Hoa Kỳ, nhưng sự thú nhận của một chủ cửa hàng Trung Quốc đã nói lên tất cả:

Có khoảng chừng 30% các nông trại sản xuất thực phẩm hữu cơ thật và họ ghi nhãn hữu cơ trên đó. Tôi nghĩ chính quyền cần cải tiến công tác kiểm nghiệm. Nhưng giờ họ quá bận với an toàn thực phẩm nên chả còn sức đâu mà lo cho thực phẩm hữu cơ nữa.

Với sự thú nhận này thì không có gì đáng ngạc nhiên khi Walmart, Whole Foods, và các nhà bán lẻ khác phát hiện các sản phẩm tưởng là "hữu cơ" của Trung Quốc nhiễm đầy thuốc trừ sâu.

✏ Bệnh nôn mửa vì đậu xanh tại Nhật

Không phải chỉ có Hoa Kỳ mới ăn phải chất độc Trung Quốc. Hãy xem điều gì xảy ra với một nhà phân phối thực phẩm Nhật Bản nhập cảng trên 50,000 kiện đậu xanh Trung Quốc được cho là "tươi ngon" từ Công ty Thực phẩm Yên Đài Bắc Hải của tỉnh Sơn Đông. Sau khi những người tiêu dùng bị nôn mửa rồi bị tê miệng, các viên chức của Bộ Y tế Nhật Bản đã tìm thấy nồng độ thuốc trừ sâu độc hại có trong đậu xanh cao gấp gần 35,000 lần nồng độ cho phép!

Dĩ nhiên, chúng ta có thể ghi lại hết chuyện này sang chuyện khác về "cái chết bởi thuốc độc Trung Quốc". Chẳng hạn như vụ ở châu Âu liên quan đến Vitamin A nhiễm vi trùng suýt nữa thì được dùng pha chế sữa dành cho trẻ sơ sinh. Người ta đã tìm thấy các viên vitamin tổng hợp lẫn tạp chất chì, mật ong, tôm nhiễm thuốc kháng sinh. Vụ việc tai tiếng đã đăng tải ầm ĩ về loại xi-rô thuốc ho rẻ tiền chứa chất chống đông đã giết hại hàng ngàn người trên thế giới. Những ví dụ như thế này chỉ có ích nếu chúng giúp ta hiểu ra những vấn đề to lớn hơn.

Vấn đề to lớn cuối cùng chúng tôi muốn minh họa bằng ví dụ sau đây về ngành nuôi cá ở Trung Quốc: trong bối cảnh các vấn đề môi trường liên quan đến thực phẩm và dược phẩm Trung Quốc vẫn đang hiện diện cùng với hành vi thiếu đạo đức của các thương gia Trung Quốc hoành hành ở khắp nơi, thì việc Cơ quan Quản lý Thực phẩm và Dược phẩm Hoa Kỳ, Cơ quan Quản lý An toàn và Thực phẩm châu Âu cũng như Ủy ban An toàn Thực phẩm Nhật Bản kiểm soát được các sản phẩm nhập cảng từ Trung Quốc hầu như là bất khả thi. Thực vậy, việc các nhà nuôi trồng thủy sản Trung Quốc đã đè bẹp các đối thủ cũng như các nhà chức trách về an toàn thực phẩm chỉ là một mô hình thu nhỏ các sai lầm của việc phụ thuộc vào thực phẩm - và cá - Trung Quốc!

Không chỉ có người Trung Quốc sống trong điều kiện chen chúc

Các dòng nước của chúng tôi ở đây quá bẩn. Đơn giản là vì có quá nhiều cơ sở nuôi trồng thủy sản trong vùng này. Tất cả họ đều xả nước bẩn ra đây, làm ô nhiễm các trang trại khác.

Triệu Diệp, *Nông dân nuôi lươn và tôm ở Phúc Thanh, Trung Quốc.*

"Câu chuyện thủy sản" Trung Quốc không may lại hoàn toàn là sự thật này bắt đầu ở miền Đông Nam Hoa Kỳ, nơi mà trong những năm 90 việc nuôi cá tra miền Nam là một trong những câu chuyện thành công lớn của ngành thủy sản Hoa Kỳ. Thế rồi con rồng châu Á bước vào đấu trường "Long tranh Hổ đấu[4]".

Như chúng ta sẽ thảo luận kỹ hơn trong Phần II, "Những Vũ khí Hủy diệt Việc làm", các thương nghiệp Trung Quốc kiếm lợi nhuận bằng mọi trò lừa đảo trong mậu dịch, và các trại nuôi thủy sản của Trung Quốc không phải là ngoại lệ. Thật vậy, bắt đầu vào những năm đầu của năm 2000, dưới sự tấn công dữ dội của ngành xuất cảng được trợ cấp của Trung Quốc, nhiều trại nuôi thủy sản Hoa Kỳ ở các tiểu bang như Louisiana, Mississippi, và Alabama đã thực sự hoàn toàn "khô cạn".

Ngày nay, Trung Quốc là nhà cung cấp thủy sản nuôi trong trang trại số một thế giới và chiếm lĩnh các thị trường cá tra, cá rô phi, tôm, và lươn. Tuy nhiên, các trại nuôi thủy sản Trung Quốc cho chúng ta một hình ảnh thôn quê không yên bình và không hòa hợp với thiên nhiên. Hơn thế nữa, họ còn tạo ra một cơn ác mộng của sự bẩn thỉu kinh người như dưới địa ngục.

Sự bẩn thỉu của các trại nuôi thủy sản bắt đầu bằng sự kiện chỉ có dưới một nửa nước Trung Quốc là có cơ sở giải quyết nước thải. Vậy thì cái cách thức mà những thứ do người thải ra này - cùng với không biết bao nhiêu thuốc trừ sâu, phân bón, bùn than, thuốc kháng sinh, thuốc nhuộm, và các chất gây ô nhiễm khác - tìm được đường đến bữa cơm tối thứ Sáu ở nhà bạn thật đáng để chúng ta được biết.

Cuộc hành trình đau "long" này bắt đầu từ thượng nguồn sông Dương Tử, chảy dài hơn 3,000 dặm đường sông đến đồng bằng phía đông Trung Quốc. Và chính tại đây, phần lớn thủy sản nhiễm bẩn được nuôi để xuất sang Hoa Kỳ, châu Âu, Nhật Bản và các nước khác.

---

[4] "Enter the Dragon", tác giả dựa vào tựa phim "Long Tranh Hổ Đấu" do Lý Tiểu Long diễn vai chính.

36

Nằm dọc theo dòng Dương Tử, những thành phố lớn đang phát triển như Thành Đô và Trùng Khánh đổ thẳng ra sông hàng tỷ tấn chất thải chưa được giải quyết từ con người, động vật và cả chất thải công nghiệp. Đống độc hại này sau đó lại có thêm thời gian để lên men và rửa ra khi dồn về hồ chứa đằng sau đập Tam Hiệp khổng lồ phía bên dưới Trùng Khánh.

Chuyến đi ba ngày bằng du thuyền "hạng sang" xuôi dòng Dương Tử từ Trùng Khánh đến đập Tam Hiệp - như nhiều du khách Hoa Kỳ vẫn thường đi - thực ra là để trải qua cơn ác mộng về môi trường đang bị đe dọa. Nước hồ ánh lên một màu xanh kỳ quái và thỉnh thoảng bốc mùi hôi hám dưới một đám khói thường trực từ những nhà máy chạy bằng than đá. Giống như "con chó không sủa" của Sherlock Holmes, sự thiếu vắng hầu như hoàn toàn của các giống chim le le, rùa, và loài vật lưỡng cư - chưa kể đến những con cá heo nước ngọt màu hồng một thời trước đây thường vui đùa và là biểu tượng của dòng sông nay đã tuyệt chủng - cho thấy mức độ ô nhiễm nghiêm trọng của một trong những con sông – và là nguồn cung cấp nước ngọt - lớn nhất Trung Quốc.

Còn hỏi tại sao câu chuyện này lại liên quan đến thủy sản Trung Quốc mà bạn ăn ở Hoa Kỳ, hãy nhớ rằng chính những đống mùn rác trên dòng Dương Tử, cũng như nước từ những con sông Châu Giang và Hoàng Hà bất hạnh, đang đổ vào những cơ sở nuôi trồng thủy sản nhập cảng ở bờ Đông Trung Quốc. Lẽ dĩ nhiên, vì lươn, cá, tôm của Trung Quốc được nuôi trong điều kiện độc hại như vậy, các loài này sẽ bị nhiễm đủ loại vi trùng và ký sinh trùng. Học giả Trung Quốc Lưu Thành Tâm ghi nhận:

Các điều kiện nuôi trồng thủy sản ở Trung Quốc thật tệ hại: Những người sản xuất dồn chặt vào bể nuôi hàng ngàn cá, tôm để có sản lượng cao nhất. Điều này tạo ra một lượng lớn chất thải làm ô nhiễm nước và truyền những bệnh có thể giết hết cả mẻ cá nếu không được giải quyết hợp lý. Cho dù căn bệnh không giết hết tôm cá trong bể nuôi, thì những loại vi trùng còn lại như Vibrio, Listeria, hay Salmonella vẫn có thể làm cho những người ăn phải tôm cá bị nhiễm bệnh.

Để giải quyết điều kiện nuôi, những người nuôi cá Trung Quốc thường bơm đủ loại kháng sinh, kháng nấm, thuốc kháng vi rút và thuốc nhuộm bị cấm vào nước đã bị ô nhiễm. Những độc chất này, bao gồm từ chất nhuộm màu lục malachit, chloramphenicol, fluoroquinolones cho tới nitrofurans, thuốc ngừa thai, thuốc tím gentian không tránh khỏi việc ngấm vào thịt sinh vật. Chúng có thể gây ra đủ thứ bệnh từ ung thư, các bệnh hiếm gặp như bệnh thiếu máu cho tới việc làm suy giảm khả năng sử dụng kháng sinh chữa bệnh của cơ thể con người.

Trên cả những sự vi phạm trắng trợn này, những nhà máy chế biến thủy sản Trung Quốc còn thường xuyên dùng những chất như khí carbon monoxide để làm cho miếng cá có màu đỏ tươi. Việc này không những làm tăng vẻ ngoài hấp dẫn của sản phẩm mà còn che dấu được những sản phẩm đã hư thối. Bạn hãy nhớ kỹ trò lừa đảo nhỏ mọn này mỗi khi bạn thấy một miếng cá Trung Quốc đỏ tươi và nghĩ rằng nó được "đông lạnh lúc còn tươi nguyên".

Tất nhiên là ở Trung Quốc, "cái gì *ngon* đối với *ngỗng* Mỹ thì thường không phải là thứ *ngon* đối với *ngan* Tàu"[5]. Thật vậy, cái kiểu "tô son điểm phấn" này chịu những hình phạt rất nặng nếu dùng cho thủy sản phục vụ thị trường nội địa Trung Quốc.

Bây giờ là điểm quan trọng hơn trong câu chuyện về thủy sản Trung Quốc - và mới thực sự là điều duy nhất bạn

---

[5] "what's good for the American goose is often not what's good for the Chinese gander". Tác giả dùng good, goose và gander, chúng tôi dùng ngon, ngỗng và ngan.

cần nhớ: Cơ quan Quản lý Thực phẩm và Dược phẩm Hoa Kỳ thiếu nhiều nhân viên đến nỗi mặc dù họ kiểm soát 80% nguồn cung thực phẩm của Hoa Kỳ, họ chỉ có thể kiểm tra dưới 1% thực phẩm nhập cảng. Chính vì lý do này mà mỗi khi bạn ăn bất cứ thứ gì xuất xứ từ Trung Quốc thì có nghĩa là bạn đang chơi "trò may rủi chết người với thức ăn Trung Quốc" đấy. Và chính quyền Trung Quốc cũng như nhà chức trách Hoa Kỳ muốn nói thế nào cũng không thể cho bạn tin được là bảo đảm an toàn!

Bán than giả cho Newcastle

Một vài công ty Trung Quốc hiện đang sản xuất và bán số lượng lớn gạo giả cho những dân làng không mảy may nghi ngờ. Theo một báo cáo đăng trên tờ Tuần san Hồng Kông ấn bản tiếng Đại Hàn, những người sản xuất đã trộn khoai tây, khoai lang và nhựa công nghiệp để làm gạo giả.

Natural News

Chúng tôi có thể sẽ thiếu trách nhiệm khi kết thúc chương này mà không chia sẻ với bạn hai trong số những ví dụ về trò giả mạo sản phẩm vô liêm sỉ gần đây của Trung Quốc. Những ví dụ này đưa ra lời cảnh báo là nếu các thương gia Trung Quốc sẵn sàng làm giả đối với dân chúng của họ, thì sao chúng ta lại mong họ cung cấp cho mình những sản phẩm, thực phẩm và dược phẩm an toàn?

Ví dụ thứ nhất là về âm mưu làm gạo giả bán cho dân quê nghèo. Trong trò lừa lợi dụng lòng tin của người dân này, những kẻ làm giả trộn một hỗn hợp khoai tây và khoai lang rồi ép khuôn thành hình những hạt gạo. Sau đó nhựa tổng hợp được thêm vào để giữ nguyên hình cho hạt gạo. Kết quả là bạn có thể nấu thứ gạo này hàng giờ mà nó vẫn cứng và sượng. Một viên chức của Hiệp hội Nhà hàng Trung Quốc cho rằng ăn ba bát gạo quỷ quái này cũng bằng nuốt hết một cái túi plastic. Thế mà trước đây bạn cứ nghĩ là ăn cám lúa mì làm hư đường tiêu hóa!

Trong ví dụ thứ hai, âm mưu rất phổ biến trong những tỉnh lớn của Trung Quốc, bao gồm các tỉnh Cam Túc, Hà Nam, Thanh Hải, Sơn Tây và Tứ Xuyên. Trong trò lừa đảo này, người ta thêm hương vị và mùi thơm giả vào gạo thường để làm cho nó có hương vị giống như loại gạo thơm Vũ Xương đắt tiền.

Chỉ cần thêm nửa ký hương thơm thì người chế biến gạo gian Trung Quốc có thể tạo mùi hương cho 10 tấn gạo. Âm mưu này bị bại lộ khi các phương tiện truyền thông Trung Quốc công bố một báo cáo thống kê khôi hài: Mỗi năm, nông dân trồng được 800,000 tấn gạo Vũ Xương, nhưng bán ra thị trường những hơn 10 triệu tấn!

Không hề thấy một sự hối hận nào từ thủ phạm của những trò lừa đảo này. Khi buộc phải đối chất, phát ngôn viên của một công ty bị bắt quả tang làm giả chỉ nói: "Gạo giả bán rất chạy vì giá rẻ so với gạo thật". Thật là những kẻ vô đạo đức không có tí lương tâm xã hội nào cả.

Chương 3

Chết bởi hàng hóa rác rưởi Trung Quốc: Bóp nghẹt trẻ thơ từ trong nôi

Amber Donnals đang ngồi trước hiên nhà mình bỗng nghe một tiếng nổ, tiếp theo sau là tiếng la hét. Cô quay lại thì thấy con trai mình, Bryan, 6 tuổi, đang chạy về phía cô, quần áo trên người đang cháy, và ngọn lửa đang bốc ra từ phía sau của ngôi nhà lưu động của gia đình Donnals. Con cô đang lái chiếc xe địa hình mới tinh, được sản xuất tại Trung Quốc... thì bất ngờ nó tăng tốc và lồng lên không còn điều khiển được nữa... Chiếc xe bốn bánh màu đỏ dung tích 110 phân khối suýt nữa đâm vào một bình khí đốt propan trước khi đâm vào chiếc xe rơ-moóc và bốc cháy.

St. Louis Post-Dispatch

Chẳng có gì đáng cười về câu chuyện hãi hùng này; may thay cậu bé Bryan đã sống sót sau khi bị phỏng nặng. Tuy nhiên, cũng xin nhắc lại nhận xét hài hước hoàn toàn không cố ý của ông nội Bryan sau tai nạn bởi vì nó phản ánh tính dễ lãng quên hiện nay của quá nhiều khách hàng người Mỹ về mối đe dọa của "hàng hóa rác rưởi Trung Quốc". Ông Tim Donnals, người đã mua chiếc xe địa hình cho đứa cháu đáng thương, nói: "Tôi đã không nghĩ rằng nó sẽ có thể nổ tung, nếu biết tôi đã chẳng mua nó". Đúng vậy.

Vâng, chúng tôi xin cảnh báo các bạn rằng từ nay trở đi, bất cứ khi nào bạn mua cái gì từ Trung Quốc, bạn phải lường trước điều xấu nhất có thể xảy ra. Đó chính là vì các nhà sản xuất Trung Quốc có một lịch sử dài đăng đẳng về hàng hóa rác rưởi có thể nổ tung vào bất cứ lúc nào, có thể bốc cháy, vỡ tan, gây chấn thương và đau đớn. Dưới đây chỉ là một số ví dụ nhỏ về vô số các tai họa có thể xảy đến cho bạn, gia đình bạn, hàng xóm của bạn, đồng nghiệp của bạn, hay bạn bè của bạn nếu bạn vẫn coi nhẹ các mối hiểm nguy như ông nội của Bryan:

- Bạn bị gãy xương đòn khi cái chắn bùn trên chiếc xe đạp của bạn rơi vào bánh xe và bạn ngã lộn qua ghi-đông;

- Đứa con trai tuổi thiếu niên của bạn chơi bóng chày và bị một quả bóng bay lạc ngay vào miếng giáp bảo vệ hạ bộ của cậu ấy – miếng giáp vỡ tan khi quả bóng va vào, để lại vết thương đau đớn và bầm tím;

- Một vị khách đến cùng xem trận bóng bầu dục Super Bowl trên TV của bạn bị bỏng nặng khi cầm phải chiếc điều khiển TV từ xa nóng hổi;

- Ngôi nhà của hàng xóm chung vách của bạn bị cháy rụi vì mạch điện trong một chiếc quạt bị chạm;

- Người bạn thân nhất của bạn bị chết như trúng đạn ghém khi chiếc điện thoại di động trong túi áo anh ta nổ và đẩy mảnh xương vỡ vào tim anh ta.

Câu hỏi hiển nhiên nảy sinh từ những câu chuyện như trên xuất phát từ hầm mộ của con Rồng sản xuất Trung Quốc là tại sao chúng ta lại không được bảo vệ để tránh khỏi vô số mối hiểm nguy đó? Câu trả lời nằm trong sự tan rã đáng buồn của năm tuyến phòng thủ chính được cho là đang bảo vệ bạn và gia đình bạn tránh khỏi những việc ghê gớm đó.

Tuyến phòng thủ thứ nhất phải là các công nhân Trung Quốc lắp ráp các sản phẩm của bạn. Những người công nhân dây chuyền lắp ráp bị làm việc quá sức, trả lương thấp, đào tạo kém, và thường bị lạm dụng. Trong "thiên đường của công nhân" Trung Quốc, các công nhân đó sẽ không thể thực hiện quy trình bảo đảm phẩm chất mà người công nhân ở Nhật Bản, Hoa Kỳ và châu Âu vốn coi là trách nhiệm đương nhiên. Sự thật là, việc dừng một dây chuyền sản xuất ở Trung Quốc để khắc phục một vấn đề về phẩm chất có thể khiến bạn bị đuổi việc. Trong tác phẩm tuyệt vời của mình, *Sản xuất tồi tại Trung Quốc*, tác giả Paul Midler đã ghi lại rằng việc báo cáo về các lỗi phẩm chất rất có thể làm cho người phát hiện lỗi bị gán cho cái nhãn là "kẻ thù của nhà nước".

Tuyến phòng thủ thứ hai của bạn phải là chính các nhà sản xuất Trung Quốc. Họ phải có một động cơ mạnh trong việc sản xuất ra các sản phẩm an toàn, ít nhất cũng là vì bạn sẽ kiện họ nếu họ không làm vậy. Khoan đã! Chúng tôi quên chưa nói cho bạn biết. Ngay cả khi bạn có thể tìm thấy một công ty Trung Quốc có lỗi để quy tội - một công việc rất khó - thì bạn vẫn khó có thể kiện họ ra trước một tòa án Hoa Kỳ hay Trung Quốc. Trong những trường hợp cực hiếm bạn có được một phán quyết pháp lý, dễ gì mà đòi được tiền bồi thường thiệt hại. Ngay cả việc gửi trả lại sản phẩm hư hại để sửa lại cũng gần như bất khả thi, bởi vì các nhà sản xuất lấy cớ là hải quan Trung Quốc không cho phép "nhập cảng hàng hư hỏng". Nghĩa là: Trách nhiệm pháp lý chỉ đi qua Thái Bình Dương một chiều.

Về tuyến phòng thủ thứ ba chống lại hàng hóa rác rưởi Trung Quốc, đó chính ra phải là hệ thống quy định kiểm tra Trung Quốc. Chúc bạn may mắn nữa. Bộ máy quan liêu về an toàn sản phẩm của Trung Quốc không chỉ đơn giản là thiếu nhân sự. Nó được xếp hạng như là một trong những hệ thống tham nhũng nhất thế giới. Đó không chỉ là vì các thanh tra Trung Quốc có thể bị mua chuộc với giá rẻ như bèo. Nó cũng còn là do nhiều xí nghiệp Trung Quốc đang sản xuất những thứ hàng hóa rác rưởi chết người lại thuộc quyền sở hữu của chính quyền - và chờ chính quyền tự kiện chính mình cũng lâu chẳng khác gì mong một ngày thấy trời xanh nắng đẹp ở Bắc Kinh.

Còn tuyến phòng thủ thứ tư phải chính là những thanh tra biên giới của Hoa Kỳ và các cơ quan bảo vệ khách hàng. Tuy nhiên, điều đáng buồn là cái mà các cảnh sát sản phẩm Hoa Kỳ có điểm chung với phía công an sản phẩm Trung Quốc là thiếu nhân viên. Như chúng ta đã thấy ở Chương 2 "Chết bởi chất độc của Trung Quốc", đến nay thường chỉ có 1% thực phẩm Trung Quốc nhập vào Hoa Kỳ được kiểm tra. Như bạn sẽ sớm thấy thôi, chúng ta có một vấn đề tương tự khi nói đến các cơ quan như là Ủy ban An toàn Sản phẩm Tiêu dùng Hoa Kỳ.

Còn đây là tuyến phòng thủ thứ năm và cuối cùng của bạn: các công ty Hoa Kỳ đang chất đầy các kênh bán lẻ Hoa Kỳ với các đồ nhập cảng Trung Quốc rẻ tiền trong khi họ đáng lẽ phải thực hiện những cuộc thử nghiệm chặt chẽ để kiểm soát phẩm chất. Vấn đề đặc biệt rắc rối ở đây không chỉ là sự ngây thơ của quá nhiều công ty Hoa Kỳ quá tin cho là người Trung Quốc phải tự kiểm tra các nhà máy của chính họ. Mà vấn đề còn là quá nhiều công ty Hoa Kỳ sẵn sàng nhanh chóng chối lỗi hoặc thậm chí bưng bít các vấn đề mỗi khi có chuyện bê bối. Tôi xin nói thẳng, chính Walmart là một trong số nhiều công ty điển hình đó!

Vậy thì, bạn thân mến, xin hãy đọc chương này để khóc khi chúng tôi thiết đãi bạn hết câu chuyện này đến câu chuyện khác về vô số sản phẩm Trung Quốc có thể gây đau ốm, làm thương tật, hay kết liễu đời bạn. Thế rồi khi bạn đọc hết chương này, hãy lau khô nước mắt và gọi điện thoại, viết thư, hoặc email cho dân biểu của bạn. Đã đến lúc tất cả chúng ta phải đứng lên như nhân vật Peter Finch đã làm trong phim Network và gào to lên: "Chúng tôi bực mình lắm rồi, nhất định sẽ không mua "hàng hóa rác rưởi Trung Quốc" nữa!"

Thành tích kinh hãi của Trung Quốc về an toàn sản phẩm

Nhập cảng từ Trung Quốc. Tiết kiệm tiền. Mất mạng sống.

Leslie LeBon

Trước khi chúng tôi giải thích tại sao các nhà sản xuất Trung Quốc lại có xu hướng chế tạo ra các thứ hàng rẻ tiền chết người, điều quan trọng là phải lột trần một trong những chuyện hoang đường mà những kẻ biện hộ Trung Quốc thường rêu rao rằng các sản phẩm Trung Quốc cũng an toàn như ở các quốc gia khác. Một sự thật không thể tranh cãi ở đây là, trong khi mọi quốc gia thỉnh thoảng cũng sản xuất ra những sản phẩm có lỗi và nguy hiểm – ngay cả một công ty như Toyota nổi tiếng với phẩm chất siêu đẳng mà đôi khi cũng có vấn đề – thì tất cả sản phẩm Trung Quốc lại được đối xử như một thứ hạng riêng biệt.

Để chứng minh điều này, chúng tôi có thể trích dẫn cho bạn hết thống kê này đến thống kê khác. Tuy nhiên, việc lật lại nhanh thành tích an toàn sản phẩm của Trung Quốc ở châu Âu chắc cũng quá đủ.

Trong năm 2009, Trung Quốc nhận được đến 58% số cảnh báo an toàn sản phẩm từ các cơ quan kiểm tra châu Âu, trong khi đó chỉ có 2% số hàng nhập cảng của Hoa Kỳ sang châu Âu là bị cảnh báo. Xin lưu ý: Số lượng hàng nhập cảng của Trung Quốc sang châu Âu chỉ lớn hơn chút ít so với Hoa Kỳ: 18% là của Trung Quốc so với 13% là của Hoa Kỳ. Một phép tính đơn giản với những tỷ số này cho thấy rằng các sản phẩm của Trung Quốc đã bị cảnh cáo vì vi phạm an toàn với tỷ lệ 22 lần cao hơn so với Hoa Kỳ.

Và đây là điều ngạc nhiên nhất. Mặc dầu Liên minh Âu châu đã nỗ lực cải thiện sự tuân thủ bảo đảm phẩm chất sản phẩm của Trung Quốc – kể cả một quá trình kiểm tra đặc biệt cho các hàng hóa Trung Quốc và gửi các thanh tra châu Âu đến Trung Quốc để huấn luyện các viên chức chính phủ về các tiêu chuẩn an toàn sản phẩm – Trung Quốc đã vượt thành tích của chính mình và đưa tỷ lệ nhận cảnh báo của Âu châu lên tới mức vượt bực là 61% trong năm 2010.

Nói một cách tổng quát hơn: Bạn không thể tin các cơ quan kiểm tra Trung Quốc sẽ bảo vệ bạn. Thực tế, hầu như đến một nửa số lần khi mà các cơ quan kiểm tra châu Âu đưa ra cảnh báo các đối tác Trung Quốc về một sản phẩm hư hỏng hay không an toàn, thì Trung Quốc chẳng làm gì cả. Không. Zero. Hoàn toàn không! Lý do chính: các quan chức chính phủ không thể tìm ra nhà sản xuất Trung Quốc đã làm sản phẩm hư hại. (Đây có thể hoặc là tình huống rất tiện lợi cho Trung Quốc, hoặc là một thước đo mức độ thiếu lương tâm của quá nhiều nhà máy "dã tâm" của Trung Quốc).

Tại sao các nhà sản xuất Trung Quốc lại làm ra nhiều hàng hóa rác rưởi đến vậy

Chỉ có người Trung Quốc mới có thể biến một ghế sofa bằng da thành một bồn tắm axít, một nồi trẻ em thành một vũ khí giết người, và một miếng pin điện thoại di động thành một mảnh đạn xuyên tim.

Ron Vara

Bây giờ, khi chúng ta biết rằng Trung Quốc sản xuất ra các hàng hóa nguy hiểm hơn bất cứ quốc gia nào trên thế giới ngay cả sau khi đã điều chỉnh cho thị trường toàn cầu khổng lồ của nó, chúng ta hãy đào sâu hơn chút nữa để xét xem tại sao điều đó lại xảy ra. Như bạn sẽ thấy sau khi chúng tôi trình bầy một loạt các "lò chế hàng hóa rác rưởi" Trung Quốc, những vấn đề này trải khá rộng, từ các phương pháp sản xuất cẩu thả và sự ngu si tệ hại, cho đến các trò chơi bất chính hơn như "Làm hàng giả Trung Quốc" và trò tiêu khiển mang tính quốc gia của những kẻ

46

dã tâm Trung Quốc mà chúng ta gọi là "Trò lừa bịp phẩm chất".

Do tội sản xuất cẩu thả: Vách tường thạch cao của Trung Quốc khiến nhiều người Mỹ điêu đứng

Khi Bill Morgan, một viên cảnh sát về hưu, dọn đến ngôi nhà mơ ước mới xây ở Williamsburg, tiểu bang Virginia, thì vợ và con gái của ông bị mắc chứng chảy máu cam và đau đầu thường xuyên. Có một thứ mùi hôi hám nặng trong khắp ngôi nhà. Tất cả các đồ kim loại bên trong nhà đều bị ăn mòn hay biến màu thành đen. Trong một thời gian ngắn, ông Morgan đã phải dọn ra. Chứng chảy máu cam và đau đầu có ngừng, nhưng các hậu quả về tài chính đã đẩy ông vào tình trạng phá sản.

The New York Times

Trường hợp lạ của vách thạch cao Trung Quốc gây ăn mòn cho ta một bài học điển hình về nghệ thuật của các phương pháp làm hàng giả của Trung Quốc. Hàng triệu tấm vách thạch cao có vấn đề hóa ra đã bị nhiễm bẩn bởi các hợp chất chứa lưu huỳnh gây ăn mòn bắt đầu từ khi các nhà sản xuất Trung Quốc dùng loại thạch cao có lượng lưu huỳnh cao nhưng rẻ tiền hơn. Sau đó, để tiết kiệm nhiều tiền hơn nữa, các nhà sản xuất đã cắt giảm thạch cao và thay thế bằng tro mịn[6] thải ra từ nhà máy nhiệt điện dùng than chứa nhiều lưu huỳnh đầy tai tiếng của Trung Quốc. Quá trình sản xuất cẩu thả này lại được suy tôn một cách bỉ ổi thô tục hơn nữa khi các tấm vách thạch cao gây ăn mòn được xếp lẫn lộn và chuyển đến Hoa Kỳ mà không được giám sát hay thử nghiệm đúng đắn.

Xin nói rõ thêm, chất nhiễm bẩn lưu huỳnh trong sản phẩm vách thạch cao Trung Quốc không chỉ khiến cho

---

[6] fly ash - tro bay.

không khí trong nhà có mùi trứng thối và làm hư hại đường hô hấp. Các khí chứa lưu huỳnh còn mạnh đến nỗi chúng ăn mòn các đường ống, khiến cho các đồ điện tử gia dụng và các máy điều hòa không khí bị hỏng, làm đen đồ trang sức bằng bạc, và giết chết thú nuôi trong nhà.

Trên thực tế, vách thạch cao Trung Quốc nhiễm bẩn đã được tìm thấy trong khoảng 100,000 căn nhà mới của Hoa Kỳ tại ít nhất là hàng chục tiểu bang. Những tiểu bang bị ảnh hưởng nặng nhất là nơi có khí hậu nóng và ẩm, vì nó tạo điều kiện thuận lợi cho việc phát tán các khí chứa lưu huỳnh.

Tiểu bang Florida là tâm điểm của vụ khủng hoảng – với ưu điểm duy nhất là vụ khủng hoảng này bất ngờ trở thành "yếu tố kích thích hiệu nghiệm theo thuyết kinh tế của Keynes" đối với nền kinh tế địa phương. Thực vậy, ngành thương nghiệp thay thế vách thạch cao Trung Quốc nhiễm độc đã phát triển mạnh. Dân biểu Robert Wexler, Đảng Dân chủ, tiểu bang Florida, nói: "Florida vô cùng nhạy cảm với bão, và cuộc khủng hoảng này giống như một cơn bão thầm lặng. Toàn bộ những khu dân cư bị quét sạch..."

Khi nói về các cơn bão, người dân của tiểu bang New Orleans cũng nhận lãnh một phần không kém từ hậu quả của hàng hóa rác rưởi Trung Quốc này trong quá trình tái thiết sau cơn bão Katrina. Ngay cả huấn luyện viên trưởng của đội bóng bầu dục New Orleans Saints, ông Sean Payton, cũng đã phải rời khỏi căn nhà của mình ở Mandeville, Louisiana. Quả thật là họa vô đơn chí?

Rõ ràng là, vách thạch cao được cho là "rẻ" đó của Trung Quốc đã làm cho gia chủ Hoa Kỳ thiệt hại khoảng 15 tỷ đô-la chưa kể tiền mua. Đó là vì chi phí sửa chữa cho mỗi ngôi nhà phải mất từ 100,000 đô-la đến 250,000 đô-la. Tất nhiên, phần lớn các nhà sản xuất Trung Quốc có liên quan đã không chỉ từ chối bồi thường thiệt hại; như đã nói trong ví dụ về châu Âu ở trên, hầu hết trong số họ thậm chí đã không thể tìm ra được.

Phí tổn cho người dân đóng thuế cũng rất cao. Để điều tra vụ xì-căng-đan, Ủy ban An toàn Sản phẩm Tiêu dùng đã phải chịu các chi phí tuân thủ (về tiêu chuẩn sản phẩm) cao nhất trong lịch sử của cơ quan này, trong khi cơ quan thuế IRS đã phải đặt ra khoản giảm trừ thuế đặc biệt để giúp cho các gia chủ bị ảnh hưởng có thể thanh toán hết được phí tổn của những hư hỏng và sửa chữa nhà có lắp vách thạch cao. Đúng vậy, các bạn ạ: tất cả chúng ta đều phải trả giá cho cú lừa vách thạch cao này trong tiền đóng thuế của mình, dù chúng ta không liên quan trực tiếp đến sự việc. Nếu có một bài học về hàng hóa Trung Quốc rẻ nhưng mà không rẻ, thì đó chính là vụ này. Cũng chính vụ này đã cho thấy câu "tiền nào của nấy" là chí lý.

Do sự ngu dốt đơn thuần: Bạn có muốn bị bệnh da Eczema vì cái ghế sofa đó không?

Một đêm tôi thấy cháu bé mặt đầy máu bởi vì cháu đã cào mặt trong khi ngủ. Chúng tôi đã phải đeo găng tay cho cháu

Rebecca Lloyd-Bennett

Phương pháp sản xuất cẩu thả ít ra đã là nguồn gốc của một số vấn đề với hàng hóa rác rưởi Trung Quốc, nhưng đôi khi đó chỉ là do sự ngu dốt. Làm sao bạn có thể giải thích cách khác cho việc sử dụng một trong những chất gây dị ứng mạnh nhất từng biết đến trong y khoa – chất dimethyl fumarate – trong việc sản xuất các mặt hàng da để bọc ghế sofa và các đồ đạc khác trong nhà?

Tấn trò *Chết dưới tay Trung Quốc* đặc biệt này đã bắt đầu trong những nhà kho nóng và ẩm tại tỉnh Quảng Đông. Đó là một tỉnh bên bờ biển phía Nam Trung Quốc

49

gần với Hồng Kông và là một địa danh mà người Mỹ nói chung thường gọi là Canton[7].

Để chống mốc nảy nở trên da thuộc chưa đủ chín dùng để làm gối và đệm, một nhóm các nhà sản xuất đồ đạc nội thất của Trung Quốc đã bắt đầu kèm chất dimethyl fumarate (DMF) vào hàng da thuộc. DMF là một hóa chất cực mạnh có thể xuyên qua quần áo và làm phỏng nạn nhân, và dù ở nồng độ rất thấp cũng có thể tạo ra bệnh eczema loang rộng rất khó điều trị.

Khúc quanh thú vị hơn nữa trong câu chuyện ngớ ngẩn và ngày càng ngu ngốc này là cách thức các nhà sản xuất dùng chất DMF. Họ cho nó vào các túi nhỏ bên trong các tấm đệm da nghĩ rằng chất diệt mốc có thể được thoát ra bất cứ khi nào nhiệt độ tăng lên quá cao trong nhà kho của họ hoặc dọc đường vận chuyển đến thị trường. Cái mà những kẻ đần độn Quảng Đông này không tính đến là chất DMF cũng có thể được thoát ra do nhiệt của cơ thể khi con người ngồi lên ghế sofa, và các đồ nội thất yêu thích của họ. Y như vậy, khi DMF thoát ra hàng ngàn người tiêu dùng từ Phần Lan, Pháp, Ba Lan, Thụy Điển, và Vương quốc Anh đã bị bỏng da bởi đồ đạc trong nhà. Chỉ riêng ở Anh, gần 2,000 nạn nhân đã "phải chịu những chứng bệnh về da hoặc mắt nghiêm trọng, khó thở, hay các biến chứng khác".

Trong nhiều vụ "cái chết bởi hàng hóa rác rưởi Trung Quốc", trẻ em nhỏ là nạn nhân nhiều nhất. Bé trai người Anh tên là Archie Lloyd-Bennett đã bị phỏng trên hầu khắp cơ thể. Trong một diễn biến đau lòng, em bé gái Scotland 3 tuổi tên là Angel Thomson đã bị phỏng tệ tới

---

[7] Theo Tự điển Webster, Canton là một chữ gốc Ý (bắt đầu được dùng năm 1522), được dùng như một đơn vị địa lý, cụ thể là một đơn vị hành chánh của Pháp, đơn vị tiểu bang của Thụy Sĩ. Có lẽ cũng chính từ cách đặt tên Canton cho tỉnh Quảng Đông (Trung Quốc), mà chữ Cantonese - tiếng Quảng Đông - xuất hiện từ đó.

mức các bác sĩ nghi đứa bé đã bị cố tình đốt bằng lửa thuốc lá. Vì sự nghi ngờ đó, bác sĩ bệnh viện đã liên lạc với Sở Dịch vụ Xã hội để báo cáo có thể là một ca con cái bị bố mẹ hành hạ; trước khi thủ phạm Trung Quốc thực sự bị phát giác, mẹ của Angel là Ann đã bị một phen hoảng hốt vì sợ con gái bà sẽ bị cách ly khỏi mẹ.

Kết cục có thể đoán trước được của câu chuyện này là: Trong khi tòa ra lệnh cho các thương gia Anh đã bán thứ hàng bọc da gây chết người kia phải trả 32 triệu đô-la cho các nạn nhân, thì các nhà sản xuất Trung Quốc không bị phạt một xu nào cả – thực một điều sỉ nhục đối với cảm xúc của chúng ta và cả xứ Scotland.

Do tội làm hàng giả #1: Không thể làm cho chì của Trung Quốc biến mất

Ngày mồng 2 tháng 8, Mattel thu hồi 1.5 triệu đồ chơi Trung Quốc của hãng Fisher-Price, bao gồm cả các con búp-bê Dora, Big Bird, và Elmo – vì có chứa sơn pha chì. Vào tháng 6, khoảng 1.5 triệu đồ chơi xe lửa gỗ hiệu Thomas & Friends, nhập cảng từ Trung Quốc, bị thu hồi vì sơn chứa chì. Chì là độc tố nếu trẻ em cho vào miệng.

MSNBC.com

Chúng ta đã quen với vai trò của sự sản xuất sản phẩm kém phẩm chất Trung Quốc trong việc tạo ra thực phẩm và dược phẩm gây chết người. Chúng ta đã thấy trong Chương 2 khi các thương gia Trung Quốc dã tâm đã giảm chi phí bằng cách cho thêm các chất như melamine vào thức ăn cho thú vật nuôi và chondroitin sulfate vào heparin. Tiếc thay, các nhà sản xuất Trung Quốc lại chơi cùng cái trò ấy đối với nhiều sản phẩm khác. Không đâu mà điều này lại thể hiện rõ ràng hơn là cuộc chiến đấu đang tiếp diễn nhằm loại bỏ các kim loại nặng như chì và cadmium ra khỏi các kệ hàng bán lẻ tại Hoa Kỳ.

Chì gây tác hại đến trẻ nhỏ khốc liệt nhất bởi vì bộ óc và cơ thể đang phát triển của trẻ nhạy cảm một cách đặc biệt ngay cả đối với những lượng tương đối nhỏ của kim loại nặng. Chỉ vì những lượng chì nhỏ, những đứa trẻ có thể bị những thương tổn không hồi phục được, mà trong cuộc sống sau này chúng sẽ sinh ra đủ thứ bệnh trạng: từ rối loạn do thiếu tập trung, hiếu động thái quá, cho đến hành vi phạm tội, não bộ bị sưng phù, và hư hại các nội tạng quan trọng. Bởi vì trẻ em chịu rủi ro nhiều nhất do các tác hại của chì, cho nên thật vô cùng khinh bỉ rằng có quá nhiều các sản phẩm Trung Quốc như vậy bị nhiễm chì lại nhắm vào con trẻ của chúng ta – cho dù nó là các đồ chơi nổi tiếng như Sesame Street, đồ trang sức [của thần tượng] của tuổi thiếu niên, hay các đoàn tàu bằng gỗ cổ điển.

Cần nói thêm là những kẻ dã tâm Trung Quốc làm đồ nhiễm độc rất thích cho chì vào sơn, bởi vì, mặc dù gây hại não bộ vĩnh viễn, sơn pha chì lại khô rất nhanh và do đó giảm chi phí sản xuất một cách đáng kể. Chì cũng là một chất giá thấp, dễ uốn nắn hơn có thể thay thế các kim loại đắt hơn như nickel và bạc trong các sản phẩm như đồ trang sức và nữ trang rẻ tiền.

Như đoạn trích của MSNBC ở đầu phần mục này cho thấy, trường hợp điển hình do các tai ương chì Trung Quốc là công ty Mattel. Nhiều năm trước đây, công ty này đã dính vào một trong những vụ bê bối sản phẩm tai tiếng nhất trong thời hiện tại – một vụ mà hàng triệu đồ chơi bị thu hồi.

Một bài học quan trọng rút ra từ vụ thảm họa vì chì của công ty Mattel là, trái ngược với luận điệu thông thường của một số kẻ biện hộ cho Trung Quốc, dù các công ty Hoa Kỳ có bao nhiêu năm kinh nghiệm làm ăn tại Trung Quốc hoặc các công ty này tin tưởng có quan hệ mật thiết như thế nào đối với đối tác cung cấp hàng từ phía Trung Quốc thì các công ty như Mattel vẫn có thể bị lừa – và trẻ em khắp thế giới vẫn có thể bị tổn thương.

Do tội làm hàng giả #2: Bố ơi! Có bột gì trên xe đạp ba bánh của con vậy?

Khi nói về chì, chúng tôi sẽ thiếu sót nếu không chia sẻ với bạn câu chuyện nhỏ này liên quan đến những xe đạp ba bánh của Trung Quốc được sơn bằng sơn bột chứa một lượng chì lớn. Câu chuyện này đáng chú ý bởi vì nó cho thấy rõ đôi khi tất cả chúng ta lại có thể bị biến thành nạn nhân bởi các "tội sơ ý" của các công ty Hoa Kỳ đồng lõa.

"Câu chuyện Xe ba bánh" này bắt đầu từ khi có các lo ngại về phẩm chất của sản phẩm Trung Quốc năm 2007 khi một công ty bán hàng cho một học khu lớn đã quyết định xét nghiệm chì trong các sản phẩm làm tại Trung Quốc. Những xét nghiệm này quả thực đã phát hiện ra các xe ba bánh gây độc hại.

Khi đó, theo một quản đốc mua hàng, công ty đã ra lệnh cho công ty bán hàng "ngừng giao hàng" để tránh đến tay những người tiêu dùng khác. Sau đó công ty gửi tất cả số hàng còn lại đến một cửa hàng địa phương để cạo sơn và sơn lại từng chiếc xe. Đó là cách hành xử của thương nghiệp gương mẫu.

Điều không gương mẫu là "tội sơ ý". Theo quản đốc mua hàng, công ty đã không thông báo cho học khu về các xe ba bánh đã giao. Theo bà ấy thì không có chiếc xe nào trong số này được thu hồi.

Thực vậy, thu hồi có thể gây tốn kém rất nhiều cho công ty bán hàng và làm hại đến mối quan hệ lâu dài với khách hàng. Điều mà câu chuyện này, giống như nhiều câu chuyện khác, cho thấy là khi một hãng có tiếng của Hoa Kỳ làm ăn với một nhà sản xuất Trung Quốc để tiết kiệm tiền, thì hãng thường sẽ tự thấy bị lao vào một tình trạng tự hại mình. Ít nhất dựa trên câu chuyện này, bạn không nên tin cậy vào các công ty Hoa Kỳ rằng họ luôn luôn "làm điều đúng đắn".

Do tội làm hàng giả #3: Nếu họ không muốn chì, hãy cho họ ăn cadmium

Walmart nói hôm thứ Tư rằng họ đang dỡ bỏ toàn bộ một loại mặt hàng dây chuyền đeo cổ và vòng tay nhãn hiệu Miley Cyrus khỏi các kệ hàng của mình sau khi các xét nghiệm thực hiện cho hãng thông tấn AP đã tìm ra rằng các đồ nữ trang chứa hàm lượng cao kim loại cadmium độc hại... Walmart đã biết về cadmium trong đồ nữ trang hiệu Miley Cyrus, cũng như trong một loại mặt hàng khác, không liên quan, như xuyến-vòng đeo tay vào hồi tháng Hai... nhưng vẫn tiếp tục bán các thứ hàng đó.

The Associated Press

Sau khi đã bị khám phá nhiều trường hợp sử dụng chì bất hợp pháp, những kẻ dã tâm Trung Quốc đã tìm ra một cách để làm giả các sản phẩm của họ bằng các kim loại nặng khác cũng gây chết người như vậy nhưng khó bị phát hiện hơn, như antinomy, barium, và tai hại nhất là cadmium.

Trên thực tế, cadmium thực sự là một nguồn tai họa lớn. Là một chất đã được biết là gây ung thư, nó có thể gây ra các phản ứng hô hấp nghiêm trọng như viêm phổi độc tính và chứng bệnh phù phổi. Cadmium cũng có thể hút các chất khoáng ra khỏi xương, do đó gây ra đau lưng và đau khớp trầm trọng đồng thời tăng nguy cơ gẫy xương; nó còn có thể gây ra rối loạn thận dẫn đến hôn mê.

Tất nhiên, độc tính ghê gớm của cadmium chưa từng làm cho những kẻ làm hàng giả Trung Quốc dừng việc thay thế nó cho kim loại chì vì chì dễ bị phát hiện hơn. Hơn nữa, Trung Quốc là nơi sản xuất kim loại này lớn nhất thế giới. Đáng tiếc là, trong sự biến thái mới này của một trò chơi cũ, một số công ty lớn của Hoa Kỳ lại đã sẵn sàng là những kẻ tòng phạm.

Ví dụ, vào năm 2010, hãng tin AP đã tiến hành một chiến dịch bí mật bằng cách cho tiến hành một loạt các xét nghiệm độc lập về các sản phẩm Trung Quốc. Những xét nghiệm này đã tìm thấy cadmium có trong tất cả loại đồ trang sức Miley Cyrus mà hãng Walmart đã quảng cáo như là một món hàng đặc biệt cho tuổi thiếu niên. Không cắt nghĩa được – và thật đáng khinh – suốt trong mấy tháng trời Walmart đã không ngừng việc bán các đồ trang sức viện cớ rằng "quá khó khăn trong việc xét nghiệm các sản phẩm đã được bày trên kệ của hãng". Trong cùng năm 2010, Walmart đã bị phát giác việc bán các mặt dây chuyền cho trẻ em có pha cadmium, được sản xuất để mô phỏng các nhân vật trong bộ phim Disney *Công chúa và Hoàng tử Ếch*.

Trong một vụ tương tự, cửa hàng của hãng phim Warner Brothers ở Burbank, California, đã bị bắt quả tang khi các ly uống nước *Wizard of Oz* Tin Man của họ bị phát hiện được phủ sơn chứa chì với mức độ cao hơn 1,000 lần mức cho phép của liên bang. Mức độ chì cao cũng được phát hiện trong các ly Người dơi Batman và Siêu nhân Superman – trong khi lớp men trang trí trong nhiều loại ly cũng có các mức độ cadmium khá cao.

Khi bị tra vấn tại sao họ đã sẵn sàng đặt trẻ em Hoa Kỳ vào đường hiểm nguy như vậy, ban điều hành hãng biểu tượng của Hoa Kỳ này đã chọn cách bênh vực chính mình với câu trả lời không thể tin được: "Người ta thường hiểu rằng người tiêu dùng chính của các sản phẩm này là người lớn, thường là người sưu tập". Ồ, thật vậy sao?

Do "Trò lừa bịp phẩm chất"[8]: Trong khi các công ty của chúng ta ngủ

Một khách hàng lớn phàn nàn rằng các chai của chúng ta được làm quá mỏng. Nhà máy [Trung Quốc] đã lặng lẽ điều chỉnh các khuôn đúc để tốn ít nhựa hơn cho mỗi cái chai. Kết quả là, khi chai bị bóp, dù là bóp rất nhẹ, thì cũng bẹp xuống... Sau khi điều tra, [chúng tôi] phát hiện ra rằng chai đã trải qua hơn một lần biến đổi. Nhà máy đã nhiều lần điều chỉnh giảm nhựa đi trong giai đoạn mấy tháng trời. Những chiếc chai đầu tiên ra khỏi dây chuyền cứng chắc, nhưng sau đó chúng chỉ đạt mức tạm chấp nhận được. Khi không còn ai trong chúng ta nhận ra sự thay đổi ban đầu nữa, thì nhà máy quyết định lại tiếp tục điều chỉnh... Dùng ít nhựa hơn sẽ khiến tiết kiệm tiền, nhưng khoản tiết kiệm này đã không được chia sẻ với nhà nhập cảng. Chỉ có một thứ đưa đến cho nhà nhập cảng là sự tăng rủi ro sản phẩm.

***Paul Midler**, Tác giả Sản xuất tồi tại Trung Quốc*

Đã đến lúc tất cả chúng ta trở nên quen thuộc hơn với một trong những trò chơi ưa thích nhất mà những kẻ làm hàng dỏm Trung Quốc hay chơi với những khách nước ngoài ngây thơ và dễ tin. Trò chơi này mà chúng tôi gọi là "Trò lừa bịp phẩm chất" đi đôi với một trò chơi bổ sung mà chúng tôi đặt cho cái tên là "Đòn độc Thượng Hải"[9]. Sau đây ta sẽ thấy các trò chơi bắt đầu ra sao.

Một tổng giám đốc người Mỹ, nôn nóng muốn đưa hợp đồng sản xuất ra ngoài công ty[10] để cắt giảm chi phí, tới Trung Quốc để tìm một nhà sản xuất Trung Quốc giá rẻ.

---

[8] Quality con: Trò lừa bịp phẩm chất.

[9] Shanghai Sting: Đòn độc Thượng Hải.

[10] Outsource: giao hợp đồng ra ngoài công ty, thường là đến những công ty thuộc các nước đang phát triển, nhằm giảm chi phí sản xuất.

Khi tìm được một ứng viên khả dĩ, người giám đốc Hoa Kỳ trình bày các kế hoạch hay thiết kế chi tiết cho nhà sản xuất Trung Quốc, chi tiết hóa một cách chính xác những điều cần thiết. Lúc này, một trong ba kịch bản có thể xảy ra.

Trong kịch bản tốt nhất, nhà sản xuất Trung Quốc ký một thỏa thuận lâu dài với công ty Hoa Kỳ, sản xuất các sản phẩm phẩm chất cao với giá thấp, và hai bên sống thịnh vượng mãi sau đó.

Thứ hai, có thể dễ xảy ra hơn là Đòn độc Thượng Hải. Ở đây, nhà sản xuất Trung Quốc từ chối lời đề nghị sản xuất sản phẩm – nhưng giữ lại bản thiết kế của công ty Hoa Kỳ. Trong vòng vài tháng, nhà sản xuất Trung Quốc đó sẽ sản xuất mặt hàng của công ty Hoa Kỳ để bán như là một đối thủ cạnh tranh – bằng cách sử dụng thiết kế ăn cắp của công ty Hoa Kỳ.

Khả năng thứ ba là "Trò lừa bịp phẩm chất" được mô tả bởi Paul Midler trong đoạn trích ở trên từ cuốn sách mà ông tiết lộ qua nhan đề *Sản xuất tồi tại Trung Quốc*. "Trò lừa bịp phẩm chất" bắt đầu khi nhà sản xuất Trung Quốc nhanh chóng chế ra một phiên bản thử nghiệm bêta phẩm chất cao của sản phẩm yêu cầu rất chính xác so với quy định kỹ thuật. Trên cơ sở của mẫu hàng phẩm chất cao đó, công ty Hoa Kỳ ký hợp đồng với nhà cung cấp Trung Quốc mới cho một khối lượng sản phẩm nhất định trên cơ sở hằng tuần hoặc hàng tháng.

Lúc đầu, công ty Hoa Kỳ sẽ rất rất hài lòng với vụ làm ăn. Chi phí được cắt giảm đáng kể - thường là tới 50%. Trong thời kỳ trăng mật này của Trò lừa bịp phẩm chất, công ty Hoa Kỳ vớ được lợi lộc béo bở; và chính vào lúc đỉnh điểm hạnh phúc này trong mối quan hệ thì Trò lừa bịp phẩm chất bắt đầu một cách nghiêm túc. Vì, theo thời gian, nhà sản xuất Trung Quốc - một cách chậm rãi, và đôi khi rất bé nhỏ và tinh vi - bắt đầu thay thế các nguyên vật liệu hay các bộ phận kém phẩm chất vào như là một cách gia tăng lợi nhuận. Cạo một tý ở đây, nạo một tý ở kia. Nhưng không bao giờ cạo quá nhiều trong một lần khiến cho sự điều chỉnh phẩm chất có thể bị phát giác.

Tất nhiên, đội ngũ quản lý của công ty Hoa Kỳ càng ngày thơ lại sẽ càng tin tưởng vào đối tác Trung Quốc để tiếp tục sản xuất ra các sản phẩm có phẩm chất và bỏ qua sự thử nghiệm kỹ càng. Theo cách này, công ty Hoa Kỳ không chỉ chuyển nền sản xuất của mình ra nước ngoài mà còn cho ra đi cả khâu quản lý rủi ro của mình.

Công ty Cao su Hàng Châu Trung Sách giảm chi phí và giết người Mỹ

Công ty Cao su Hàng Châu Trung Sách đã từ chối báo cho các nhân viên của công ty Foreign Tire Sales biết họ đã bỏ công đoạn dán lớp dính cao su giữa lớp xe khỏi quy trình sản xuất được bao lâu rồi... công ty Foreign Tire Sales nói họ tin rằng họ đã mua khoảng 450,000 bánh xe đáng ngờ từ công ty Trung Quốc. Hàng Châu Trung Sách bán bánh xe cho ít nhất sáu công ty nhập cảng hay công ty phân phối khác ở Hoa Kỳ.

The New York Times

Một ví dụ điển hình về Trò lừa bịp phẩm chất có thể được lấy từ công ty Cao su Trung Sách ở Hàng Châu. Trường hợp này đáng chú ý bởi vì nó một lần nữa cho thấy rõ tình huống khó xử về mặt đạo đức mà chính các công ty Hoa Kỳ có thể rơi vào trong những mưu toan của các nhà sản xuất Trung Quốc.

Công ty Hoa Kỳ từng bị xỏ mũi là công ty Foreign Tire Sales ở Union, tiểu bang New Jersey. Trên thực tế, công ty Foreign Tire Sales đã nhập cảng bánh xe từ nhiều năm khi công ty Hàng Châu bắt đầu dùng chỉ một nửa của một lớp dính cao su quan trọng nhằm bảo đảm cho sự an toàn của bánh xe. Khi thay đổi này diễn ra không bị phát hiện, thì công ty Hàng Châu đã leo thang trò lừa bịp bằng cách bỏ hẳn lớp dính cao su ra khỏi sản phẩm. Điều này được thực hiện, tất nhiên, chỉ để xén bớt mấy đồng xu lẻ từ chi phí sản xuất.

Cái giá của Trò lừa bịp phẩm chất này là vô số vụ hư bánh xe, vụ đụng xe của một xe cấp cứu ở New Mexico, và một vụ đụng xe chết người ở Pennsylvania cướp đi hai sinh mạng và làm bị thương nặng một người khác. Thật là ngạc nhiên, ban giám đốc của công ty Foreign Tire Sales "đợi hơn hai năm nói ra những nghi ngờ của họ về các vấn đề của những bánh xe".

Trong khi đó, trong suốt trò chơi lừa bịp này, ban giám đốc của công ty Hàng Châu đã ngăn chặn các đối tác Hoa Kỳ không cho biết về việc bỏ lớp dính cao su trong bánh xe, nhưng công ty Foreign Tire Sales vẫn tiếp tục bán ra bánh xe Trung Quốc mặc dù họ đã nghi ngờ. Trong cuộc thu hồi gần nửa triệu chiếc bánh xe sau đó, công ty Foreign Tire Sales hầu như đã bị phá sản trong khi công ty Hàng Châu tránh né hết tất cả trách nhiệm.

Tại sao bạn không thể tin vào các cơ quan kiểm tra Hoa Kỳ

Trong loạt bài Các Nguy cơ Tiềm ẩn[11], tờ Tribune đã đưa ra tài liệu cho thấy Ủy ban An toàn Sản phẩm Tiêu dùng thiếu nhân sự và trì trệ đã thất bại như thế nào trong việc bảo vệ trẻ em tránh khỏi các mối nguy trong các đồ chơi và các sản phẩm khác. Cuộc điều tra của tờ báo về các nôi thông dụng hiệu Simplicity nhấn mạnh rằng, ngay cả sau cái chết của một em nhỏ, thì cơ quan này vẫn không làm tròn vai trò kiểm soát của mình, khiến cho trẻ em dễ bị tổn thương vì một mối

---

[11] "Hidden Hazards" - Các Nguy cơ Tiềm ẩn.

nguy đã được phát hiện. Các cuộc phỏng vấn và các bản ghi chép cho thấy nhân viên điều tra liên bang được giao việc phụ trách vụ tử vong của bé Liam đã không kiểm tra nôi trong lần tìm hiểu ban đầu của nhân viên này, và đã không tìm ra kiểu nôi hay công ty sản xuất nôi. Nhân viên điều tra Michael Ng nói trong một cuộc phỏng vấn tháng này: "Chúng tôi phụ trách nhiều vụ quá. Khi tôi làm xong một báo cáo, tôi gửi nộp, và thế thôi. Tôi tiếp tục vụ kế. Chúng tôi có thể dành thêm thời gian, nhưng chúng tôi phải làm gấp rút. Chúng tôi phải làm tiếp".

Chicago Tribune

Một trong những câu chuyện về hàng hóa rác rưởi Trung Quốc kéo dài nhất trong lịch sử Hoa Kỳ - cuộc chiến đấu để giữ cho các em bé của chúng ta an toàn trong nôi và xe đẩy - nhấn mạnh một cách thích đáng điểm cần lưu ý là bạn sẽ không được bảo vệ đầy đủ để tránh khỏi hàng hóa rác rưởi Trung Quốc dựa vào hệ thống kiểm tra an toàn sản phẩm của Hoa Kỳ. Trên thực tế, các nôi và xe đẩy làm tại Trung Quốc đã và đang cắt, làm ngộp thở, làm kẹt, và bóp cổ trẻ em Hoa Kỳ trong hơn 5 năm qua.

Nạn nhân được ghi nhận đầu tiên của nôi Trung Quốc là bé Liam Johns vào năm 2005. Người mẹ đau khổ nói với hãng tin CBS News như sau: "Thành bên của nôi đã bật ra tạo thành một chữ "v", nó khiến cho con tôi trước hết bị kẹt chân và sau đó kẹt cổ. Tôi đã làm hô hấp nhân tạo cho cháu và đợi xe cấp cứu đến, họ đưa con tôi tới bệnh viện và bệnh viện báo là con tôi đã chết".

Thực ra, bé Liam đã chết oan. Cả công ty bán nôi nhập cảng từ Trung Quốc – hãng Simplicity có văn phòng ở Pennsylvania – lẫn Ủy ban An toàn Sản phẩm Tiêu dùng, đã không cảnh báo cho các bậc cha mẹ biết về nguy cơ tử vong của nôi trẻ em một cách kịp thời. Như tờ *Chicago Tribune* đã tường thuật, "mặc cho có 55 đơn khiếu nại, 7 trẻ em vẫn bị kẹt, và 3 em bị chết, nhưng phải mất hàng năm trời Ủy ban An toàn Sản phẩm Tiêu dùng mới cảnh báo về 1 triệu chiếc nôi hư hỏng".

Tại sao bạn không thể tin vào các công ty Hoa Kỳ

Đối với Trung Quốc là họ coi sản xuất cẩu thả là việc làm bình thường. Luôn luôn có thể có cái gì đó do họ sản xuất sẽ làm phương hại hoặc giết chết trẻ em. Thực ra, công ty Maclaren Strollers đã làm điều như vậy đối với trẻ thơ. Loại xe đẩy này đã làm cụt các ngón tay trẻ em... Tôi phải tự hỏi tại sao các công ty Hoa Kỳ của chúng ta vẫn đang tiếp tục chuyển công ăn việc làm sang Trung Quốc, và do đó tiếp tục gây nguy hiểm cho con cháu chúng ta. Họ chắc chắn hiểu được mối nguy hiểm, nhưng vì chạy theo lợi nhuận họ sẵn sàng đưa trẻ thơ của chúng ta vào vòng rủi ro.

***Gary Davis**, Tổng giám đốc Điều hành đã về hưu.*

Nếu Trung Quốc tiếp tục giao cho chúng ta thật nhiều hàng hóa nguy hiểm và độc hại như vậy, tại sao các nhà phân phối Hoa Kỳ như Foreign Tire Sales, Simplicity, và Walmart lại không gia tăng các biện pháp đề phòng trước khi bán ra cho công chúng vốn không biết các nguy cơ và đầy lòng tin tưởng? Đó là một câu hỏi rất hay, nhất là bởi vì nhiều trong số các công ty Hoa Kỳ đã bị dính líu vào nhiều vụ bê bối thu hồi sản phẩm khác nhau – từ Burger King và Coca-Cola tới Mattel, Walmart, và Warner Bros. – đều là các công ty có thương hiệu quý giá cần phải bảo vệ.

Như chúng ta đã thấy các công ty khác nhau - từ một cửa hiệu nhỏ bán lẻ bánh xe nước ngoài đến công ty khổng lồ Walmart - đã giải quyết các vụ khủng hoảng phẩm chất sản phẩm Trung Quốc ra sao, nên câu trả lời cho câu hỏi này không làm cho chúng ta yên tâm chút nào. Nó cho thấy rằng phản ứng tức thời của rất nhiều công ty Hoa Kỳ đơn giản chỉ là bưng bít cho nhau – hơn là thú nhận lỗi lầm của chính họ và tăng cường thêm nỗ lực để kiểm soát đống hàng hóa rác rưởi Trung Quốc mà họ cung cấp. Sự thực là như vậy – và bởi vì tất cả năm tuyến phòng thủ chống lại Cái chết bởi đống hàng hóa rác rưởi Trung Quốc đã tan vỡ - nên chúng ta hiện nay cần phải tự mình giải quyết lấy các vấn đề. Chúng tôi sẽ chỉ cho bạn một cách chính xác làm thế nào để thực hiện điều đó trong chương cuối của cuốn sách này. Nhưng trong khi chờ đợi, chúng ta phải hiểu được rằng chúng ta không thể thay đổi thói quen mua và tiêu dùng của chúng ta cho đến khi chúng ta hoàn toàn hiểu rõ nguyên lý căn bản này:

> *Các sản phẩm Trung Quốc có vẻ "rẻ" lại thực sự là đắt hơn nhiều các hàng thay thế không phải là hàng Trung Quốc, sau khi bạn tính đến cả các rủi ro về thương vong và thêm vào tiền mua hàng bản chiết tính mọi chi phí khác nhau về pháp lý, quy định, cũng như phí tổn ảnh hưởng tới người đóng thuế mà các sai hỏng của sản phẩm Trung Quốc gây ra.*

Như vậy điều đầu tiên tất cả chúng ta cần làm khi đi mua sắm là phải xét kỹ lưỡng mọi nhãn mác. Nếu đó là "Made in China", hãy bỏ nó xuống, trừ khi bạn tuyệt đối và rất cần nó và không thể tìm được một món thay thế hợp lý. Và nếu bạn tuyệt đối phải có sản phẩm đó, hãy có những biện pháp đề phòng thích hợp.

Phần II

Những vũ khí hủy diệt việc làm

Chương 4

Cái chết của nền sản xuất của Hoa Kỳ: Tại sao hàng Mỹ không còn 'ăn khách'[12] nữa?

Trung Quốc đã trở thành một thế lực tài chính và mậu dịch trọng yếu. Nhưng, họ không hành xử như các nền kinh tế lớn khác. Thay vào đó, Trung Quốc đi theo chính sách con buôn, cố giữ thặng dư thương mại ở một mức cao giả tạo. Trong nền kinh tế thế giới bị đình trệ như hôm nay, chính sách này nói thẳng thừng là "mánh lới triệt hạ đối thủ"[13].

Paul Krugman, *Kinh tế gia đoạt giải Nobel Kinh tế năm 2008*

Trong thập niên vừa qua, cưỡi chễm chệ trên con ngựa thành Troy của tự do mậu dịch, một Trung Quốc phá giá và ép giá đã đánh cắp hàng triệu việc làm trong lãnh vực sản xuất ngay trước mũi chúng ta. Nếu giữ lại được số việc làm này thì tỷ lệ thất nghiệp của Hoa Kỳ sẽ thấp hơn 5% thay vì tới gần 10% như hiện nay, ngân sách chính quyền Hoa Kỳ sẽ cân bằng, và đất nước chúng ta có thể có một tương lai tươi sáng hơn. Câu hỏi hiển nhiên là: Tại sao chúng ta, ở vị thế một quốc gia, lại quá thụ động khi đối

---

[12] "Will it play in Peoria?" Peoria là thành phố lớn nhất nằm bên dòng sông Illinois, thuộc tiểu bang Illinois, Hoa Kỳ, với dân số khoảng 115 ngàn người. Thành ngữ "Will it play in Peoria?" thường được dùng để hỏi liệu rằng một sản phẩm, nhân vật, đề tài hay sự kiện nào đó có sức lôi cuốn đối với dân chúng Hoa Kỳ hay không?

[13] Predatory (pricing policy) : chính sách phá giá nhằm triệt hạ đối thủ trong thương trường.

diện với một trong những vụ ăn cướp vĩ đại nhất của lịch sử kinh tế thế giới: đó là vụ Trung Quốc cướp đi nền tảng sản xuất Hoa Kỳ?

Chắc có người nói: "Ô, đâu có phải vậy! Trung Quốc đang giành lấy việc làm của người Mỹ một cách thẳng thừng[14] bằng cách sử dụng lực lượng lao động rẻ tiền và có kỷ luật đấy chứ". Đó cũng chính là những luận điệu được rêu rao bởi những người biện hộ cho Trung Quốc, những kẻ cố tình phủ nhận các thủ đoạn thương mại bất chính của Trung quốc.

Thật ra, nếu nghiên cứu kỹ về những nguồn lực thực sự tạo lợi thế cạnh tranh của Trung Quốc, bạn sẽ thấy rất rõ ràng rằng hơn một nửa lợi thế này đến từ một ma trận phức tạp gồm tám thủ đoạn thương mại bất chính, những thủ đoạn này đều đã bị cấm triệt để bởi những quy chế thông thường của tự do mậu dịch. Tám "Vũ khí Hủy diệt Việc làm" cao siêu này gồm có:

1. Mạng lưới tinh vi về trợ cấp xuất cảng bất hợp pháp.

2. Tiền Trung quốc được thao túng một cách tinh ranh và định giá thấp một cách trơ trẽn.

3. Giả mạo trắng trợn, chiếm đoạt và ăn cắp công khai kho tàng sở hữu trí tuệ của Hoa Kỳ.

4. Quyết định thiển cận không tưởng tượng nổi của Đảng Cộng sản Trung Quốc sẵn sàng đánh đổi việc hủy hoại môi trường để giảm vài xu trong chi phí sản xuất.

5. Các tiêu chuẩn an toàn lao động và bảo vệ sức khỏe cho công nhân cực kỳ lỏng lẻo, so với tiêu chuẩn quốc tế quá thấp đến nỗi nám phổi, tàn phế chân tay, và vô vàn các bệnh ung thư không chỉ là các rủi ro nghề nghiệp có thể có mà là điều hầu như chắc chắn sẽ xẩy ra.

---

[14] Fair and square: một cách thẳng thừng

6. Giá biểu thuế quan không chính đáng, hạn ngạch và những quy định khắt khe đối với việc xuất cảng các nguyên liệu thô quan trọng từ A tới Z - từ antimony tới zinc – được dùng làm các thủ đoạn chiến lược nhằm khống chế ngành công nghiệp nặng và luyện kim của cả thế giới.

7. Chính sách phá giá và các thủ đoạn tung hàng tràn ngập thị trường nhằm loại các đối thủ nước ngoài ra khỏi những thị trường tài nguyên trọng yếu, sau đó bóc lột người tiêu dùng bằng giá độc quyền.

8. "Vạn Lý Trường Thành Bảo hộ" mà Trung Quốc khoác lác khoe khoang đã không cho các đối thủ nước ngoài thiết lập cơ sở làm ăn trên đất Trung Quốc.

Đừng tưởng lầm nữa. Đây chính là những vũ khí kinh tế thực sự với hỏa lực đáng kể. Trận pháo kích đồng loạt bằng những vũ khí này vào nền sản xuất của Hoa Kỳ đã khiến cho hàng ngàn công xưởng phải đóng cửa và biến hàng triệu công nhân Hoa Kỳ thành những 'tổn thất ngoài dự kiến' - tất cả đều diễn ra dưới chiêu bài bịp bợm là "tự do mậu dịch".

Tại sao chẳng có cái gì "tự do" khi nói về tự do mậu dịch với Trung Quốc

Nếu muốn hiểu rõ những điều đi ngược với 'tự do mậu dịch', thì bạn hãy đọc bất kỳ cuốn sách kinh tế nào mà bọn trẻ đang sử dụng trong các đại học ngày nay. Có lẽ bạn sẽ bị đầu choáng mắt hoa và lộn ruột lên, bởi vì nội dung của những cuốn sách giáo khoa này quá khác biệt với thực tế của đấu trường mậu dịch toàn cầu. Điều này cũng chẳng khác gì đem tư tưởng [đấu tranh bất bạo động] của Gandhi làm tài liệu giảng dạy trong các khóa học về chiến lược quân sự thay thế cho binh thư của các lý thuyết gia quân sự như Clausewitz và Tôn Tử.

Thực vậy, mặc dù có vô vàn bằng chứng trái ngược, những cuốn giáo khoa này vẫn tiếp tục ca tụng tính ưu việt của tự do mậu dịch, và cái mà người ta gọi là "lợi ích của mậu dịch" mà tất cả chúng ta đáng lẽ phải được hưởng. Nhưng dưới đây là những gì mà tài liệu tuyên truyền đó đã vô tình không nhận ra được: tuy tự do mậu dịch rất hay trên lý thuyết, nhưng nó lại hầu như không có trong thực tế. Những điều kiện để có được tự do mậu dịch như thế không có trên trái Đất này, cũng chẳng khác gì những giả định về điều kiện chân không và tình trạng không có ma sát trong các sách giáo khoa vật lý bậc trung học.

Trong trường hợp Trung Quốc đối với Hoa Kỳ, cái thuyết tự do mậu dịch đầy sức cám dỗ này giống như cuộc hôn nhân: nó sẽ chẳng đi đến đâu nếu nước này bội ước nước kia. Thật vậy, khi mà Trung Quốc thi hành một cách có hệ thống tám thủ đoạn mậu dịch bất chính được mô tả ở chương này thì trò chơi "đôi bên cùng có lợi" mà trong đó cả hai nước đều giả định là sẽ cùng thắng, sẽ nhanh chóng biến thành trò chơi "kẻ thắng người thua" trong đó có một kẻ thắng lớn, còn người kia thì thua đậm. Chính vì vậy, "tự do mậu dịch" giữa con Rồng và chú Sam, rút cục đã trở thành khẩu hiệu mật với ý nghĩa "Hãy khai tử nền sản xuất của Hoa Kỳ".

Nếu người Trung Quốc xây dựng nhà máy, việc làm sẽ không đến nước Hoa Kỳ !

Tại sao chúng ta lại quan tâm tới sự suy vong nền sản xuất của Hoa Kỳ? Phải chăng chúng ta đã từng nghe các học giả như Thomas Friedman trong cuốn *Thế giới phẳng*[15] phán rằng tương lai phồn thịnh của Hoa Kỳ dựa

---

[15] "The World Is Flat" - Thế Giới Phẳng: tác phẩm kinh tế, chính trị xã hội viết bởi nhà báo và bình luận gia Thomas Friedman, xuất bản lần đầu năm 2005, mô tả mậu dịch giữa các quốc gia không còn bị ngăn cách bởi ranh giới, địa hình cũng như khoảng cách. Các phương

vào việc phát triển nhanh chóng việc làm trong lãnh vực dịch vụ? Phải chăng những cái đầu biết nói như Fareed Zakaria của tờ *Newsweek*, và thậm chí cả James Fallows của tờ *Altantic* luôn luôn nhắc đi nhắc lại rằng sự chuyển dịch việc làm trong lãnh vực sản xuất từ Hoa Kỳ và Âu châu tới các nước có thu nhập thấp như Trung Quốc và Ấn Độ là vấn đề không thể tránh được, cũng như thủy triều lên rồi xuống và mặt trời mọc rồi lặn?

Vâng, tất nhiên chúng ta đã bị ép buộc phải nốt cái món ăn tư tưởng này. Nhưng - xin lỗi phải dùng từ ngữ của chính các nhà báo như Fallows, Friedman, và Zakaria - quí vị đều sai lầm... *bằng phẳng*[16] như nhau cả. Những chuyên gia "tiên đoán trật lất" này, cùng với những người có cùng luận điệu, đều không nắm vững một trong những nguyên tắc căn bản nhất của kinh tế học:

> *Công nhân Hoa Kỳ có thể cạnh tranh với công nhân ở các nước có thu nhập thấp ở bất kỳ nơi nào trên thế giới, miễn là họ phải hiệu quả hơn - và sân chơi tự do mậu dịch phải bằng phẳng!*

Đây chính là lợi thế cạnh tranh của công nhân Hoa Kỳ: sử dụng máy móc và kỹ thuật cao cấp hơn, và áp dụng các quy trình sáng tạo nhằm gia tăng năng suất lao động. Qua việc đạt năng suất lao động cao nhất trên thế giới, các công nhân áo xanh của nền sản xuất Hoa Kỳ đã luôn luôn được trả lương khá, và vì thế họ có đủ khả năng tài chánh để thực hiện *giấc mơ Hoa Kỳ*[17] của họ.

---

thức kinh tế nhằm giảm chi phí sản xuất như out-sourcing (giao hợp đồng ra ngoài công ty), hay off-shoring (chuyển hãng xưởng ra khỏi lãnh thổ quốc gia) được đề cập đến.

[16] "flat-out wrong" - sai lầm bằng phẳng như nhau: tác giả chơi chữ bằng cách dùng chữ "flat - bằng phẳng" giống như tên sách "The World Is Flat - Thế giới phẳng" của Thomas Friedman.

[17] "American dream" - Giấc mơ Hoa Kỳ: Thành ngữ nói về niềm tin về sự tự do cho phép tất cả các công dân và di dân ở Hoa Kỳ theo đuổi

Thay vào đó, giấc mơ của công nhân áo xanh Hoa Kỳ có được căn nhà có hàng rào trắng và con cái được học hành ở đại học, đã biến thành huyễn tượng kinh hoàng, bởi vì cho dù công nhân Hoa Kỳ hôm nay làm việc hiệu quả thế nào đi nữa, họ không thể chống lại được "Tám Vũ khí Hủy diệt Việc làm" của Trung Quốc. Thực vậy, nếu nền công nghiệp sản xuất của Hoa Kỳ trước kia đã chiếm 25% *tổng sản lượng nội địa* (GDP)[18], thì ngày nay con số này đã rút xuống chỉ còn 10%.

Không phải là một sự trùng hợp ngẫu nhiên, trong khi Trung Quốc đã khoét rỗng nền sản xuất của Hoa Kỳ một cách hệ thống, thì nền kinh tế của Trung Quốc đã tăng trưởng với một tỷ lệ kinh ngạc là 10% mỗi năm. Ngược lại, trong thập niên vừa qua, mức tăng trưởng của nền kinh tế Hoa Kỳ chỉ là 2.4%. Cần phải lưu ý rằng, con số tăng trưởng nhỏ nhoi 2.4% này trong những năm 2000 thấp hơn 25% so với tỷ lệ tăng trưởng 3.2% của giai đoạn từ năm 1946 tới năm 1999.

"Hãy khoan, hãy khoan!" Bạn nói "Giảm có 0.8% về tỷ lệ tăng trưởng tổng sản lượng nội địa hàng năm trong suốt thập niên vừa qua có gì là đáng kể". Nhưng vấn đề là con số khác biệt 0.8% ở đây tương đương với việc không tạo ra được khoảng 1 triệu việc làm mới mỗi năm, và tích lũy lại, thì chúng ta đã mất hơn 10 triệu việc làm trong thập niên

---

các mục tiêu của họ trong cuộc sống qua sự làm việc siêng năng và tự chọn lựa, bằng khả năng hơn là bằng địa vị xã hội của mình.

[18] Gross Domestic Product - GDP: Theo Gs. Kenneth N. Matziorinis, Tổng sản lượng nội địa là một chỉ số kinh tế quốc gia nói về mức sản xuất và dịch vụ trong phạm vi lãnh thổ quốc gia. Một cách cụ thể, GDP là giá thị trường của tất cả sản phẩm và dịch vụ ở giai đoạn sau cùng trong lãnh vực thị trường của một nền kinh tế trong 1 năm.

Ghi chú: GDP bao gồm luôn cả doanh thu của người không phải thường trú dân thu được khi bán sản phẩm và dịch vụ trong phạm vĩ lãnh thổ quốc gia. GDP không tính doanh thu của thường trú dân khi thu được ở ngoài lãnh thổ quốc gia. (Xin xem thêm định nghĩa của GNP).

vừa qua. Không phải là một sự trùng hợp ngẫu nhiên, con số này gần như chính là con số việc làm mà chúng ta cần phải có để có thể nâng nền kinh tế Hoa Kỳ trở lại mức toàn dụng và tận dụng tiềm năng sản xuất.

Nếu chúng ta xây dựng cơ sở sản xuất, việc làm sẽ đến với Hoa Kỳ!

Và đây là viễn cảnh lớn hơn về nền sản xuất Hoa Kỳ: không chỉ những con số thô thiển về hơn 10 triệu việc làm đã bị mất trong thập niên vừa qua khiến cho nền tảng sản xuất trở nên cực kỳ quan trọng đối với kinh tế Hoa Kỳ. Một nền sản xuất mạnh và sống động luôn đóng một vai trò tối quan trọng đối với sự phồn vinh lâu dài của quốc gia, bởi vì ít nhất 4 lý do được trình bày sau đây.

Trước hết, các việc làm trong ngành sản xuất tạo ra nhiều việc làm khác hơn là trong ngành dịch vụ. Thực vậy, cứ mỗi 1 đô-la của sản phẩm từ ngành sản xuất, Hoa Kỳ tạo ra khoảng 1.5 đô-la trong các dịch vụ liên quan như xây dựng, tài chính, bán lẻ, và vận tải.

Các việc làm về sản xuất cũng được trả lương trung bình cao hơn, nhất là đối với những người lao động phái nữ và dân thiểu số. Mãi lực cao hơn của lực lượng nhân công áo xanh này là yếu tố kích hoạt cốt yếu đối với các ngành khác trong nền kinh tế. Không phải tự nhiên khi các nhà máy đóng cửa thì các trung tâm mua sắm, phòng mạch bác sĩ, khách sạn, và nhà hàng trong vùng lân cận nhà máy cũng chết theo. Khi các nhà máy dời đi nơi khác, số thu từ thuế của thành phố và chính quyền tiểu bang cũng giảm đi, và việc làm cũng như dịch vụ của chính phủ sẽ phải cắt giảm.

Quan trọng hơn hết, một nền sản xuất mạnh mẽ sẽ là mấu chốt để kích thích các cải tiến kỹ thuật mà Hoa Kỳ cần phải có để đẩy mạnh nền kinh tế về lâu dài. Điều khiến cho ta phải thận trọng suy nghĩ là các nhà máy sản xuất có cơ

71

sở ở Hoa Kỳ đóng góp hai phần ba về tổng số tài trợ về nghiên cứu và phát triển tư nhân của Hoa Kỳ. Khi những cơ sở sản xuất này chuyển sang Trung Quốc, thì các chi tiêu về nghiên cứu và phát triển cũng đi theo và kéo đi luôn cả năng lực sáng kiến của Hoa Kỳ.

Lý do thứ tư, và cũng là lý do cuối cùng để Hoa Kỳ cần phải kiên quyết bảo vệ nền sản xuất là mối tương quan hệ trọng giữa các nhà sản xuất sản phẩm sau cùng lớn như các tập đoàn Boeing, Caterpillar và General Motors, với tất cả công ty liên quan trong dây chuyền cung cấp vật liệu sản xuất của Hoa Kỳ. Giữ các nhà máy của các ngành công nghiệp nặng này ở lại Hoa Kỳ là điều quan trọng bởi vì có rất nhiều các công ty lớn nhỏ phụ thuộc vào sự hoạt động của các nhà công ty này.

Ví dụ, những công ty lớn như AC Delco có văn phòng trung ương ở Kokomo, tiểu bang Indiana và Cummins Engines có văn phòng trung ương tại Columbus, tiểu bang Indiana, đã cung cấp các sản phẩm như phụ tùng xe hơi và động cơ diesel cho các hãng như GM và Ford. Hàng ngàn các công ty trung bình và nhỏ ở hàng trăm các thành phố Hoa Kỳ sản xuất và cung cấp các cấu kiện đa dụng như các ống cao áp và dây cáp điện, cũng như sản xuất sản phẩm theo đơn đặt hàng như phụ tùng nhựa đúc bằng máy phun và các bộ phận tiện/khoan chính xác.

Vấn đề ở đây là: khi các hãng như Dupont hoặc Medtronic chuyển các quy trình sản xuất sản phẩm của họ sang Trung Quốc, họ cũng mang theo tất cả chuỗi cung ứng. Điều này không chỉ vì lý do tiếp vận mà cũng vì chính sách bảo hộ: Trung Quốc bắt buộc các hãng Tây phương khi thành lập nhà máy tại Trung Quốc phải sử dụng nguồn lực địa phương và do đó giúp phát triển các nhà cung cấp nội địa. Thực vậy, khi phỏng vấn một quản đốc nhà máy cung cấp các linh kiện lắp ráp máy bay của Hoa Kỳ ở Thượng Hải, chính chúng tôi thấy công ty này thường xuyên mang các kỹ sư Hoa Kỳ tới Trung Quốc để đào tạo các nhà cung cấp yếu kém của họ nhằm cải tiến chất lượng cho các cấu kiện tinh vi. Qua quá trình này, công ty bản địa có thể thay thế các đối tác Hoa Kỳ mà họ đã cùng làm việc trong nhiều năm qua.

Và từ lúc này trở đi, bất cứ khi nào bạn nhìn thấy một công ty lớn như 3M, Cisco, hoặc Ford thiết lập các nhà máy khác ở Trung Quốc, xin hãy hiểu rằng, sự kiện mất việc làm không chỉ xảy ra đối với các công ty ra đi. Đúng hơn, trong cái phiên bản *ảnh hưởng dây chuyền kinh tế*[19] của thế kỷ 21 này, thì những mất mát khởi đầu về việc làm sẽ lan truyền tới các cơ sở khác của nền sản xuất ở Bắc Mỹ, sau đó sẽ đến tất cả lãnh vực dịch vụ. Cuối cùng, các trung tâm đầu mối sản xuất một thời sống động như Warren, tiểu bang Ohio (Hoa Kỳ), và Windsor, tỉnh bang Ontario (Canada), sẽ trở thành những thị trấn ma.

Bởi những lý do này, rõ ràng là việc làm trong lãnh vực sản xuất đóng một vai trò tối quan trọng đối với sự thịnh vượng lâu dài không chỉ ở Hoa Kỳ mà còn ở châu Âu và Nhật Bản, cũng như các nơi khác trên thế giới. Hiển nhiên, những nhát búa của Trung Quốc giáng vào nền sản xuất của Hoa Kỳ đã làm cho Hoa Kỳ gặp khó khăn trong việc tạo ra đủ số việc làm để giảm tỷ lệ thất nghiệp một cách đáng kể. Mặc dù Tòa Bạch Ốc đã cố gắng hết sức sử dụng những biện pháp lớn lao nhằm kích thích nền kinh tế sa sút, nhưng dòng người thất nghiệp vẫn tiếp tục kéo dài tới hàng dặm. Thưa Tổng thống, ông có nghĩ tại sao lại như vậy không?

Xin thưa, một lý do là: nỗ lực khởi động nền kinh tế mà không có một nền sản xuất sống động, thì cũng như cố gắng khởi động một xe hơi không có bu-gi (đánh lửa) hay

---

[19] "Trickle-down economics" - dây chuyền kinh tế: Quan điểm kinh tế từ thời Đại khủng hoảng cho rằng giúp các doanh nghiệp thì lợi ích sẽ lan tỏa đến người dân.

bánh xe bị trơn trượt không bám vào mặt đường. Xe không thể chạy được. Buồn hơn là, một phần lớn số tiền kích thích này thất thoát ra khỏi nền kinh tế của chúng ta, và số tiền này lại kích thích kinh tế tại Quảng Châu và Thượng Hải, chứ không kích thích kinh tế tại Gary và Pittsburgh. Trên thực tế thì viễn kiến sai lầm của thuyết kinh tế Keynes về chu kỳ chi tiêu tích cực không thể thực hiện được trong tình trạng hiện nay tại Mỹ, khi mà có quá nhiều những thứ chúng ta mua không được sản xuất trên đất Mỹ, và đối tác gây thâm hụt mậu dịch lớn nhất cho chúng ta lại không bao giờ đáp ứng lại.

Trung Quốc đã lừa dối như thế nào? Ta hãy phanh phui những thủ đoạn của họ

Bây giờ chúng ta hãy phân tích chi tiết hơn về tám Vũ khí Hủy diệt Việc làm của Trung Quốc. Trước hết là mạng lưới tinh vi về trợ cấp xuất cảng bất chính.

1: Trợ cấp xuất cảng: "Mũi dao đâm thẳng vào tim"

Nhìn bề ngoài thì thuật ngữ trợ cấp xuất cảng có vẻ như là vô thưởng vô phạt. Để hiểu vì sao những việc trợ cấp như thế này lại được coi như là "mũi dao đâm thẳng vào tim" của bất kỳ thương nghiệp Hoa Kỳ nào, hãy giả sử rằng bạn là một thương gia Trung Quốc bắt đầu mở một công ty để đối đầu với các nhà máy đang cạnh tranh với mình ở các tiểu bang Ohio, Pennsylvania, Michigan, hay Tennessee.

Để giúp bạn thành lập xí nghiệp, chính quyền Trung Quốc sẽ cấp cho bạn đất đai miễn phí, năng lượng được trợ giá, và hầu như không có một giới hạn nào đối với việc vay mượn các khoản tài chính lãi suất thấp hoặc không có lãi suất. Và nếu bạn gặp rắc rối, bạn sẽ không phải trả lại các khoản vay này cho chính quyền, bởi chính quyền sở hữu và điều khiển toàn bộ các ngân hàng, thêm vào đó Đảng

Cộng sản Trung Quốc có quyền bổ nhiệm lãnh đạo của các ngân hàng.

Bây giờ, khi bạn sẵn sàng xuất cảng sản phẩm vào Hoa Kỳ, bạn sẽ được hưởng một khoản trợ cấp trực tiếp cho mỗi sản phẩm mà bạn bán được - ở mức từ 10 tới 20 xu cho mỗi đô-la thu được từ hàng xuất cảng. Thêm vào đó, khi có lợi nhuận, bạn sẽ có đủ điều kiện hợp pháp để được giảm những khoản lớn về thuế thu nhập và thuế bất động sản.

Thêm vào đó, xí nghiệp Trung Quốc của bạn sẽ không phải lo lắng gì cả về việc đối thủ cạnh tranh người Mỹ sẽ tấn công bạn ngay tại sân sau của bạn. Nếu những thương nghiệp nước ngoài muốn bán sản phẩm trên thị trường của bạn, họ sẽ bị buộc phải thiết lập các xưởng trên đất Trung Quốc, và hiển nhiên là họ sẽ trở thành đối tác thứ yếu của bạn.

Bây giờ khi bạn thấy những gì mà các doanh nghiệp Hoa Kỳ đang phải đối phó với việc trợ cấp xuất cảng của Trung Quốc, thì bạn có hiểu rõ hơn tại sao một công ty sản xuất tủ lạnh ở Madison, tiểu bang Wisconsin, một công ty sản xuất máy giặt ở Clyde, tiểu bang Ohio, hay một công ty sản xuất máy xay sinh tố ở Orem, tiểu bang Utah, lại gặp khó khăn như vậy để cạnh tranh với con Rồng Trung Quốc không? Và việc một nhà máy sản xuất máy hút bụi ở Palm City, tiểu bang Florida, một công ty sản xuất các công cụ thủ công cầm tay ở New Britain, tiểu bang Connecticut, hay một công ty sản xuất nôi trẻ em ở Barington, tiểu bang New Jersey, đã phải vất vả cực nhọc như thế nào để đứng vững giữa sóng gió trên đại dương toàn cầu của chủ nghĩa con buôn Trung Quốc, thì đối với bạn điều này có dễ hiểu không?

Thực vậy, việc duy trì liên tục một hệ thống mạng lưới tinh vi về trợ cấp xuất cảng bất chính là một trong những bội ước lớn nhất trong lịch sử kinh tế thế giới. Đó là vì khi

Trung Quốc tham gia Tổ chức Mậu dịch Thế giới vào năm 2001, họ đã hứa sẽ nhanh chóng loại trừ tất cả các trợ cấp bất hợp pháp – cùng với việc loại bỏ mọi thủ đoạn mậu dịch bất chính.

Vâng, thưa nước Trung Quốc - Cộng sản, Hoa Kỳ - Dân chủ vẫn còn đợi quý quốc giữ lời hứa của mình về tự do mậu dịch. Và, trong khi chúng tôi đang chờ đang đợi, thì các khoản trợ cấp xuất cảng bất hợp pháp khổng lồ của quý vị vẫn tiếp tục giáng đòn mạnh và công phá ác liệt vào các ngành công nghiệp trọng yếu nhất ở Bắc Mỹ, đó là thép, hóa dầu, giấy, dệt may, chất bán dẫn, ván ép và máy công cụ. Cái danh sách này cũng dài như những dòng người thất nghiệp ở các thành phố Stockton, tiểu bang California; Las Vegas, tiểu bang Nevada; Monroe, tiểu bang Michigan; và Rockford, tiểu bang Illinois.

#2: "Ván bài" mới - Chính sách thao túng tiền tệ của Trung Quốc

Trung Quốc đã can thiệp ở một phạm vi rất lớn nhằm giữ tỷ giá ngoại tệ thấp... Đây chắc chắn là hành động thao túng tiền tệ. Nó cũng như chính sách bảo hộ, và tương tự như việc áp dụng biểu thuế quan thống nhất hay trợ cấp xuất cảng.

Martin Wolf, *Financial Times*

Vấn đề thao túng tiền tệ của Trung Quốc rất quan trọng để nhận biết về những thiệt hại xảy ra đối với nền tảng sản xuất Hoa Kỳ. Do đó chúng ta sẽ dành cả chương tới để nói đề tài này. Tuy nhiên, theo các số liệu ước tính đáng tin cậy, chúng ta có thể nói rằng, đồng yuan (đồng Nguyên, còn gọi là Renminbi, nhân dân tệ) đã được giữ ở một giá thấp một cách lố bịch ở mức khoảng 40%.

Cụ thể hơn, điều này có nghĩa là cứ mỗi đô-la của sản phẩm mà Trung Quốc bán vào thị trường Hoa Kỳ, thì các nhà xuất cảng Trung Quốc chỉ phải bỏ ra một khoản tương đương là 60 xu. Đây là một sự trợ cấp khổng lồ!

Đồng thời, cứ mỗi đô-la của sản phẩm mà thương nghiệp Hoa Kỳ nỗ lực bán vào Trung Quốc, họ phải tính giá cao đáng kể hơn một đô-la. Ngoài mức thuế quan gián tiếp này, doanh nghiệp sản xuất Hoa Kỳ khi xuất cảng sang Trung Quốc sẽ phải chịu thêm một mức thuế trực tiếp là 30%.

Khi thấy rằng thao túng tiền tệ của Trung Quốc có tác dụng tương đương như cả trợ cấp và thuế quan, ta mới hiểu rõ hơn một phần nào tại sao nhà sản xuất dụng cụ cắt tiện ở South Easton, tiểu bang Massachusetts hay công ty sản xuất fasteners[20] ở Corry, tiểu bang Pennsylvania, đã phải khó khăn như thế nào để cạnh tranh với các công ty tương tự của Trung Quốc ở Thẩm Quyến, Quảng Châu, và Thành Đô.

#3: Họ nghĩ rằng lấy mà không bị bắt thì không phải là ăn cắp

Thế thì giờ đây những hậu quả từ các chiêu thức làm giả, ăn cắp bản quyền và vi phạm quyền sở hữu trí tuệ tràn lan của Trung Quốc đối với nền tảng sản xuất của Hoa Kỳ là gì? Xin thưa, dưới đây là bằng chứng tội phạm.

Mỗi khi Trung Quốc đánh cắp kỹ thuật, thiết kế và quy trình sản xuất từ chú Sam tốt bụng, họ hút đi một ít máu từ những mạch máu của nền sản xuất của chúng ta. Đó là vì, khi một công ty Hoa Kỳ muốn tìm ra ra một loại thuốc điều trị ung thư, sản xuất ra các xe hơi tiết kiệm nhiên liệu, hay phát triển các tấm pin năng lượng mặt trời hiệu quả hơn, thì quá trình tìm tòi này rất tốn kém và mất nhiều thời giờ. Nếu kẻ cướp hay kẻ lừa đảo Trung Quốc chỉ đơn

---

[20] "fasteners": như đinh, con ốc, dây kim loại để gắn liền các bộ phận của máy.

thuần ăn cắp những thành quả từ các phát minh như thế - mà không đề cập tới hay tôn trọng quyền sở hữu trí tuệ - thì điều này thành một lợi thế về chi phí sản xuất thực cho Trung Quốc.

Để nhận biết tầm mức của lợi thế mà các doanh nghiệp sản xuất Trung Quốc có được nhờ ăn cắp bản quyền, chúng ta nên biết rằng các công ty dược phẩm như Merck và Pfizer thường dành tới 20% mức doanh thu cho việc nghiên cứu và phát triển sản phẩm, trong khi các công ty kỹ thuật như Intel và Microsoft dành 15%, và các công ty sản xuất xe hơi như General Motors và Ford thì dành ra 5%. Như vậy, khi các đối thủ cạnh tranh Trung Quốc sản xuất sản phẩm tương tự của Pfizer như Viagra, mò mẫm học lóm thiết kế mạch bán dẫn của Intel, sao chép phi pháp bản quyền hệ điều hành của Microsoft, hay thâm nhập vào hệ thống máy điện toán để ăn trộm thiết kế về loại xe hơi hybrid (vừa chạy bằng xăng dầu, vừa chạy bằng điện) của General Motors, bạn thử đoán xem điều gì sẽ xảy ra? Đúng vậy, kẻ cướp Trung Quốc có thể giảm giá một cách đáng kể cho sản phẩm cạnh tranh của hắn ta, bởi vì kẻ ăn cắp tài sản trí tuệ này không phải (chi tiêu và do đó) lấy lại bất kỳ một chí phí nào liên quan tới nghiên cứu và phát triển.

Và xin bạn cần biết điều này: Kẻ cướp Trung Quốc không bao giờ bị lương tâm cắn rứt - từ một người buôn bán nhỏ trên các phố ở Thượng Hải mời chào đĩa DVD lậu của bộ phim Harry Potter với giá 80 xu, cho tới chức sắc cao cấp của công ty sản xuất xe hơi cỡ bự như Chery Automotive Company, đã ăn cắp cả tên và thiết kế từ công ty mang nhãn hiệu Chevy của Hoa Kỳ. Sở dĩ họ không bị lương tâm cắn rứt là vì, trên một tỷ người Trung Quốc được sinh ra và lớn lên ở một môi trường chân không về luân thường đạo lý trong đó quyền sở hữu tài sản bị chà đạp, và nhà nước làm chủ tất cả. Sự lệch lạc đạo đức và luân lý này bắt nguồn ngay từ Chủ tịch Mao và tiếp diễn qua cuộc Cách mạng Văn hóa điên khùng. Chính sự lệch lạc phi luân lý này đã tạo ra một thái độ gọi là "Sống chết mặc bay, tiền thầy bỏ túi". Trong khi thái độ coi thường việc vi phạm quyền sở hữu trí tuệ của Trung Quốc được các nước láng giềng châu Á biết rõ, thì các nước Tây phương lại chẳng biết tí gì về nguồn gốc văn hóa và chính trị dẫn tới tình trạng phi đạo đức này của Trung Cộng.

#4: Hủy hoại môi trường Trung Quốc chỉ vì một vài thỏi bạc

Bây giờ chúng ta quay sang vấn đề không thể chối cãi được và thiển cận nhất trong những Vũ khí Hủy diệt Việc làm của Trung Quốc. Đó là hành động "tự sát" của chính quyền Trung Quốc sẵn sàng hủy hoại môi trường để kiếm thêm một vài xu lợi thế về chi phí sản xuất.

Mặc dù có luật cứng rắn để bảo vệ môi trường theo đúng sách vở và mặc dù luôn luôn rêu rao luận điệu 'môi trường xanh' cho khách tiêu thụ Tây phương, thực tế thì Đảng Cộng sản coi các lời nói suông này chẳng có giá trị gì hơn chính hiến pháp của họ trong đó quyền tự do ngôn luận và tôn giáo đáng lẽ được bảo đảm. Như một chức sắc cao cấp của một trong những nhà máy lớn nhất Trung Quốc đã nói thẳng với một đồng nghiệp của chúng tôi rằng: "Làm được việc là có thể được thăng quan tiến chức – nhưng chẳng ai thèm để ý đến vấn đề môi trường đâu".

Để biết về việc hủy hoại môi trường tạo lợi thế cho Trung Quốc như thế nào ta hãy xem trường hợp sau đây. Một công ty hóa chất Hoa Kỳ ở Cincinnati, tiểu bang Ohio, cần phải đặt một thiết bị kiểm soát ô nhiễm phức tạp để ngăn chặn các chất thải hóa học chảy vào sông Ohio. Ngược lại, đối thủ cạnh tranh Trung Quốc ở Trùng Khánh chỉ việc sử dụng ngay sông Dương Tử như nhà vệ sinh để thải chất độc nào mà họ muốn bỏ đi. Như vậy thì công ty nào sẽ chiếm thị trường hóa chất quốc tế lớn hơn?

Hay giả sử một nhà máy sản xuất giấy của Hoa Kỳ ở Waterford, tiểu bang New York, cần phải lắp đặt nồi hơi ít xả khí thải và đắt tiền ở phân xưởng hơi nước, trong khi đó đối thủ Trung Quốc không làm gì cả. Điều này dẫn tới giấy sản xuất từ Trung Quốc thì nhiều hơn và việc làm tại Hoa Kỳ thì ít hơn và số người dân Trung Quốc bị ngạt trong bầu không khí của chính mình cũng nhiều hơn.

Thực vậy, cái mũi nhọn cạnh tranh "ô nhiễm càng nhiều, giá càng rẻ" của Trung Quốc đâm sâu vào các nhà máy trong lãnh vực công nghiệp sản xuất ở Hoa Kỳ, bởi những nhà máy tại Hoa kỳ luôn phải đối mặt với những chi phí cao nhất để tuân theo các quy định về môi trường. Các công ty như Dow Chemical và U.S. Steel chi phí gần 10 lần cho việc bảo vệ môi trường so với các đối thủ Trung Quốc như Sinopec Oil và Bao Steel.

Việc Trung Quốc hủy hoại môi trường để gia tăng và đẩy mạnh xuất cảng được chứng minh rất rõ bằng sự kiện hiển nhiên sau đây. Trong khoảng ba thập niên ngắn ngủi để Trung Quốc nổi lên như một công xưởng của thế giới, Trung Quốc cũng đã được biết tới với hai nét nổi bật, đó là: "quốc gia ô nhiễm nhất hành tinh" và "quốc gia can dự nhiều nhất vào việc làm biến đổi khí hậu". Điều này không chỉ ảnh hưởng tới các nhân công Hoa Kỳ, chính dân Trung Quốc cũng đã phải trả một cái giá quá đắt dưới hình thức tỷ lệ gia tăng khủng khiếp về bệnh ung thư, tim mạch, bệnh về đường hô hấp và da liễu.

Hoàn cảnh khốn khổ của các loài động vật và thực vật cũng là thước đo mức độ trầm trọng của vấn đề ô nhiễm môi trường. Bất kỳ du khách đến Trung Quốc nào để ý sẽ thấy rằng cả ở nông thôn lẫn thành thị hầu như vắng bóng chim muông. Xuân, hạ, thu, đông, mùa nào cũng vắng tiếng chim ca: đó là phong cảnh độc hại của Trung Quốc.

#5: Làm què quặt và giết hại nhân công không phải để vui mà để thêm nhiều lợi nhuận

Đầu độc sông ngòi, và phá hoại bầu không khí của chính mình để chiếm ưu thế cạnh tranh cũng chưa đủ, Trung quốc lại còn muốn có ưu thế hơn nữa bằng những hành động đâm chém, đánh đập, và làm nám phổi cả nguồn nhân công lao động. Trong những công xưởng nguy hiểm chết người của Trung Quốc, phổi bị nhiễm bụi silic và suy hô hấp, cụt chân tay, các bộ phận trong cơ thể bị ung thư, và da bị ăn mòn bởi a-xít, không phải chỉ là những rủi ro nghề nghiệp có thể xảy ra. Đối với hàng triệu công nhân Trung Quốc, tai nạn hầu như là điều tất yếu. Trích đoạn dưới đây từ tờ *The New York Times*, ghi lại rất đầy đủ một sự thật kinh dị của [nền công nghiệp như] Lò Sát sinh số 5 như sau:

> *Vĩnh Khang ... ở phía Nam của Thượng Hải, là thủ phủ chế tạo dụng cụ, máy móc của Trung Quốc. Có 7,000 xưởng gia công sắt thép ... sản xuất dụng cụ như các bản lề, nắp che bánh xe, nồi niêu xoong chảo, máy khoan, cửa an toàn, thùng đựng dụng cụ, bình thủy, máy cạo râu, ống nghe, ổ cắm điện, quạt điện, và bất cứ sản phẩm nào có sử dụng các chi tiết kim loại. Vĩnh Khang, theo tiếng Trung Quốc còn có nghĩa là "Mãi mãi mạnh khỏe", nhưng lại được mệnh danh là "thủ phủ chém chân tay" của Trung Quốc. Ngày nào cũng có ít nhất một lần có người phải đưa vào cấp cứu ở một trong hơn mười trung tâm y tế chuyên điều trị các bệnh liên quan tới thương tích bàn tay, cánh tay và ngón tay.*

Thủ phạm chính của nạn thịt rơi máu chảy này là những quy định về an toàn lao động và sức khỏe quá lỏng lẻo của Trung Quốc. Công nhân Trung Quốc phải làm việc vất vả trong điều kiện rủi ro lớn ở mọi kỹ nghệ, từ vật liệu xây dựng, hóa chất, và máy móc, tới ngành luyện kim, nhựa và dệt may. Chỉ riêng các mỏ than tại Trung Quốc, hàng năm có hàng ngàn công nhân thiệt mạng, trong khi đó ở Hoa Kỳ số nạn nhân chưa tới 50 người mỗi năm.

Đứng trên quan điểm cạnh tranh quốc tế, sự thương vong ở các cơ sở sản xuất đã góp phần tạo ra những lợi thế cạnh tranh rùng rợn nhất mà Trung Quốc lưu trữ trong kho vũ khí của họ. Cụm từ máu, mồ hôi và nước mắt chưa bao giờ có một nghĩa đen chính xác và đúng như vậy khi nói về các "xưởng mồ hôi" và "xưởng máu" tại Trung Quốc.

#6: Một quả bom hạt nhân về hạn chế xuất cảng

Thế còn thứ Vũ khí Hủy diệt Việc làm thứ sáu mà người ta gọi là "Hạn chế xuất cảng" là gì? Để biết được vì sao Tổ chức Mậu dịch Thế giới lại nghiêm cấm các hạn chế đó – và tại sao những hạn chế về xuất cảng này lại được xem như là một trái bom hạt nhân ném vào giữa nền công nghiệp nặng của Hoa Kỳ - thì chỉ cần nhìn vào một số nguyên liệu cụ thể mà Trung Quốc hạn chế xuất cảng, bằng các hạn ngạch xuất cảng chặt chẽ và thuế xuất cảng cao tới 70%.

Đứng đầu danh sách về hạn chế xuất cảng là các nguyên liệu công nghiệp căn bản như bauxite, than cốc, fluorit, magnesium, mangan, silicon carbide, và kẽm. Quặng bauxite dùng để lấy nhôm. Than cốc là nhiên liệu trọng yếu và là chất khử trong quá trình nấu chảy quặng sắt (luyện gang thép). Fluorit tối cần thiết cho công nghệ sản xuất thép và nhôm. Magnesium là kim loại kết cấu được sử dùng nhiều thứ ba, chỉ sau sắt và nhôm; còn mangan thì được sử dụng bởi các lò luyện thép để tạo ra loại thép chống rỉ sét và chống ăn mòn. Silicon carbide, thì được dùng để sản xuất các loại vật liệu gốm dùng để làm các sản phẩm từ áo giáp chống đạn tới các hệ thống thắng đĩa. Còn kẽm thì sao? Nguyên liệu đa năng này được ứng dụng trong hầu hết mọi lãnh vực, từ việc mạ thép, tới đúc đồng thau và đồng thiếc, hay được dùng làm chất tạo mầu cho các loại sơn, và làm chất xúc tác khi sản xuất cao su.

Nói cách khác, hầu như tất cả các nguyên liệu mà Trung Quốc dự trữ thật nhiều hay hạn chế xuất cảng đều là những nguyên liệu không thể thiếu được trong ngành công nghiệp nặng và luyện kim của thế giới. Dĩ nhiên, trong thị trường toàn cầu, những hạn chế về xuất cảng của Trung Quốc đối với các nguyên liệu sẽ làm chi phí sản xuất cao hơn. Vì thế, đối với nhà máy thép của Hoa Kỳ ở Gary, tiểu bang Indiana, công ty luyện nhôm của Canada ở Lac Saint-Jean, tỉnh bang Québec, công ty kỹ thuật khuôn đúc của Nhật ở Hiroshima, hay nhà máy sản xuất kính của Đức ở Dusseldorf, thì hậu quả không thể tránh được đó là tăng giá toàn cầu các nguyên liệu,và làm giảm tư thế cạnh tranh so với các đối thủ từ Trung Quốc.

Chi phí sản xuất còn bị siết chặt thêm một vòng nữa. Đó là trong khi các công ty Hoa Kỳ và Tây phương phải gánh chịu các chi phí sản xuất cao hơn, thì các đối thủ cạnh tranh Trung Quốc của họ lại được hưởng các đặc quyền và mức giá nội địa có kiểm soát. Hai yếu tố này đã tạo thêm một lợi thế áp đảo cho các công ty Trung Quốc về chi phí sản xuất và giá cả đối với các đối thủ cạnh tranh ngoại quốc.

Cũng cần nhắc lại rằng, Tổ chức Mậu dịch Thế giới đã nghiêm cấm mọi hình thức hạn chế xuất cảng như thế chính vì nó tạo ra lợi thế cạnh tranh bất chính trong mậu dịch. Nhưng Trung Quốc không thèm đếm xỉa tới điều này. Cả Hoa Kỳ và Âu châu cho tới nay vẫn chưa làm bất cứ cái gì đáng kể để bắt buộc Trung quốc thi hành những quy định đó. Vì vậy, Trung Quốc bảo hộ vẫn duy trì các hạn chế xuất cảng phi pháp như là một công cụ để khống chế - đúng ra là bóp nghẹt - tất cả các ngành công nghiệp nặng và luyện kim trên thế giới.

#7: Phá giá, bán đổ bán tháo và Tập đoàn con Rồng toa rập để định giá đất hiếm

Hạn chế xuất cảng của Trung Quốc mới chỉ là một nửa câu chuyện. Còn nửa kia là hạn chế xuất cảng nhiều loại vật liệu gọi là "đất hiếm". Đất hiếm, với những cái tên lạ tai như cerium, erbium, scandium, và terbium, là nguyên liệu có thế mạnh "châu chấu đá xe" trong ngành sản xuất kỹ thuật cao. Vì có các đặc tính thiết yếu về từ tính và phát quang đặc biệt cũng như khả năng truyền dẫn, tạo và tích trữ năng lượng, nên chỉ một chút đất hiếm cũng có ảnh hưởng rất lớn trong việc chế tạo nhiều loại sản phẩm kỹ thuật cao.

Các sản phẩm thông dụng hiện nay như cuộn dây truyền âm thanh trong ổ cứng của iPod, bình điện dùng trong chiếc xe hơi hybrid, hay các tấm pin năng lượng mặt trời đều ít nhiều sử dụng đất hiếm. Đất hiếm cũng được dùng trong các bộ chuyển đổi xúc tác để lọc khí thải xe hơi cho không khí được trong sạch, trong các máy quang tuyến di động mà bác sĩ dùng để chẩn bệnh nhanh chóng, trong nguồn laser dùng trong các ứng dụng công nghiệp và khoa học, và trong các nam châm dùng trong các hệ thống dẫn đường hiện đại cần có trong các máy bay quân sự và thương mại.

Đất hiếm quan trọng trong cuộc sống của chúng ta như vậy nên thật là một điều đáng lo ngại khi biết rằng Trung Quốc đang thao túng một cách hiệu quả thị trường của nhiều loại đất hiếm. Điều làm chúng ta kinh ngạc về sức mạnh thị trường của Trung Quốc là dù chỉ có một phần ba trữ lượng đất hiếm trên thế giới, nhưng hiện nay Trung Quốc chiếm trên 90% sản lượng đất hiếm trên thế giới.

Làm sao mà Trung Quốc lại có thể tạo ra cái gọi là "Cartel độc quyền đất hiếm" của chính họ? Đó là vì Trung Quốc dùng các thủ đoạn phá giá đi đôi với bán đổ bán tháo.

Đây chính là bài học lấy ra từ "Sổ tay về tổ chức độc quyền Cartel".

Bài học này bắt đầu từ cách đây hơn một thập niên. Đó là khi một số quan chức cao cấp của Đảng Cộng sản Trung Quốc nhận ra được nguồn đất hiếm dồi dào của họ và bắt đầu đổ hàng đống tiền trợ cấp chính phủ vào ngành sản xuất đất hiếm. Mục tiêu mà họ muốn là biến Cộng hòa Nhân dân Trung Quốc thành một "Tập đoàn độc quyền về đất hiếm" giống như OPEC - Tổ chức các Quốc gia Xuất cảng Dầu hỏa.

Để xây dựng và phát triển "Cartel độc quyền đất hiếm", các công ty chính phủ khai thác khoáng sản của Trung Quốc đã cố ý khai thác thặng dư một khối lượng khổng lồ đất hiếm, sau đó cố ý bán phá giá khối lượng khổng lồ đất hiếm đó vào thị trường toàn cầu. Kết quả là làm hạ giá toàn cầu xuống thấp hơn chi phí sản xuất và loại các đối thủ cạnh tranh nước ngoài ra khỏi thị trường đất hiếm.

Thực vậy, một trong những nạn nhân lớn nhất của chiến dịch phá giá của Trung Quốc là một công ty Hoa Kỳ ở Denver, tiểu bang Colorado, có tên là Molycorp. Đã có thời Molycorp là vua của đất hiếm, và mỏ Mountain Pass của họ ở California là mỏ lớn nhất thế giới. Nhưng vì chiến dịch phá giá tận diệt của Trung Quốc, Molycorp buộc phải đóng mỏ vào năm 2002.

Trong nhiều năm qua, khi cartel độc quyền thao túng đất hiếm đã vững, Trung Quốc đã chuyển từ giai đoạn I "bán phá giá", sang giai đoạn II "ép giá". Vì đã bán phá giá tiêu diệt các công ty khai thác khoáng sản nước ngoài nên ở giai đoạn "ép giá" này, Trung Quốc bắt đầu đột ngột tăng giá đất hiếm.

Chẳng hạn như cerium oxide, vật liệu trọng yếu trong việc chế tạo pin nhiên liệu và các bộ chuyển đổi xúc tác. Năm 2007, thì giá toàn cầu chỉ khoảng 3 đô-la một kí-lô. Năm 2010, sau khi Trung Quốc áp dụng chính sách hạn chế xuất cảng, giá của vật liệu cerium oxide nhảy vọt lên tới 23 đô-la mỗi kí-lô - tăng hơn 7 lần chỉ trong vòng 3 năm.

Còn đối với chất samarium oxide thì như thế nào? Đây là loại vật liệu đất hiếm rất quan trọng dùng trong sản xuất các thanh nam châm cực mạnh, và được sử dụng trong trong trị bệnh ung thư bằng phóng xạ... Giá của đất hiếm này đã tăng tới gần 1,000%.

Tất nhiên, việc tăng giá phi thường này đã bắt đầu khiến các nhà đầu tư nước ngoài thận trọng trở lại thị trường đất hiếm, (chính công ty Molycorp cũng đã bắt đầu mở lại mỏ). Tuy nhiên, các đối thủ cạnh tranh của Trung Quốc phải đối mặt với một rủi ro rất lớn: bất cứ lúc nào, các công ty khai thác đất hiếm quốc doanh của Trung Quốc có thể lại sản xuất ào ạt, lại tràn ngập thị trường, lại làm giảm giá, và - bản cũ soạn lại - các công ty như Molycorp lại bị loại ra khỏi ngành kinh doanh về đất hiếm.

Chẳng ngạc nhiên gì, nguy cơ phá giá bất cứ lúc nào do Trung Quốc tạo ra để chèn ép các công ty sản xuất đất hiếm bên ngoài Trung Quốc, đã có tác dụng đúng như chính quyền Trung Quốc mong muốn.

Độc chiêu tối hậu của chiến lược đất hiếm có một khía cạnh nữa, Trung Quốc còn biến trò chơi phá giá để thống trị kinh tế của họ thành một võ khí lợi hại như *cườm tay sắt*[21] để gây sức ép chính trị. Chẳng hạn, trong một vụ nổi tiếng năm 2010, Nhật Bản đã phải nhượng bộ và thả thuyền trưởng liều lĩnh người Trung Quốc bị bắt vì phạm tội cố ý đâm vào tàu tuần dương bảo vệ lãnh hải của Nhật Bản ở vùng biển gần quần đảo Senkaku - vùng lãnh thổ được kiểm soát bởi Nhật Bản, mà Trung Quốc đòi là của họ.

---

[21] "Brass knuckle" - cườm tay sắt: tiếng Pháp là "coup de poing américain": võ khí kim loại đeo vào cườm tay để đấm, gây thương tích nặng cho đối thủ.

Tất nhiên, một trong những lý do chính mà Nhật Bản đã phải cúi đầu nhượng bộ sức ép của Trung quốc là vì Trung Quốc đã ngưng xuất cảng đất hiếm sang Nhật Bản. Đất hiếm là nguyên liệu then chốt trong việc sản xuất của ngành công nghiệp xe hơi và điện tử của Nhật Bản.

#8: Trời ơi! Vạn lý Trường thành Bảo hộ ghê gớm quá!

Vũ khí Hủy diệt Việc làm cuối cùng, là Vạn lý Trường thành Bảo hộ sừng sững và hùng vĩ được xây dựng bằng nhiều loại "gạch" như: thuế đánh vào hàng nhập cảng, những hạn ngạch trá hình một cách sơ sài, thuế hải quan quá mức, các luật lệ "Mua hàng Trung Quốc" bắt buộc dùng hàng nội địa, các rào cản kỹ thuật đối với thương mại, cùng với những mánh khóe bỏ thầu gian lận.

Nói trắng ra thì những bức tường bảo hộ nghĩa là: Trong khi các nhà máy sản xuất máy điện toán của Trung Quốc ở Thẩm Quyến, các công ty may mặc ở Đông Dương, tỉnh Chiết Giang, hay các nhà máy sản xuất phụ tùng máy bay ở Thượng Hải có thể tự do bán hàng hóa ở thị trường Bắc Mỹ, thì những công ty và các đối thủ cạnh tranh của họ ở San Jose, Mexico City, và Dorval, tỉnh bang Québec (Canada), không được tự do bán hàng hóa ở Trung Quốc. Vậy chẳng có gì ngạc nhiên khi thấy nền sản xuất của chúng ta đang trong tình trạng dở sống dở chết.

Tổng kết những quan ngại về Trung Quốc

Khi tổng kết tất cả tám Vũ khí Hủy diệt Việc làm của Trung Quốc sẽ thấy kết quả là hàng triệu việc làm của Hoa Kỳ, Canada, Âu châu, Mexico và Á châu bị mất, và toàn bộ nền sản xuất của Tây phương đã bị khuất phục. Khi kết hợp từng vũ khí trong số tám Vũ khí Hủy diệt Việc làm của Trung Quốc với những dòng người thất nghiệp ở Hoa Kỳ, tình trạng trì trệ kinh tế ở Nhật Bản, khủng khoảng nợ ở

Âu châu, và tình trạng dân chúng nổi loạn ở Mexico, bạn sẽ nhìn thấy một bức tranh rộng lớn hơn: đó là chính sách và chiến lược công nghiệp theo chủ nghĩa con buôn và chủ nghĩa bảo hộ mà Trung Quốc theo đuổi không nhằm vào mục tiêu nào khác ngoài mưu toan thống trị hoàn toàn nền sản xuất thế giới, thống lĩnh thị trường toàn cầu, và khuất phục Thế giới Tây phương về kinh tế.

Trên cương vị là Tổng giám đốc Điều hành của công ty Nucor Steel, ông Dan Dimicco đã hùng hồn phát biểu như sau: "Chúng ta ở trong cuộc chiến tranh mậu dịch với Trung Quốc đã hơn một thập niên. Nhưng chỉ có họ là những người khai hỏa!" Ngay cả Tổng giám đốc luôn luôn 'nhũn nhặn' của tập đoàn General Electrics, ông Jeffery Immelt, trong một lúc thức tỉnh hiếm có cũng phải nhận xét như sau: "Tôi thực sự lo lắng về Trung Quốc, tôi không chắc là cuối cùng họ muốn để cho ai trong chúng ta thắng lợi hay ai thành công".

Rõ ràng là đã quá muộn rồi, đến lúc Hoa Kỳ và các đồng minh trong thị trường tự do và mậu dịch phân minh cần phải phản pháo lại đối thủ Trung Quốc. Cũng đã quá muộn rồi đến lúc các nhà lãnh đạo của Đảng Cộng sản Trung Quốc cần phải biết điều này: Tổ chức Mậu dịch Thế giới được thành lập chỉ vì một mục đích, đó là phát huy một nền mậu dịch tự do thực sự và đẩy mạnh phát triển chung cho tất cả các quốc gia trên thế giới. Bằng tám Vũ khí Hủy diệt Việc làm, Trung Quốc đã phá hoại một cách có hệ thống cái khung của tự do mậu dịch – thậm chí họ còn liên tục chiếm lĩnh hết thị trường này tới thị trường khác của Hoa Kỳ dưới chiêu bài WTO. Đây là một trong những việc làm bẩn thỉu và đê tiện nhất trong lịch sử kinh tế thế giới: cần phải chặn đứng cái chủ nghĩa con buôn và chủ nghĩa bảo hộ Trung Quốc. Không làm ngay thì còn chờ tới khi nào nữa? Nếu Hoa Kỳ không làm thì quốc gia nào sẽ làm? Như Thủ tướng Winston Churchill đã từng nói: "Người ta tin là người Mỹ luôn luôn làm điều đúng, sau khi họ đã dùng hết những giải pháp khác". Bây giờ chính là lúc chúng ta đã đến thời điểm đó.

Chương 5

Chết bởi thủ đoạn thao túng tiền tệ: *Ngọa Hổ, Kình Long*[22]

Công nhân Hoa Kỳ có thể cạnh tranh với công nhân Trung Quốc tính theo từng đồng đô-la một. Nhưng họ không thể cạnh tranh khi tỷ giá đô-la so với đồng nhân-dân-tệ bị thao túng.

Eric Lotke, *Chiến dịch vì Tương lai Hoa Kỳ*

Nếu tiền là căn nguyên của mọi xấu xa, thì sự thao túng đồng nhân-dân-tệ của Trung Quốc là cái rễ cái phát sinh mọi lệch lạc trong quan hệ thương mại Hoa Kỳ - Trung Quốc. Hơn một thập niên, thâm hụt mậu dịch trầm trọng của Hoa Kỳ đối với Trung Quốc đã làm chậm đáng kể tỷ lệ tăng trưởng kinh tế và nâng cao tỷ lệ thất nghiệp ở Hoa Kỳ. Trung Quốc đã không thể tiếp tục hút cạn sinh lực của kinh tế Hoa Kỳ nếu không có những nanh vuốt thao túng tiền tệ.

Trung Quốc thao túng tiền tệ bằng cách cố tình "gài" nhân-dân-tệ với đô-la Hoa Kỳ ở một tỷ giá thấp dưới giá trị thật một cách bỉ ổi. Để hiểu lý do tại sao điều này lại phá hoại kinh tế Hoa Kỳ, cần biết rằng nền kinh tế bất kỳ quốc gia nào cũng chỉ phụ thuộc vào bốn yếu tố: mức chi tiêu

---

[22] "Crouching Tiger, Nuking Dragon": lấy ý từ phim Crouching Tiger, Hidden Dragon tức Ngọa Hổ Tàng Long của Đạo diễn Trương Nghệ Mưu. Nuking mang nghĩa nuclear tức dùng bom hạt nhân để tấn công. Trong đoạn này có nghĩa là dùng "bom" tài chánh có sức công phá và huỷ diệt mạnh mẽ như bom hạt nhân để phá hoại kinh tế Hoa Kỳ. Kình là động từ nghĩa là kình địch, nhưng chưa đến mức tấn công. Con Rồng Trung Quốc đang kình địch với Hoa Kỳ.

của người tiêu dùng, mức đầu tư kinh doanh, chi tiêu chính phủ và *"thặng dư xuất cảng[23]"*.

Động lực tăng trưởng sau cùng – thặng dư xuất cảng – là quan trọng nhất khi bàn về thao túng tiền tệ, vì nó đo lường sự chênh lệch của tổng số xuất cảng trừ đi tổng số nhập cảng. Nhận xét quan trọng dưới đây nhấn mạnh vai trò thiết yếu của thặng dư xuất cảng đối với nền kinh tế:

> *Khi Hoa Kỳ chịu thâm hụt triền miên với Trung Quốc, tỷ lệ tăng trưởng kinh tế quan trọng bị giảm nhiều. Tỷ lệ tăng trưởng bị chậm lại này lại làm giảm số công việc được tạo ra.*

Dĩ nhiên, trong khi kinh tế Hoa Kỳ bị tăng trưởng chậm và thất nghiệp cao thì Trung Quốc được hưởng tác dụng ngược lại. Con Rồng Trung Quốc *thăng lên*, trong khi Hoa Kỳ *thoái lui[24]*.

Mỗi ngày một già hơn, một nợ nần hơn, một tăng trưởng chậm hơn

Vậy thì thâm hụt mậu dịch của chúng ta so với Trung Quốc lớn đến mức nào? Bao nhiêu việc làm đã mất vì "sự lệ thuộc nhập cảng từ Trung Quốc"? Và tại sao thao túng tiền tệ là lý do chính yếu khiến Hoa Kỳ không thể giảm thiểu đáng kể mức thâm hụt mậu dịch? Chỉ khi biết được các câu trả lời, chúng ta mới có thể thoát khỏi bẫy thao túng tiền tệ của Trung Quốc. Hãy bắt đầu với quy mô thâm hụt mậu dịch của Hoa Kỳ.

Xét về con số tuyệt đối, Hoa Kỳ nhập cảng từ Trung Quốc nhiều hơn xuất cảng sang Trung Quốc gần 1 tỷ đô-la

---

[23] "Net exports" - Thặng dư xuất cảng: tức tổng số xuất cảng trừ đi tổng số nhập cảng.

[24] "The Dragon booms while America goes bust" - Con Rồng Trung Quốc thăng lên, trong khi Hoa Kỳ thoái lui: Tác giả chơi chữ boom và bust, dịch là thăng lên và thoái lui.

mỗi ngày làm việc. Đây không phải lỗi đánh máy; *hàng tỷ* chứ không phải *hàng triệu*.

Còn xét về con số tương đối, mức thâm thủng cũng làm kinh ngạc không kém. Trung Quốc chiếm đến khoảng một nửa mức thâm hụt thương mại về hàng hóa của Hoa Kỳ hàng năm, và lên đến 75% khi không kể tới số nhập cảng dầu hỏa. Như vậy, căn cứ trên các thống kê này thì suy luận hợp lý về chính sách là:

Nếu Hoa Kỳ muốn giảm mức thâm hụt mậu dịch, để tăng tỷ lệ phát triển, và tạo thêm nhiều việc làm thì điểm tốt nhất để bắt đầu chính là cải cách tiền tệ với Trung Quốc.

Tầm ảnh hưởng thực sự của việc lệ thuộc nhập cảng từ Trung Quốc lên mức tăng trưởng và tỷ lệ thất nghiệp của Hoa Kỳ cũng làm chúng ta giật mình sửng sốt. Cả thập niên vừa qua, mức thâm thủng mậu dịch so với Trung Quốc đã lấy mất gần nửa phần trăm tăng trưởng GDP hàng năm của chúng ta. Con số trông có vẻ không lớn, nhưng nửa phần trăm này đã có tác động tích lũy làm kinh tế Hoa Kỳ không thể cung cấp hàng triệu việc làm. Giả sử chúng ta có được số việc làm này bây giờ, cộng thêm hàng triệu việc làm nữa trong khu vực sản xuất không bị hủy hoại do các thủ đoạn mậu dịch bất chính khác của Trung Quốc, chúng ta sẽ không thấy những hàng người thất nghiệp rồng rắn nối đuôi nhau quanh các tòa nhà chính phủ, những bãi hoang nhà khóa cửa im lìm chờ bị tịch thu, và những công xưởng trống trơn đầy cỏ dại ở Hoa Kỳ. Trái lại chúng ta hẳn vẫn cảm thấy an toàn thoải mái về tài chính.

Cũng xin nói thêm là những dữ kiện gây choáng ngộp này lại làm chúng ta nhớ tới chuyện Willie Sutton, một tay cướp nhà băng khét tiếng. Khi Sutton bị chất vấn tại sao lại cướp ngân hàng, hắn trả lời, "Bởi vì ở đó có tiền". Cũng giống như ngân hàng là nơi có tiền, nhắm vào chính sách thao túng tiền tệ của Trung Quốc là cách có nhiều triển vọng nhất để giảm thâm hụt mậu dịch và lấy lại phong độ tăng trưởng kinh tế.

Những thời khó khăn của Hoa Kỳ do chính sách khóa cứng tỷ giá của Trung Quốc

Như vậy Trung Quốc đã thao túng tiền tệ như thế nào? Họ đã thực hiện hữu hiệu bằng cách khóa cứng đồng nhân-dân-tệ với đồng đô-la ở một tỷ lệ thấp dưới giá trị thực: khoảng 6 nhân-dân-tệ đổi lấy 1 đô-la. Đồng nhân-dân-tệ quá rẻ đã trở nên một thứ trợ cấp béo bở cho các nhà xuất cảng Trung Quốc, trong khi lại là thứ thuế nặng đánh lên hàng hóa Hoa Kỳ nhập cảng vào Trung Quốc. Kết quả của chính sách thao túng tiền tệ này, phối hợp với các thủ đoạn mậu dịch bất chính khác như đã được đề cập, đã gây nên tình trạng thâm thủng mậu dịch mãn tính của Hoa Kỳ với mức độ trầm trọng mà chúng ta đã mô tả ở trên.

Và đây là điểm then chốt liên hệ tới vấn đề thao túng tiền tệ: sự bất cân xứng mậu dịch Hoa Kỳ - Trung Quốc đã không thể nào có được trong một thế giới tự do mậu dịch nếu Trung Quốc thả nổi tiền tệ của mình một cách tự do, cũng như bao loại tiền tệ thả nổi khác trên thế giới như yen của Nhật, real của Brazil, franc của Thụy Sĩ, rupee của Ấn Độ, và đô-la của Hoa Kỳ.

Trong một thế giới tự do mậu dịch với việc thả nổi hoàn toàn các tỷ giá, sự bất cân xứng thương mại Hoa Kỳ - Trung Quốc sẽ không bao giờ kéo dài, bởi vì khi mức thâm hụt của Hoa kỳ tăng lên, đồng đô-la sẽ giảm giá đi so với đồng nhân-dân-tệ. Khi đô-la mất giá, hàng xuất cảng của Hoa Kỳ sang Trung Quốc sẽ tăng lên, hàng nhập từ Trung Quốc sẽ giảm, và mậu dịch sẽ quay về vị trí cân bằng. Tuy nhiên, bằng cách gài đồng nhân-dân-tệ vào đồng đô-la, một Trung Quốc theo chủ nghĩa con buôn đã làm đảo lộn tiến trình điều chỉnh mậu dịch tự nhiên này, thậm chí nó còn làm suy yếu cơ cấu mậu dịch tự do toàn cầu vốn dựa trên triển vọng các bên cùng có lợi.

Con Rồng có móng vuốt hạt nhân tuyên bố một loại chiến tranh mới

Chính quyền Trung Quốc đã bắt đầu một chiến dịch đồng loạt tung ra các đe dọa kinh tế chống lại Hoa Kỳ, ngụ ý rằng họ có thể đổi ra tiền mặt số trái phiếu Hoa Kỳ khổng lồ họ đang nắm giữ, nếu Washington áp đặt các cô lập thương mại... Được mô tả như là "phương án chiến tranh hạt nhân" trên báo chí của chính phủ Trung Quốc, hành động đó có thể khiến cho đồng đô-la sụp đổ... Nó cũng làm tăng vọt tỷ lệ sinh lời của trái phiếu chính phủ Hoa Kỳ, làm chao đảo thị trường nhà đất và có lẽ sẽ đẩy nền kinh tế Hoa Kỳ vào suy thoái.

The London Telegraph

Thật là tồi tệ khi mà chính sách thao túng tiền tệ của Trung Quốc đã đẩy kinh tế Hoa Kỳ kẹt vào giai đoạn chạy tốc độ chậm trong khi hủy diệt hàng triệu việc làm. Còn tồi tệ hơn nữa, "cái chết bởi thao túng tiền tệ" này lại đe dọa kéo theo "cái chết của chủ quyền chính trị Hoa Kỳ". Tâm điểm của vấn đề là những lời đe dọa mà những kẻ hiếu chiến đang điều hành Ngân hàng Trung ương Trung Quốc đưa ra. Chúng gọi đó là "phương án chiến tranh hạt nhân tài chính", và nó bao gồm cả chuyện sử dụng dự trữ ngoại hối khổng lồ của Trung Quốc để làm xáo trộn các ngân hàng Hoa Kỳ, thị trường chứng khoán, và thị trường trái phiếu.

Để biết được mối đe dọa của Trung Quốc "thả bom" hệ thống tài chính là đáng tin đến mức nào, chúng ta nên mô tả chi tiết hơn cách Trung Quốc thao túng tiền tệ. Quá trình này bắt đầu khi bạn hay tôi bước vào cửa hàng như Walmart chẳng hạn và mua một sản phẩm Trung Quốc, sau đó những đồng đô-la này sẽ được đưa ra ngoài nước.

95

Lúc này, để duy trì tỷ giá cố định đồng đô-la so với đồng nhân-dân-tệ, Trung Quốc phải nhanh chóng hồi chuyển số "đô-la Walmart" đó của chúng ta quay trở lại Hoa Kỳ bằng cách mua tài sản tài chính như trái phiếu chính phủ, bất động sản, hay các công ty Hoa Kỳ; nếu không, áp lực tăng giá sẽ bị áp đặt lên đồng nhân-dân-tệ.

Đây là mánh lới đáng chú ý nhất về thủ đoạn thao túng tiền tệ: trước khi chính quyền Trung Quốc có thể hồi chuyển bất cứ đồng đô-la Walmart nào của chúng ta, họ phải thâu những đô-la này từ tay những nhà xuất cảng Trung Quốc. Điều này được thực hiện bằng một mánh lới khá lắt léo được gọi là "khử tiền[25]".

Để "khử" những đồng đô-la Walmart của chúng ta ra khỏi thị trường nội địa, chính quyền Trung Quốc ép các nhà xuất cảng trong nước phải mua trái phiếu chính quyền Trung Quốc định giá bằng đô-la Hoa Kỳ. Khi giao tiền đô-la cho chính phủ, các nhà xuất cảng nhận được các trái phiếu "khử tiền" này với lãi suất khoảng 4%. Sau đó chính phủ Trung Quốc lại đầu tư những đô-la này vào trái phiếu chính quyền Hoa Kỳ với lãi suất thấp dưới 2%. Trung Quốc do đó mất 2% hay nhiều hơn về lãi suất cho mỗi đô-la Hoa Kỳ được "khử", và khoản lỗ này lên đến hàng tỷ đô-la.

Câu hỏi là tại sao Ngân hàng Trung ương Trung Quốc sẵn sàng gánh chịu khoản lỗ khổng lồ như vậy? Câu trả lời là bởi vì Đảng Cộng sản Trung Quốc quan tâm nhiều hơn đến việc tạo công ăn việc làm để duy trì sự ổn định chính trị và sự toàn trị đất nước hơn là việc kiếm tiền thực thụ. Đó là một trong những sự khác biệt lớn giữa chủ nghĩa tư bản Hoa Kỳ thực dụng và chủ nghĩa tư bản bá đạo mà nhà nước Trung Quốc đã thực hiện qua chủ trương *"đóng cửa*

---

25 "sterilization" - khử tiền.

đi ăn mày[26]". Và họ không hề bận tâm là trong thủ đoạn thao túng tiền tệ "lợi mình hại người" này số việc làm tạo ra tại Trung Quốc lại chính là số việc làm bị mất đi trong nền kinh tế Hoa Kỳ.

Thực vậy, thủ đoạn thao túng tiền tệ này đã tích lũy được một quỹ dự trữ ngoại hối trên hai nghìn tỷ đô-la Hoa Kỳ do Ngân hàng Nhân dân Trung Quốc nắm giữ, và ngân hàng này đã nghiễm nhiên trở thành một ngân hàng cho vay cầm cố[27] của người Mỹ. Để thấy rõ con số này lớn như thế nào, chúng ta sẽ rất kinh ngạc khi biết nó còn lớn hơn *tổng sản lượng quốc gia* (GNP)[28] của Ấn Độ hay Canada, và gần bằng GNP của nước Anh. Nó cũng lớn hơn tổng sản lượng nội địa (GDP) của cả ba nước Đại Hàn, Mexico, và Ireland gom lại!

Con số lớn kinh khủng này cũng có nghĩa rằng: Trung Quốc có thể đem quỹ dự trữ ngoại hối của họ mua quyền kiểm soát trong tất cả công ty lớn của Hoa Kỳ có niêm yết trên danh sách Chỉ số Trung bình Công nghiệp Dow Jones, trong đó có các công ty khổng lồ như Microsoft, Exxon, và Walmart, mà vẫn còn dư tiền để mua phần lớn cổ phần của Apple, Intel, và Ford.

---

[26] "Beggar *thy neighbour"* - *đóng cửa đi ăn mày.*

[27] mortgage banker" - ngân hàng cho vay cầm cố.

[28] Gross National Product - GNP: Theo Gs. Kenneth N. Matziorinis, Tổng sản lượng quốc gia là một chỉ số kinh tế quốc gia nói về mức sản xuất và dịch vụ của tất cả thường trú dân trong và ngoài phạm vi lãnh thổ quốc gia. Một cách cụ thể, GNP là giá thi trường của tất cả sản phẩm và dịch vụ ở giai đoạn sau cùng tạo ra bởi tất cả thường trú dân trong lãnh vực thị trường của một nền kinh tế trong 1 năm.

Ghi chú: GNP bao gồm luôn cả doanh thu của thường trú dân thu được khi bán sản phẩm và dịch vụ ở ngoài lãnh thổ quốc gia. GNP không tính doanh thu của người không phải thường trú dân khi thu được trong giới hạn lãnh thổ quốc gia. (Xin xem thêm định nghĩa của GDP).

Chính sự tích lũy khổng lồ quỹ dự trữ ngoại hối bằng đô-la Hoa Kỳ đã khiến cho Đảng Cộng sản Trung Quốc có cơ sở đe dọa tàn phá hệ thống tài chính Hoa Kỳ. Như Hà Phàm thuộc Học viện Khoa học Xã hội Trung Quốc đã nói - khi đe dọa sử dụng "phương án tấn công hạt nhân" về tài chính - rằng giả sử Trung Quốc bắt đầu bán tháo đô-la thì "đồng đô-la sẽ tuột giá thê thảm". Và như trích dẫn ở đầu chương đã mô tả rất đầy đủ, sự sụp đổ đồng đô-la "sẽ làm tăng vọt tỷ lệ sinh lời của trái phiếu chính phủ Hoa Kỳ, làm chao đảo thị trường nhà đất và có lẽ sẽ đẩy nền kinh tế Hoa Kỳ vào suy thoái".

Thực vậy, đã có bằng chứng rõ ràng cho thấy một chú Sam bạc nhược bắt đầu dâng hiến cho Trung Quốc ít nhất một vài chủ quyền chính trị của Hoa Kỳ vì sợ nguy cơ rất có thể xẩy ra của phương án tấn công hạt nhân bằng tài chính từ phía Trung Quốc. Quả thật như vậy, hiện nay bất cứ khi nào mà Tòa Bạch Ốc, Quốc hội hay Đại diện Mậu dịch Hoa Kỳ lên tiếng hăm dọa bài trừ các thủ đoạn mậu dịch bất chính, Trung Quốc liền bắn một phát hỏa tiễn cảnh cáo bằng cách đe dọa bán tháo - và trong vài trường hợp có bán tháo thật – dự trữ đô-la. Thật vậy, sự tồn tại của mối "đe dọa hạt nhân tài chính" giải thích phần lớn hành động rụt rè triền miên đối với Trung Quốc của mấy đời Bộ trưởng Tài chính trong thập niên qua, từ Hank Paulson dưới thời Bush cho đến Timothy Geithner dưới thời Obama.

Mong bạn hiểu rõ điều này: với thời gian, quả là điều cực kỳ ngây thơ cho bất kỳ người Mỹ nào nếu họ nghĩ rằng chiêu thức "tống tiền bằng đồng bạc xanh" của Trung Quốc chỉ giới hạn trong các vấn đề mậu dịch. Một lúc nào đó, các quan chức Trung Quốc có thể sử dụng vũ khí này đối với bất cứ vấn đề địa lý chính trị nào: từ chuyến thăm Tòa Bạch Ốc của Đức Đạt Lai Lạt Ma, bán vũ khí cho Ấn Độ cho đến mối xung đột dai dẳng trên bán đảo Đại Hàn, cũng như vấn đề nhạy cảm Hoa Kỳ ủng hộ Đài Loan.

Trung Quốc, xin các ngài cho chúng tôi vô số bạc cắc!

Sự thao túng tiền tệ của Trung Quốc không chỉ làm mất chủ quyền chính trị của Hoa Kỳ. Nó còn làm nước Mỹ tự sa vào "nạn chi tiêu quá mức". Xin nhớ rằng trong quá trình thao túng tiền tệ, chính quyền Trung Quốc phải duy trì cái tỷ giá cố định giữa đồng nhân-dân-tệ và đồng đô-la, chủ yếu bằng cách mua trái phiếu chính quyền Hoa Kỳ. Bằng cách này, chủ nợ Trung Quốc của chúng ta đã giúp các nhà chính trị Hoa Kỳ tài trợ cho mức thâm hụt ngân sách khổng lồ.

Điều mỉa mai là Trung Quốc đã giúp chúng ta có tiền để tài trợ các chương trình như chương trình kích thích tài chính hàng loạt của Hoa Kỳ và chính sách cho vay dễ dàng của Cơ quan Dự trữ Liên bang. Bởi vì nói cho cùng thì chính vì mức thâm hụt mậu dịch như hút máu với Trung Quốc mà các nhà chính trị Hoa Kỳ đã phải tiếp tục dùng khiếm hụt ngân sách để hà hơi tiếp sức cho nền kinh tế èo ọt, đến nỗi chúng ta ngày một mắc nợ sâu đậm hơn một chế độ độc tài đang hưởng lợi từ sự suy vong của Hoa Kỳ.

Thực vậy, tất cả quá trình buồn thảm này mà trong đó Trung Quốc đóng vai người cho Hoa Kỳ vay nợ, là một phần của cuộc "thương lượng với Quỷ dữ" mà Tổng thống Barrack Obama đã thực hiện ngay từ lúc nhậm chức và quên lời hứa sẽ mạnh tay với chủ nghĩa con buôn Trung Quốc. Ở đây, chúng ta cần nhớ rõ rằng trong cuộc vận động tranh cử 2008, tại các tiểu bang công nghiệp chủ chốt vẫn còn đang do dự như Illinois, Michigan, Ohio, và Pennsylvania, ứng cử viên tổng thống Barack Obama đã hứa đi hứa lại rằng sẽ chấm dứt các thủ đoạn mậu dịch bất chính của Trung Quốc.

Tuy nhiên từ khi nhậm chức, Bộ Tài chính của Tổng thống Obama, do Timothy Geithner làm bộ trưởng như đã nói ở trên, đã nhiều lần từ chối không lên tiếng đổ lỗi cho

Trung Quốc là kẻ thao túng tiền tệ. Đáng tiếc là phải đổ lỗi như vậy thì Hoa Kỳ mới có lý do chính đáng để đánh thuế nhập cảng nhằm hóa giải một trong những đòn lợi hại nhất của chủ nghĩa con buôn Trung Quốc. Nhưng thay vì thực thi lời hứa khi tranh cử, Tổng thống Obama đã chọn một cuộc thương lượng nguy hiểm với Quỷ dữ Trung quốc: "Ngươi cứ tiếp tục mua trái phiếu của ta đi, và ta sẽ không áp dụng bất kỳ biện pháp nào đáng kể để cải cách mậu dịch". Bằng cách này, ngài Tổng thống đã sai lầm khi đặt chính trị và nhu cầu tài chính ngắn hạn của chính quyền ông ta lên trên triển vọng phục hồi kinh tế dài hạn của Hoa Kỳ. Đây là hoàn toàn sai, bởi vì cho dù có mượn bao nhiêu nghìn tỷ "đô-la Walmart" từ Trung Quốc để đổ vào nền kinh tế Hoa Kỳ, những đồng tiền kích thích này cũng chẳng đi đến đâu cho đến khi chúng ta có được cải cách tích cực về tiền tệ với Trung Quốc.

Hoa Kỳ mắc kẹt trong thang máy kinh tế toàn cầu

Chúng tôi quá chán nản rồi. Chính sách con buôn của Trung Quốc đã làm thương tổn các nước trên thế giới, không phải chỉ Hoa Kỳ. Nó góp phần gây nên cuộc suy thoái toàn cầu. Trung Quốc muốn được đối xử như một nước đang phát triển, nhưng họ là một gã khổng lồ, là nước xuất cảng hàng đầu trên thế giới.

Lindsay Graham, *Thượng nghị sĩ (Đảng Cộng hòa – tiểu bang Nam Carolina)*

Sau hết nhìn trên bình diện toàn cầu, việc thao túng tiền tệ của Trung Quốc không chỉ làm tổn hại kinh tế Hoa Kỳ. Nó đe dọa xé tan toàn bộ cấu trúc kinh tế toàn cầu và cơ cấu mậu dịch tự do. Vấn đề là ở chỗ: mỗi khi đồng đô-la giảm so với các loại tiền tệ khác như euro, real, won, hay yen – như hiện nay thường xảy ra - thì đồng nhân-dân-tệ cũng tuột giá theo nó. Việc tuột giá của đồng nhân-dân-tệ so với các tiền tệ khác lại cho con buôn Trung Quốc một

100

lợi thế sắc bén hơn đối với các đối thủ cạnh tranh khắp thế giới, từ châu Âu và Brazil cho đến Nhật Bản và Đại Hàn. Kết quả là xuất cảng suy giảm đã đẩy châu Âu vào kinh tế trì trệ và kéo dài thêm sự tăng trưởng yếu kém của Nhật Bản vốn đã diễn ra cả chục năm nay. Trong khi đó, lạm phát gia tăng ở các quốc gia như Úc và Brazil, do các dòng tiền nóng đầu cơ và do sự tăng giá hàng hóa do ảnh hưởng đồng nhân-dân-tệ được định giá quá thấp.

Trong khi các diễn biến này xảy ra – và bất chấp các lời kêu gọi lập đi lập lại từ các định chế như Quỹ Tiền tệ Quốc tế và Ngân hàng Thế giới yêu cầu Trung Quốc tăng giá đồng nhân-dân-tệ – Trung Quốc vẫn khăng khăng không chịu cải tổ. Đường lối cứng rắn này xuất phát ngay từ cấp lãnh đạo cao nhất của Trung Quốc; như một câu ngạn ngữ nói: "Cá ươn từ đầu trở xuống".

Ví dụ, hãy nghe câu trả lời không ai tin được của Thủ tướng Ôn Gia Bảo. Trước áp lực đòi định giá lại đồng nhân-dân-tệ của các thành viên khác trong khối G-20, thủ tướng Ôn nói: "Trước tiên, tôi không nghĩ đồng nhân-dân-tệ được định giá thấp". Đúng đấy, ông Ôn! [Nói như vậy thì chắc ông cũng nói rằng] không khí ở Bắc Kinh rất trong sạch, người Tây Tạng rất thích đất nước họ là một phần của Trung Quốc, người dân được tự do ngôn luận ở Thượng Hải, và phi thuyền thăm dò mặt Trăng của Trung Quốc cho thấy mặt Trăng làm bằng phó-mát Thụy Sĩ.

Thực vậy, với các kiểu trả lời vô lý như vậy của các lãnh đạo Đảng Cộng sản Trung Quốc trước áp lực quốc tế, không biết việc Trung Quốc chối không thao túng tiền tệ là một bi kịch của Shakespeare hay một hài kịch của Molière. Bởi vì nói cho cùng, trong số các quốc gia hưởng lợi nhờ sự lên giá của đồng nhân-dân-tệ thì Trung Quốc là nước hưởng lợi nhất.

Trước hết, một đồng nhân-dân-tệ mạnh lên sẽ khắc phục lạm phát đang gia tăng nhanh chóng ở Trung Quốc, vì một đồng nhân-dân-tệ mạnh sẽ hạ giá xăng dầu, nguyên liệu, và vô số vật liệu mà Trung Quốc cần để vận hành các nhà máy. Thêm một điều quan trọng để chống lạm phát nữa là một đồng nhân-dân-tệ mạnh cũng nhanh chóng chặn đứng các dòng «tiền nóng» đầu cơ đang đổ vào làm tăng giá thị trường chứng khoán và thổi phồng cái bong bóng bất động sản tại Trung Quốc.

Điều quan trọng nhất là đồng nhân-dân-tệ mạnh sẽ cải thiện đáng kể mãi lực của người tiêu dùng có thu nhập thấp ở Trung Quốc. Bằng cách này, cải cách tiền tệ sẽ làm Trung Quốc phụ thuộc ít hơn vào mức xuất cảng ra thị trường thế giới - một điểm yếu được mô tả như gót chân Achilles của mô hình tăng trưởng Trung Quốc.

Tiếc thay, các lãnh đạo Trung Quốc từ chối chấp nhận lý lẽ thuyết phục của thông điệp này. Thay vào đó, những nhà ý thức hệ lỗi thời này vẫn khăng khăng bảo vệ quan điểm ngoan cố cho rằng nâng cao giá trị đồng nhân-dân-tệ mạnh lên sẽ hủy hoại nền kinh tế Trung Quốc vì xuất cảng sẽ bị giảm mạnh. Nhưng đó cũng là một cách khác để nói rằng phương thức duy nhất giữ Trung Quốc tiếp tục phát triển là bằng cách làm cho các nước khác trên thế giới nghèo đi. Ta cũng cần nhận thấy rằng chủ trương làm nghèo các nước khác trên thế giới và đặc biệt là làm suy nhược nền kinh tế và sản xuất Hoa Kỳ, thực ra cũng rất có thể là một trong những mục tiêu quân sự và chiến lược dài hạn của Trung Quốc.

Chương 6

Chết bởi những doanh nghiệp Hoa Kỳ phản bội: Khi màu xanh đô-la che phủ màu cờ Hoa kỳ

General Electric có kế hoạch đổ hơn 2 tỷ đô-la vào Trung Quốc từ nay đến 2012. Tập đoàn này tiếp tục chuyển các nhà máy từ Hoa Kỳ sang Trung Quốc và tạo ra hơn 1,000 việc làm mới... Tháng vừa rồi, GE đã quyết định đóng cửa nhà máy bóng đèn tại Virginia và chuyển 200 việc làm đó đến Trung Quốc.

London's Daily Mail

Không có danh dự trong thâm tâm kẻ cắp – và không có lòng yêu nước trong các công ty Hoa Kỳ. Đó là thông điệp rất rõ ràng mà các công ty như General Electric, Caterpillar, và Evergreen Solar đang chuyển đến người dân Hoa Kỳ ngày nay, bằng hành động đóng cửa các nhà máy cũ kỹ tại Hoa Kỳ và khai trương các nhà máy mới tinh, hiện đại nhất tại vùng đất của Rồng. Bằng cách tháo chạy qua Trung Quốc, những con chuột lemmings[29] phản bội này không những đẩy đất nước của họ xuống vực thẳm mà còn ký vào bản án tử hình trong tương lai của chính công ty họ. Trước kia đâu có vậy.

Đầu thế kỷ này, khi Trung Quốc mới gia nhập Tổ chức Mậu dịch Thế giới và bắt đầu dùng thủ đoạn con buôn tấn công vào nền sản xuất Hoa Kỳ, các tổng giám đốc doanh nghiệp Hoa Kỳ đã kề vai sát cánh cùng công nhân phản đối

---

[29] Lemmings: chuột nhắt sống trong vùng băng tuyết trong vùng Bắc cực.

103

mạnh mẽ các thủ đoạn mậu dịch bất chính của Trung Quốc. Tuy nhiên, những lời cảnh cáo nghiêm trọng đó của liên minh chủ thợ doanh nghiệp đã rơi vào các lỗ tai điếc của các người trong Tòa Bạch Ốc dưới thời ông Bush, là những người có tư tưởng cứng nhắc không phân biệt được sự khác biệt nghiêm trọng giữa mậu dịch tự do có lợi cho tất cả và mậu dịch bất chính chỉ có lợi cho Trung Quốc.

Bây giờ, một thập niên sau, liên minh chủ thợ doanh nghiệp Hoa Kỳ đã chịu cùng số phận chẳng khác gì những người đấu tranh vì dân chủ đã bỏ mình trên quảng trường Thiên An Môn. Trong bài toán chính trị mới, với mỗi việc làm mới của người Mỹ và mỗi nhà máy mới được chuyển sang Trung Quốc, những tổ chức được gọi là "tổ chức Hoa Kỳ" như Bàn tròn Doanh nghiệp, Hội các Công ty Sản xuất Quốc gia, và Phòng Thương mại Hoa Kỳ cũng biến từ các nhà phê bình trung kiên thành những kẻ biện hộ ngoan ngoãn cho một nước Trung Quốc con buôn và bảo hộ mặc sức làm gì thì làm với kinh tế Hoa Kỳ và công nhân Hoa Kỳ.

Điều trớ trêu tột độ trong sự phản bội của các doanh nghiệp Hoa Kỳ là: trong quá trình tiếp tay Trung Quốc tàn phá nền sản xuất Hoa Kỳ, phần lớn các doanh nghiệp phản bội này cũng đang tàn phá tương lai của chính công ty mình. Họ đang làm như vậy bằng cách dâng hiến cho Trung Quốc không chỉ những kỹ thuật hiện tại mà còn cả khả năng sáng tạo ra kỹ thuật mới.

Để hiểu lý do tại sao lại như vậy, tại sao nhiều tổng giám đốc doanh nghiệp Hoa Kỳ sẵn lòng để cho sự tôn thờ đồng đô-la xanh che phủ màu cờ đỏ trắng xanh của Hoa Kỳ, trước hết chúng ta phải hiểu và phân tích "Ba đợt chuyển dịch ra nước ngoài", đặc điểm của cuộc di tản hàng triệu việc làm từ Hoa Kỳ sang Trung Quốc.

Đợt thứ nhất: Chế độ lao động nô dịch Trung Quốc bắt đầu

Đợt chuyển dịch ra nước ngoài đầu tiên từ từ bắt đầu ngay sau khi Đảng Cộng sản mở cửa "Thiên đường Nhân công" của Trung Quốc cho Tây phương vào năm 1978. Nó được gọi là "Cải cách theo thị trường", thực ra là hủy bỏ các phúc lợi về y tế và hưu trí cũng như quyền về an toàn lao động và thù lao tương xứng của công nhân. Điều mỉa mai là trong khi đó cuộc cải cách vẫn không giải phóng nền kinh tế Trung quốc ra khỏi sự thống trị của các công ty quốc doanh và chế độ kế hoạch tập trung của Đảng Cộng sản Trung Quốc. Không phải ngẫu nhiên mà trong vài thập niên, các công ty Tây phương như Mattel, Reebok, và Schwinn bắt đầu sản xuất ra ngày càng nhiều các sản phẩm giá trị thấp, tốn nhiều công sức như đồ chơi, giày thể thao, xe đạp – bằng nhân công rẻ của Trung Quốc.

Chính trong đợt chuyển dịch này, mô hình lao động nô dịch phổ biến ở Trung Quốc ngày nay đã được hoàn thiện. Trong các công xưởng, các nam nữ thanh niên trẻ (và không ít trẻ em) mới từ nông thôn ra, ký các hợp đồng ràng buộc khắt khe mà họ không đủ trình độ để hiểu. Họ chen chúc làm việc trong các xưởng máy đông nghẹt, nóng, và dơ bẩn, từ 12 đến 16 tiếng một ngày. Họ ăn và ngủ trong các khu ký túc xá chật chội thường có cửa sổ song sắt hoặc vây bởi hàng rào trong khu vực công ty. Nếu họ cố trốn thoát, họ sẽ bị đánh đập. Nếu họ định tổ chức đình công, họ sẽ bị đánh đập và sau đó bị sa thải.

Chính những người nô lệ lao động thời kỳ hiện đại, làm việc chỉ với 40 xu 1 giờ, đã tạo ra các đồ chơi cho trẻ em chúng ta chơi, đúc đế giày để chúng ta chạy, và may áo để chúng ta mặc. Một sự thật đau lòng trong chuỗi dây xích trói chặt những người nhân công này vào "*Thế giới*

Dickens [30]kiểu Trung Quốc", là nhiều người vẫn thấy hạnh phúc hơn trong hoàn cảnh nghiệt ngã đó, bởi vì dù các công xưởng của Rồng có tồi tệ đến đâu nhưng vẫn còn hơn cuộc sống của người nông dân Trung Quốc.

Đợt thứ hai: Nếu không thắng được họ, thì theo họ

Đợt thứ hai bắt đầu ngay khi Trung Quốc gia nhập Tổ chức Mậu dịch Thế giới năm 2001 và bắt đầu tấn công trực diện vào nền sản xuất Hoa Kỳ bằng "vũ khí hủy diệt việc làm" như trợ cấp xuất cảng bất hợp pháp và thao túng tiền tệ. Bị bao vây bởi các nhà máy Trung Quốc, ngày càng nhiều giám đốc doanh nghiệp Hoa Kỳ nhận ra rằng: nếu tận dụng mạng lưới trợ cấp bất hợp pháp tinh vi cho hàng xuất cảng của Trung quốc, họ có thể sản xuất giá rẻ hơn tại Trung Quốc so với tại Hoa Kỳ, và nếu họ không làm thì các đối thủ của họ chắc chắn sẽ làm. Nhận thấy như vậy, các doanh nghiệp Hoa Kỳ đã chạy theo khẩu hiệu "Nếu không thắng được họ, thì theo họ". Thế là đợt chuyển dịch thứ hai liền trở thành sóng thần tsunami.

Điều quan trọng cần nhấn mạnh là trong đợt thứ hai này, mục tiêu hàng đầu của các nhà kinh doanh Hoa Kỳ không phải là để bán hàng cho 1.3 tỷ người đang đói hàng tiêu dùng tại thị trường Trung Quốc mà là để xuất cảng ra khắp thế giới – trong đó có bán ngược lại cho Hoa Kỳ. Cũng cần phải nói rõ là các tổng giám đốc điều hành Hoa Kỳ tin rằng cái mà họ lợi dụng được trong đợt chuyển dịch này không chỉ là nhân công rẻ mạt; ngoài Trung quốc, các nước như Bangladesh, Campuchia và Việt Nam cũng có nhiều nhân công rẻ. Cái điều mà họ thấy thực sự cám dỗ là những thủ đoạn mậu dịch bất chính, các quy định lỏng lẻo về môi trường và an toàn lao động, và chế độ trợ cấp xuất

---

[30] "Dickesian world" cuộc sống cơ cực của dân lao động tại nước Anh trong thế kỷ 19 được mô tả trong các tiểu thuyết của Charles Dickens.

cảng giả tạo. Nếu chính phủ Hoa Kỳ không trừng phạt các thủ đoạn mậu dịch bất chính của Trung Quốc (chính phủ của Bush cũng làm một chút trong lãnh vực này), thì ít ra là các cổ đông, tổng giám đốc điều hành của các công ty này vẫn thấy có lợi (dù không lợi cho công nhân) khi chuyển nền sản xuất của họ sang Trung Quốc.

Đợt thứ ba: Ảo tưởng lớn về 1.3 tỷ người tiêu dùng

Đợt thứ ba và là đợt nguy hiểm nhất trong việc chuyển dịch ra nước ngoài của Hoa Kỳ hiện đang tiếp diễn. Nó được thúc đẩy một phần bởi nhân công rẻ trong đợt thứ nhất và một phần về lợi thế kiểu con buôn tại Trung Quốc trong đợt thứ hai. Nhưng động lực thúc đẩy quan trọng hơn nhiều trong đợt thứ ba là các tổng giám đốc điều hành doanh nghiệp Hoa Kỳ có ảo tưởng rất lớn là họ sẽ có cơ hội tiếp cận với một thị trường gồm 1.3 tỷ người tiêu dùng đang cư ngụ tại nước đông dân nhất thế giới này. Đợt này nguy hiểm nhất bởi vì nó bị mê hoặc bởi ảo tưởng là phần lớn người tiêu dùng Trung Quốc có đủ khả năng mua sắm để thúc đẩy thị trường – trong khi thực tế có rất nhiều người nghèo đói. Đợt chuyển dịch nguy hiểm cũng đòi hỏi các doanh nghiệp Hoa Kỳ muốn bán hàng vào Trung Quốc phải chấp nhận ba điều khoản bảo hộ trong chính sách "sáng tạo bản địa" của Trung Quốc.

Điều kiện bảo hộ thứ nhất đòi hỏi sở hữu thiểu số: các công ty Hoa Kỳ phải liên doanh với đối tác Trung Quốc và sở hữu không quá 49% doanh nghiệp. Rõ ràng là, điều khoản này làm cho công ty Hoa Kỳ mất quyền kiểm soát doanh nghiệp. Sau đó là, điều kiện này cho phép đối tác sở hữu phần lớn (thường là các công ty quốc doanh của Trung quốc) quyền được tiếp cận với tất cả các dữ liệu của liên doanh, bao gồm các bí mật nghề nghiệp.

Điều kiện bảo hộ thứ hai là một trong những vi phạm trắng trợn của Trung Quốc về quy định tự do mậu dịch; điều khoản này là bắt buộc chuyển giao kỹ thuật. Có nghĩa là muốn gia nhập thị trường các công ty Hoa Kỳ bắt buộc phải giao nộp sở hữu trí tuệ cho các đối tác Trung Quốc. Hiệu quả thực của điều khoản này là tạo sự thuận tiện cho việc phổ biến nhiều kỹ thuật khác nhau không chỉ trực tiếp đến các đối tác Trung Quốc mà còn tới chính quyền Trung Quốc và các đối thủ Trung Quốc tiềm tàng khác. Với việc đầu hàng chấp nhận điều kiện này, trong thực tế, các công ty Tây phương đã tự tạo ra các đối thủ cạnh tranh ở Trung Quốc chỉ trong nháy mắt.

Điều kiện bảo hộ thứ ba phối hợp nhuần nhuyễn thủ đoạn con buôn và bảo hộ của điều khoản thứ hai với việc cưỡng bách chuyển giao kỹ thuật. Nó cũng là cưỡng bách xuất cảng các cơ sở nghiên cứu và phát triển của Tây phương sang Trung Quốc – thêm một vi phạm nghiêm trọng nữa về quy định tự do mậu dịch của WTO. Đây là nhát đâm tàn nhẫn nhất, chẳng khác gì bán hạt giống bắp của Hoa Kỳ. Như tất cả các nhà kinh tế nói, chính nghiên cứu và phát triển làm nảy sinh ra các sáng kiến kỹ thuật cần cho việc tạo ra việc làm mới. Nếu nghiên cứu và phát triển đó và sáng kiến đó xảy ra trên đất Trung Quốc mà không phải tại Hoa Kỳ, thì nước nào sẽ được miếng to, ngon nhất trong cái bánh tạo ra việc làm mới?

Đến đây đã quá rõ tại sao công ty Hoa Kỳ nào đầu hàng chịu nhận ba điều kiện bảo hộ của chính sách "sáng tạo bản địa" thì bảo đảm là sẽ hủy hoại chính họ. Bởi vì một khi mà công ty Hoa Kỳ giao quyền tự quản, kỹ thuật hiện tại, và khả năng phát triển kỹ thuật tương lai, thì chỉ còn là vấn đề thời gian khi các công ty Trung Quốc nuốt trọn kỹ thuật đó và sử dụng nó để quay lại cạnh tranh với công ty Hoa Kỳ - không chỉ ngay chính trên đất Trung Quốc mà còn trên thị trường toàn cầu. Bằng cách này, các công ty Hoa Kỳ trả giá đắt mới thấy rõ là sự hấp dẫn của 1.3 tỷ người tiêu dùng Trung Quốc chỉ là ảo tưởng như điệu hát mê hoặc của loài nữ thủy quái chứ không phải là những đồng đô-la thực sự. Cũng bằng cách này, "doanh nghiệp phản bội đồng lõa với sát thủ" lại biến thành "doanh nghiệp tự sát".

Câu chuyện về hai quốc gia và bốn công ty

Để nhận diện các nhân vật điển hình, ta hãy xem các hoạt động của bốn tập đoàn lớn tại Trung Quốc và Tổng giám đốc Điều hành của họ. Westinghouse, kẻ ngờ nghệch nhất; General Electric, kẻ tâm thần nhất; Caterpillar, công cụ tuyên truyền cho sự cám dỗ của chủ nghĩa con buôn Trung Quốc; và Evergreen Solar, từng là niềm "Hy vọng xanh vĩ đại" của chính phủ Obama và bây giờ là dấu chấm than (!) đánh dấu sự thất bại của các chính khách Hoa kỳ trong việc bảo vệ cộng đồng doanh nghiệp của chúng ta trước sự xâm lược của Trung Quốc.

Ảo tưởng phân hạch hạt nhân của Westinghouse

Trong giai đoạn đầu, Westinghouse Electric đã chuyển giao hơn 75,000 tài liệu cho khách hàng Trung Quốc theo cam kết về việc chuyển giao kỹ thuật với hy vọng là giữ được chỗ đứng trong thị trường năng lượng hạt nhân phát triển nhanh nhất này... Jack Allen, Chủ tịch Westinghouse tại châu Á [nói] công ty "không có được sự bảo đảm nào" về vai trò của mình tại Trung Quốc khi bốn lò phản ứng [hạt nhân] AP 1000 hoàn thành.

Financial Times

Giống như *Frodo*[31] không thể chống lại sự cám dỗ của chiếc nhẫn chết người, Westinghouse rõ ràng là không thể

---

[31] Frodo Baggins là nhân vật trong phim nổi tiếng "Lord of the Rings" được đạo diễn bởi Peter Jackson, ra mắt năm 2001.

cưỡng lại được sự cám dỗ của thị trường điện hạt nhân Trung Quốc. Cái đó thì ai cũng biết: thị trường hạt nhân Trung Quốc là thị trường lớn nhất và phát triển nhanh nhất trên thế giới, với 23 lò phản ứng đang được xây dựng và có kế hoạch xây dựng 100 hoặc nhiều hơn nữa. Nhưng trong khi cố gắng để chiếm thị phần đáng kể trong cái thị trường phát triển đó về làm phần thưởng to lớn cho Westinghouse, cách tệ hại nhất để giành dật được mối hàng chính là cách mà Tổng giám đốc Jack Allen đã làm: chuyển tất cả cho Trung Quốc những gì cần để có thể xây dựng các lò phản ứng mà không cần đến sự trợ giúp của Westinghouse.

Điều mỉa mai và khôi hài hơn là trên trang mạng của công ty, Westinghouse Nuclear đã khoe rằng "gần 50% các nhà máy điện hạt nhân đang hoạt động trên thế giới... đều dựa vào kỹ thuật của Westinghouse." Quả thực là một công ty của *Candide*[32]! Bây giờ quý vị đã chuyển hơn 75,000 tài liệu đến Trung Quốc, thì lẽ dĩ nhiên là gần 50% hoặc hơn thế nữa các lò phản ứng hạt nhân ở Trung Quốc chắc chắn dựa trên kỹ thuật Westinghouse; nhưng đó chỉ là ăn cắp kỹ thuật của Westinghouse.

Sự ngây thơ của Westinghouse lại còn đáng ngạc nhiên hơn nữa bởi vì, tuy là công ty của Hoa Kỳ, nhưng thực tế là do công ty Toshiba của Nhật Bản quản lý. Và rất nhiều công ty Nhật bản đã bị lụn bại bởi các điều kiện cưỡng bách chuyển giao kỹ thuật và khả năng đáng kinh ngạc của các nhà sản xuất Trung Quốc đã 'xào nấu' lại kỹ thuật nước ngoài để biến mình thành các đối thủ cạnh tranh nặng ký. Tờ *The Wall Street Journal* đã viết một cách mỉa mai như sau về vụ tập đoàn các giám đốc Nhật Bản và Âu châu tự bắn vào đầu mình như thế nào:

---

[32] Candide, nhân vật chính trong cuốn tiểu thuyết "Candide" của Voltaire, được mô tả là một người ngây thơ, khờ khạo, cả tin.

Khi các công ty Nhật Bản và Âu châu, đi tiên phong trong việc xây dựng đường sắt cao tốc, đồng ý sản xuất toa tàu cho Trung Quốc, họ tưởng là đã vào được một thị trường mới đang phát triển tột bực, sẽ có được những hợp đồng đáng giá hàng tỷ đô-la và được tiếng là đã thiết lập hệ thống đường sắt cao tốc vĩ đại nhất trong lịch sử. Nhưng họ không lường được là, chỉ trong vài năm, họ đã phải cạnh tranh với các công ty Trung Quốc lục địa đã tiếp thu kỹ thuật của họ và dùng ngay các kỹ thuật đó quay lại cạnh tranh với họ.

Mãnh Hổ[33] cúi đầu thuần phục Hồng Long

Bây giờ hãy xem hai mẩu tin gần đây. Đặt chúng cạnh nhau cho ta thấy chiến lược toàn cầu của Caterpillar ngắn gọn như sau: đóng cửa nhà máy tại Hoa Kỳ và mở cửa nhà máy tại Trung Quốc.

Hôm thứ Ba, Caterpillar đã công bố kế hoạch sa thải hơn 2,400 công nhân tại năm nhà máy tại Illinois, Indiana, và Georgia khi công ty sản xuất thiết bị hạng nặng này tiếp tục cắt giảm chi phí do nền kinh tế thế giới suy giảm... Vì tình hình suy sụp, Caterpillar trong tháng giêng đã công bố sẽ cắt giảm 20,000 việc làm.

Huffington Post

Trong suốt ba thập niên qua, Caterpillar đã phát triển từ một văn phòng bán hàng tại Bắc Kinh thành công ty có mặt mọi nơi trong nước như ngày nay – bao gồm mười một cơ sở sản xuất, ba trung tâm nghiên cứu và phát triển, chín văn phòng, và hai trung tâm tiếp vận và kho linh kiện.

Jiming Zhu, *Phó chủ tịch, Caterpillar*

---

[33] "The Big Cat Kowtows to the Red Dragon". Tên sản phẩm của hãng Caterpillar là CAT, tác giả ngụ ý con cọp.

Chiến lược của mãnh hổ Caterpillar, và các công ty tương tự, đã bị dòng chảy ngược mạnh của các thủ đoạn mậu dịch bất chính cuốn ra khỏi lãnh thổ Hoa Kỳ. Để thấy sức hút hiểm độc của dòng chảy ngược này, hãy xem quyết định của công ty sản xuất máy xúc đất cỡ nhỏ bán vào thị trường Trung Quốc ở Ngô Giang [tỉnh Giang Tô], thay vì ở Peoria, tiểu bang Illinois. Caterpillar chọn đất và công nhân Trung Quốc bởi vì nếu sản xuất máy xúc cỡ nhỏ trong nội địa Hoa Kỳ và xuất cảng sang Trung Quốc, họ sẽ phải đối mặt với mức thuế bảo hộ cao tới 30%.

Nhưng không phải chỉ có thế. Mãnh hổ sẽ còn đối mặt với một mức thuế kiểu con buôn dưới dạng định giá đồng nhân-dân-tệ ở mức khoảng 40% thấp hơn so với tỷ giá thực. Chỉ hai thủ đoạn "đóng cửa đi ăn mày" này - quan thuế và thuế chủ nghĩa con buôn – cũng đủ làm cho nhiều công ty Hoa Kỳ không thể tính đến việc sản xuất ở Hoa Kỳ rồi xuất cảng sang Trung Quốc.

Điều đau lòng nhất trong quyết định di chuyển này là Caterpillar không chỉ là biểu tượng của kỹ nghệ Hoa Kỳ mà còn là nguồn chính tạo ra việc làm và thu nhập cho các tiểu bang miền trung tây Hoa Kỳ trong hơn một thế kỷ qua. Quả thực việc "đại xuất cảng sản xuất" này ngưng trình diễn ngay tại Peoria chính là một bi kịch của Hoa Kỳ.

Và bây giờ đây là mẩu tin đáng cười hết cỡ: Ngay cả khi Caterpillar đã sẵn sàng tạo ra nhiều việc làm tại Trung Quốc để sản xuất máy xúc cỡ nhỏ và đẩy hàng ngàn người Mỹ vào danh sách thất nghiệp, công ty này đã giơ cả hai tay ra nhận trợ cấp từ chương trình kích thích tài chính của chính quyền Obama. Thế có *lộn ruột* không chứ!

Evergreen Solar chuyển Tương lai Năng lượng của chúng ta đi để lấy mấy thỏi bạc

Nếu chúng ta không thể đánh bại Trung Quốc và không thể thuyết phục chính quyền Hoa Kỳ hiểu chúng ta đang gặp khó khăn như thế nào thì tốt hơn hết là hãy theo họ. Đó là điều Evergreen Solar đã quyết định làm: di chuyển nhà máy sản xuất và lắp ráp pin năng lượng mặt trời tại Devens, Massachusetts sang Vũ Hán, Trung Quốc.

Manufacturing & Technology News

Hãng Evergreen Solar là hãng sản xuất ra một số tấm pin năng lượng mặt trời có hiệu suất cao nhất thế giới. Nếu chúng ta tin Tổng thống Barack Obama, thì chắc chắn là các công ty như Evergreen Solar phải được coi là nguồn tạo ra việc làm mới tốt nhất của Hoa Kỳ. Trong thời đại suy giảm nguồn cung cấp dầu mỏ và sự hâm nóng toàn cầu, chẳng phải ngành "công nghiệp xanh" là một trong những ngành tạo ra tăng trưởng việc làm mạnh nhất hay sao?

Tuy nhiên, nếu chúng ta tin vào ông Rick Feldt Tổng giám đốc Evergreen thì công ty của ông ta đã làm hết sức có thể để thuyết phục chính phủ Obama giúp Evergreen giữ lại các dây chuyền sản xuất tại Massachusets. Ông Feldt đã làm đến mức phải đến Washington để năn nỉ các công chức cao cấp như Bộ trưởng Năng lượng Steven Chu và Bộ trưởng Thương mại Gary Locke làm gì đó chống lại các biện pháp trợ cấp phi pháp mà chính quyền Trung Quốc đang đổ vào kỹ nghệ năng lượng mặt trời của họ. Nhưng những lời năn nỉ của Evergreen chỉ rơi vào các lỗ tai điếc.

Vì vậy, khi chính phủ Trung Quốc đề nghị cấp cho Evergreen các khoản vay lãi suất thấp cho 65% của chi phí xây dựng nhà máy mới tại Trung Quốc thay vì tại Massachusetts, Tổng giám đốc Evergreen tin rằng ông đã không có sự lựa chọn khác hơn là nhận *30 thỏi bạc*[34] của Trung Quốc và chuyển dây chuyền sản xuất của công ty ra nước ngoài. Ông Feldt bực tức nói, "Hoa Kỳ vẫn tiếp tục kêu gọi việc giữ việc làm. Đi nghe thông điệp liên bang và thấy Tổng thống nói, 'Tôi muốn giữ lại việc làm tại Hoa Kỳ.' Nói thật là dễ, nhưng phải làm gì để thực hiện chứ." Đúng như vậy, thưa ông Feldt, nhưng Hoa Kỳ chắc chắn sẽ tiếc nuối các nhà máy mới của ông đang chuyển sang Trung Quốc.

Thực vậy, Hoa Kỳ, và đặc biệt là tiểu bang Massachusetts, sẽ mất nhà máy tại Hoa Kỳ cùng với 800 công nhân đã từng làm việc trong đó. Vì ngay sau khi hứa hẹn duy trì nhà máy ở Massachusetts, Evergreen công bố sẽ đóng cửa nhà máy ở tiểu bang này. Và đó chính là nhà máy hiện đại xây dựng năm 2007, mà người đóng thuế tiểu bang Massachusetts đã bỏ ra 52 triệu đô-la để hỗ trợ. Còn thêm một điều nhục nhã nữa: Evergreen cũng sẽ buộc người đóng thuế Hoa Kỳ trả tiền cho việc đóng cửa bằng cách khai trị giá bất động sản giảm đi[35] 340 triệu đô-la trong bảng kết toán tài chánh của công ty. Sự thực là như vậy chứ không phải là bịa đặt nói xấu.

General Electric: Bạn có thích thưởng thức cái luận điệu dối trá đó không?

Một kiểu làm ăn đang phát triển. Một công ty [nước ngoài] nhượng quyền sở hữu trí tuệ cho một công ty quốc doanh Trung Quốc, và sau đó tất cả bị ép bật ra rìa của thị trường nội địa Trung Quốc và đối mặt với một đối thủ cạnh tranh mới. Không có gì là ngẫu nhiên hoặc là trường hợp các công ty quốc doanh quá tích

---

[34] Theo Kinh Tân ước, Judas Iscariot đã nhận 30 thỏi bạc để bán đứng chúa Giê-su.

[35] "write down" - khai giảm trị giá đi.

114

cực và làm quá lố. Trung Quốc muốn chuyển đổi từ công xưởng của thế giới sang một nền kinh tế tiên tiến, và đang sử dụng sức mạnh thị trường của mình để đi tắt bằng cách "tiêu hoá"[36] sở hữu trí tuệ của người khác.

John Gapper, *Financial Times*

Khi chiếu đèn pha rọi thẳng vào những công ty Hoa Kỳ phản bội, cũng cần trở lại chính công ty đã mở đầu chương này: General Electric. Ít nhất là về mặt ngoài, vũ điệu GE cùng với Rồng không bị chê là canh bạc tệ. GE hiện có hơn 15,000 công nhân (chủ yếu là người Hoa) tại hơn 50 địa điểm ở Trung Quốc, và mỗi năm, nó góp phần tạo ra doanh thu ngày càng tăng từ các hoạt động của mình ở Trung Quốc. Tuy nhiên, GE tiếp tục chịu thiếu hụt doanh thu so với mấy cái hũ vàng mà sự mở rộng ở Trung Quốc đáng ra phải đem lại cho công ty.

Tuy nhiên, vấn đề lớn hơn với GE là hành vi kỳ cục của Tổng giám đốc Điều hành Jeffrey Immelt. Một mặt, Immelt buộc tội chủ nghĩa bảo hộ của Trung Quốc đã đi quá trớn qua phát biểu: "Tôi thực sự lo lắng về Trung Quốc. Tôi không tin rằng cuối cùng họ muốn bất cứ ai trong chúng ta thắng lợi, hoặc bất cứ ai trong chúng ta thành công."

Mặt khác, Immelt lại cố gắng làm cho mình giống hệt như Thống chế Pétain của nước Pháp, đã dâng nộp một cách đáng kinh ngạc một loạt các mảng lớn kỹ thuật mới cho Trung Quốc, để đổi lấy những gì Immelt coi như là điều vinh dự và đặc quyền được kinh doanh trong nước Cộng hòa Nhân dân. Điển hình là một trong những thứ đáng lo ngại nhất mà Immelt dâng hiến, là GE chuyển giao toàn bộ phần nghiệp vụ kinh doanh về hệ thống hướng dẫn không lưu toàn cầu của mình chỉ để có thể tham gia vào sản xuất một loại máy bay chở khách của Trung Quốc.

---

[36] "digesting": tiêu hoá

GE cũng đã bàn giao những phần quan trọng của kỹ thuật công nghiệp quan trọng khác như đầu máy xe lửa, năng lượng gió, và các thiết bị chống ô nhiễm môi trường.

Điều này thiển cận ngoài mức tưởng tượng, như John Gapper của tờ *Financial Times* đã khẳng định trước đây, bởi vì khi các công ty Trung Quốc am tường được kỹ thuật hiện tại và kỹ thuật đang phát triển của GE được thực hiện tại các phòng nghiên cứu phát triển đặt trên đất Trung Quốc, GE sẽ bị "đẩy ra rìa" ở thị trường Trung Quốc và thậm chí phải đối mặt với cạnh tranh gay gắt hơn của Trung Quốc trên thị trường quốc tế.

Bài toán chính trị chia để trị

Thay mặt các tổ chức và thành viên ký dưới đây, chúng tôi viết thư này để phản đối mạnh mẽ điều khoản cải cách tiền tệ của Đạo luật Mậu dịch Công bằng HR 2378.

Thư gửi cho Quốc hội của 36 công ty và tập đoàn

Không chỉ các nhà sản xuất sản xuất như Caterpillar, General Electric và Westinghouse đã phản bội Hoa Kỳ. Như trích đoạn trong thư gửi đến Quốc hội Hoa Kỳ ở trên cho thấy, nhiều công ty khác của Hoa Kỳ và các ngành công nghiệp được hưởng lợi ngắn hạn từ mối quan hệ ký sinh giữa Trung Quốc với Hoa Kỳ đã đổi lập trường trong cuộc tranh luận về Trung Quốc. Thực vậy, mỗi khi chủ đề cải cách thương mại với Trung Quốc được đưa ra, các công ty này đều lộ chân tướng.

Chỉ cần xem các hiệp hội nông nghiệp có thế lực như Hiệp hội Đậu nành Hoa Kỳ, Viện Thịt Hoa Kỳ, Hiệp hội Tinh chế Bắp, và Hội đồng Xuất cảng Gà Vịt và Trứng Hoa Kỳ. Họ thường xuyên phản đối các cải cách mậu dịch mang tính xây dựng với Trung Quốc bởi vì họ lo sợ [Trung quốc] đánh thuế trả đũa. Sợ như vậy có thể xem là chính đáng, nhưng đó không thể chấp nhận việc họ vận động chính trị cho những điều gây tổn hại đáng kể đến lợi ích rộng hơn của Hoa Kỳ và các công nhân khi Hoa Kỳ đang cố gắng đương đầu với một trong những tình huống kinh tế khó xử tồi tệ nhất mà đất nước này đã từng phải đối mặt.

Phần quan trọng thứ hai của liên minh ủng hộ Trung Quốc "chia để trị" ngay trên đất Hoa Kỳ bao gồm các hội bán lẻ như Hiệp hội Trang phục và Giày Hoa Kỳ, Liên đoàn Bán lẻ Quốc gia, và Hiệp hội các Công ty Sản xuất đồ Thể thao. Họ lo ngại giá cả sẽ tăng và gây thiệt hại nặng cho lợi nhuận của họ nếu Trung Quốc phải thực hiện các bước như nâng giá đồng tiền và loại bỏ trợ cấp xuất cảng phi pháp của mình. Những điều các nhóm này không hiểu và nhiều công dân Hoa Kỳ vẫn chưa am tường là: cơn lũ hàng hóa giá rẻ giả tạo của Trung Quốc mà hiện đang đẩy Hoa Kỳ ra khỏi thị trường mới chỉ là khoản đặt cọc để chuốc lấy nạn thất nghiệp hiện tại và tương lai của đất nước này. Hơn nữa, nhiều người Mỹ thất nghiệp hơn có nghĩa là sức mua của người tiêu dùng giảm và ít doanh thu hơn cho các nhà bán lẻ Hoa Kỳ trong dài hạn.

Và đây là một nhóm vận động hành lang rất đáng ngại: Phòng Thương mại Hoa Kỳ tại Thượng Hải. Nhóm này gần đây được biết là đã vận động hành lang chống lại các quy định quan trọng trong một dự luật về Trung Quốc. Dự luật này đề nghị tăng cường quyền được bảo vệ an toàn của công nhân Trung Quốc, và do đó cho người lao động Hoa Kỳ một cơ hội tốt hơn để cạnh tranh.

Tất cả các nhóm kinh doanh Hoa Kỳ và tổng giám đốc công ty hiện nay đang làm ăn với Trung Quốc cần phải đọc những câu thơ sau đây phỏng theo bài thơ nổi tiếng của John Donne: Không có doanh nghiệp Hoa Kỳ nào là một hòn đảo riêng của họ; mỗi doanh nghiệp là một phần của đất nước này, một phần của nền kinh tế rộng hơn. Nếu một việc làm bị xóa đi bởi chủ nghĩa con buôn Trung Quốc thì

chính Hoa Kỳ sẽ nhỏ đi một ít... Do đó đừng bao giờ hỏi
"Chuông gọi hồn ai"[37]. Chuông gọi hồn anh đấy!

---

[37] "For whom the bell tolls": câu thơ cuối cùng trong bài thơ của
John Donne. Đã được Ernest Hemingway dùng làm tựa cho cuốn tiểu
thuyết nổi tiếng "For Whom the Bell Tolls". Donne nhắc nhở là mỗi
người chúng ta là một phần của nhân loại và khi một người đồng loại
ra đi thì tiếng chuông tiễn đưa không phải chỉ cho một người mà cho
một phần của nhân loại.

Chương 7

Chết dưới tay con Rồng thực dân: *Thâu tóm* tài nguyên – *Thao túng* thị trường thế giới[38]

Muốn đánh bại kẻ thù, trước tiên hãy chìa tay giúp đỡ để hắn mất cảnh giác; muốn nhận, trước hết phải cho. -

Tôn Tử

Trong một cuộc di dân vĩ đại nhất mà thế giới từng chứng kiến, Trung Quốc đang bí mật tích cực biến tất cả lục địa [châu Phi] thành thuộc địa mới của họ, chẳng khác gì công cuộc xâm chiếm thuộc địa của các đế chế Tây phương trong thế kỷ 18 và 19 nhưng với một qui mô to lớn và quyết liệt hơn rất nhiều. Những người cai trị Trung Quốc tin rằng châu Phi có thể trở thành một nước chư hầu của mình và giúp giải quyết luôn một lúc cả hai vấn đề nội tại của Trung Quốc là nạn "nhân mãn" và thiếu hụt tài nguyên thiên nhiên.

Daily Mail Online

Trong khi các nhà máy tại Hoa Kỳ ngày càng đóng bụi, các nhà ngoại giao và các lãnh đạo quân đội Hoa Kỳ tiếp tục chú ý một cách thiển cận vào Trung Đông, và trong khi các chính trị gia tại Thủ đô Washington đang ngon giấc,

---

[38] "Locking Down Resources and Locking Up Market" - Thâu tóm tài nguyên, Thao túng thị trường: Tác giả chơi chữ Locking Down và Locking Up, dịch là Thâu tóm, Thao túng.

thì Trung Quốc đang tiến bước. Một đội quân triệu người đang di chuyển không mệt mỏi xuyên qua châu Phi và Mỹ Latin nhằm thâu tóm các nguồn tài nguyên thiên nhiên chiến lược của các quốc gia, thao túng toàn bộ các thị trường mới nổi lên; và ngăn chặn các quốc gia như Hoa Kỳ, Âu Châu, Nhật Bản, và các nền kinh tế khác của thế giới bên ngoài tiếp cận các nguồn lực cho sự thịnh vượng tương lai. Tất cả điều đó đóng thêm đinh vào cỗ quan tài của nền tảng sản xuất của Hoa Kỳ và thế giới; đã quá lâu rồi đến lúc thế giới phải bắt đầu chú ý đến sự xuất hiện ngày càng gia tăng của một đế chế thực dân đang ở giữa chúng ta.

Con Rồng Thực dân Trung Quốc chính là đứa con hoang của con Rồng Sản xuất đói khát nguyên liệu – cơ xưởng Trung Quốc đã tiêu thụ một nửa lượng xi măng của thế giới, gần một nửa lượng thép của thế giới, một phần ba lượng đồng, một phần tư lượng nhôm, và một lượng rất lớn của mọi thứ nguyên liệu từ antimony, chromium, cobalt tới lithium, gỗ, và kẽm. Chính các nguồn lực này và các nguồn lực khác trên khắp thế giới đã góp phần xây dựng nền kinh tế của mỗi quốc gia và chất lượng cuộc sống – và đó cũng là nguồn nguyên liệu để tạo ra tất cả công việc sản xuất và duy trì tập thể các công nhân ngành dịch vụ liên hệ tới sản xuất.

Chính quặng bô-xít và quặng sắt từ các nước như Guinea và Tanzania đã được luyện thành nhôm và thép cần cho việc sản xuất máy bay ở Seattle, tiểu bang Washington và đóng tàu ở Bath, tiểu bang Maine. Đồng từ Chile làm thành dây điện dùng trong nhà, cobalt từ Congo giúp vận hành các xưởng cơ khí ở Michigan, và chất niobium từ Brazil được sử dụng rộng rãi trong các động cơ hỏa tiễn dùng trong quốc phòng cho đến các lò phản ứng hạt nhân tạo ra điện năng thắp sáng cho nhà của chúng ta.

Lithium từ Bolivia và Namibia là nguyên liệu cho các bình điện sử dụng cho các loại xe hơi hybrid (động cơ vừa dùng xăng, vừa dùng điện), mangan từ Gabon giúp dập ra hàng tỉ lon có thể tái sử dụng mà chúng ta dùng để đựng nước giải khát, và chất titan từ những nơi như Mozambique và Madagascar hay Paraguay thì giúp sản xuất bất cứ thứ gì đòi hỏi độ bền cao mà trọng lượng nhẹ - từ những kỳ quan thế kỷ 21 như máy bay dùng nhiên liệu cực kỳ hữu hiệu Boeing 787 Dreamliner cho tới các xương hông, xương đầu gối nhân tạo của công ty Johnson & Johnson.

Chính các nguồn tài nguyên thiên nhiên từ các quốc gia khác nhau trên thế giới đó mà Trung Quốc hiện nay muốn nắm lấy hết tất cả cho nền sản xuất cũng như guồng máy tạo ra việc làm cho riêng mình. Nếu chúng ta thản nhiên đứng nhìn và để mặc cảnh tượng đó tiếp diễn trên thế giới thì chẳng thà chúng ta dùng cái xẻng mạ vàng sản xuất tại Thượng Hải để tự đào mồ chôn nền kinh tế của chính mình. Dù sao thì sự kiện này đã và đang xảy ra, do đó chúng ta cần hiểu rõ mánh lới thực dân *"treo đầu dê bán thịt chó"*[39] - của Bắc Kinh để có thể đối đầu với đế chế đang trỗi dậy này trong các vấn đề trọng yếu cho sự sống còn của kinh tế cũng như quốc phòng.

Thủ đoạn "treo đầu dê bán thịt chó" của con Rồng thực dân

Những con người của lục địa đen đẹp và huyền bí, nơi nhân loại phát sinh ra từ thung lũng Great Rift, đang khao khát chờ sự tiến bộ. Người Trung Quốc đến đó không phải để giúp họ mà để cướp bóc và vơ vét.

Daily Mail Online

---

[39] Bait and switch: Treo đầu dê, bán thịt chó.

Chiến lược "treo đầu dê bán thịt chó" của Trung Quốc luôn bắt đầu với cùng một kịch bản: Chủ tịch, Thủ tướng hay Bộ trưởng Thương mại Trung Quốc viếng thăm các quốc gia châu Phi xa xôi như Djibouti, Niger, hay Somalia, v.v... những nơi mà phần lớn người Mỹ không biết ở đâu trên bản đồ. Họ đến, tay vẫy vẫy những cuốn ngân phiếu dày cộm, với những hứa hẹn và những khoản cho vay hào phóng với lãi suất ưu đãi hấp dẫn cho các dự án hạ tầng cả dân sự lẫn quân sự, từ những thứ hữu ích như đường xá, hải cảng, và xa lộ đến những thứ hoang phí như cung điện nguy nga dành cho những kẻ cai trị độc tài; hoặc những khẩu súng AK-47 dùng để bắt người dân phải chịu khuất phục dưới gót giày tàn bạo.

Đáp lại sự hào phóng của Trung Quốc, các thuộc địa mới của Trung Quốc phải làm hai việc. Đầu tiên phải chấp thuận từ bỏ quyền kiểm soát các nguồn tài nguyên của quốc gia để đổi lấy các khoản vay nợ Trung Quốc, do đó để cho Trung Quốc toàn quyền thâu tóm và sử dụng nguồn tài nguyên của quốc gia thuộc địa. Thứ hai, các quốc gia này phải mở cửa thị trường cho các thành phẩm Trung Quốc làm từ chính các nguyên liệu đã cưỡng đoạt của chính các thuộc địa, và như vậy để Trung Quốc nắm được và thao túng các thị trường mới xuất hiện.

Thực vậy, cách vơ vét tài nguyên bằng quả đấm sắt của Trung Quốc hoàn toàn khác với cách làm của các nước khác trên thế giới chủ yếu dựa vào các thị trường toàn cầu để phân phối năng lượng và nguyên liệu thông qua hệ thống giá cả. Phương pháp dựa vào thị trường cung-cầu như thế để phân phối tài nguyên thiên nhiên là cần thiết đối với nền kinh tế toàn cầu dựa trên lợi ích của toàn thể cộng đồng. Nhưng thay vì dựa vào chủ nghĩa tư bản mang tính hợp tác, các nhà tư bản thực dân ở Bắc Kinh đặt một dấu chấm than (!) mỉa mai sau chữ "thuộc địa" của phương trình lợi ích.

Thực vậy, các cuộc thương lượng của con Rồng thực dân khắp nơi - từ châu Phi tới châu Mỹ Latin và hầu hết vùng Trung Á - chính là định nghĩa của chủ nghĩa thực dân: giành lấy quyền kiểm soát các nguồn tài nguyên thiên nhiên vốn là sản nghiệp thực sự của nước thuộc địa. Xuất cảng các tài nguyên này ngược trở về Trung Quốc mà không cho các thuộc địa được sử dụng tài nguyên của chính mình cho việc phát triển kinh tế bản địa. Sau đó lại xuất cảng các tài nguyên đó trở lại các thuộc địa dưới hình thức những thành phẩm đã chế xuất. Điều này tạo ra thêm việc làm và lợi nhuận lớn cho các xí nghiệp, công ty tại Trung Quốc, và dĩ nhiên sẽ làm kéo dài thêm chuỗi người thất nghiệp tại các thuộc địa. Trung Quốc chỉ để lại ở các thuộc địa những việc làm nguy hiểm, lương thấp trong kỹ nghệ khai thác, còn những việc làm sản xuất có giá trị cao đều được chuyển đến các nhà máy ở Quảng Châu, Thành Đô, hay Thượng Hải. Mọi thứ tốt đẹp thì giành cho Trung Quốc, còn mọi thứ tệ hại thì để lại cho các thuộc địa.

Chính sách ngoại giao "mua chuộc" của Trung Quốc

Khi trở về với thực tại, chúng ta thấy có cái gì giống như Trung Quốc đang xâm lược lục địa châu Phi.

Musa Kusa, *Ngoại trưởng Libya*

Hiện tại, chính sách thuộc địa hóa "treo đầu dê bán thịt chó" của Trung Quốc đang áp dụng trên khắp toàn cầu. Số tiền Trung Quốc cho Angola vay với thế chấp bằng dầu mỏ của Angola đã hơn lên 10 tỷ đô-la và vẫn đang tăng lên. Cộng hòa Dân chủ Congo vướng vào cuộc trao đổi mỏ đồng hàng tỷ đô-la để lấy tiền xây cơ sở hạ tầng. Ghana trao đổi hạt ca-cao với các điều kiện thiệt thòi, trong khi đó Nigeria đổi khí đốt thiên nhiên lấy những nhà máy điện, còn Sudan thì quả thật là võ trang từ chân đến đầu bằng gán nợ bằng dầu mỏ cho Trung Quốc. Không quốc gia nào

123

trong số các quốc gia kể trên có được phần lợi trong cuộc trao đổi.

Trong khi đó, tại Peru, Trung Quốc hiện đang làm chủ toàn bộ một trái núi có chứa mỏ đồng; và trong vụ mua núi Toromacho của Peru, những thực dân Bắc Kinh đã áp dụng nguyên văn câu nói trong kịch bản của nhà văn, nghệ sĩ hài W.C. Fields *"Càng khờ càng ép"*[40]. Thực vậy, kẻ mua ép giá Trung Quốc đã đoạt được mỏ đồng quý giá này chỉ với giá 3 tỷ đô-la kể cả tiền mua mỏ lẫn tiền mua chuộc và thu về mức lời tới 2,000% (20 lần). Trong khi đó nạn đói, nạn mù chữ, và nghèo khổ cộng với các tai nạn hầm mỏ khủng khiếp và tàn phá môi trường là thực tế hàng ngày của cuộc sống người dân Peru trong vùng núi này.

Vụ mua bán ở Peru tệ hại là như vậy nhưng vẫn còn thua vụ Bắc Kinh dễ dàng mua chuộc tên độc tài sát nhân Robert Mugabe ở Zimbabwe. Tên bạo chúa già lọm khọm này, kẻ đang cai trị một đất nước tài nguyên dồi dào nhưng thất nghiệp trầm trọng, đã gán hơn 40 tỷ đô-la trữ lượng kim loại quý platinum của Zimbabwe chỉ để vay có 5 tỷ đô-la. Sau đó, hắn dùng phần lớn món tiền này xây một lâu đài mới, mua trực thăng võ trang, máy bay phản lực chiến đấu, và súng trường tấn công để đè đầu đè cổ người dân Zimbabwe bằng giày đinh làm tại Trung Quốc. Chỉ có Trung Quốc mới có thể làm cho Zimbabwe dưới chế độ phân biệt chủng tộc trước kia còn tốt hơn nhiều so với thời nay!

"Thế thì sao?" bạn sẽ hỏi. Trung Quốc cũng có quyền nhắm vào các nguồn tài nguyên này như Hoa Kỳ, Âu Châu và Nhật Bản chứ? Và tại sao công dân Hoa Kỳ phải quan tâm nếu Trung Quốc chỉ bóc lột vài tên độc tài tham nhũng ở châu Phi hoặc vài nước đói nghèo bế tắc ở Mỹ Latin? Nếu như kẻ cai trị ở các địa ngục trần gian trong thế

---

[40] Never give a sucker a break: Càng khờ càng ép.

124

giới thứ ba vì quá ngu xuẩn và tham lam nên không thể cưỡng lại được sự mua chuộc của Trung Quốc thì họ ráng mà chịu.

Có khác biệt gì đâu đối với nhân viên của công ty sản xuất các bộ phận máy bằng graphite tại Bensenville, tiểu bang Illinois, hay kiếng thủy tinh nhuộm màu dùng làm kiếng nhà thờ tại Kokomo, tiểu bang Indiana, hoặc đồ nội thất bằng gỗ tại Asheboro, tiểu bang North Carolina? Và làm thế nào mà vài thế cờ thí chốt thực dân kiểu Trung Quốc lại có thể ảnh hưởng đến triển vọng việc làm của một chàng trai trẻ vừa tốt nghiệp ngành Hóa tại Đại học California, Berkeley hay một phụ nữ trẻ vừa rời Đại học Georgia Institute of Technology với bằng kỹ sư? Xin thưa, chỉ cần trả lời một câu như sau.

Bằng cách thiết lập mối quan hệ thực dân khắp châu Phi, châu Á, và cả sân sau của Hoa Kỳ là châu Mỹ Latin, Trung Quốc đang ngày càng lấy nhiều nguồn tài nguyên thiên nhiên của thế giới ra khỏi thị trường toàn cầu và giữ làm của riêng. Chiến lược thực dân chiếm hữu và khóa chặt này khiến cho các nhà sản xuất Trung Quốc có thể độc quyền sử dụng các tài nguyên này với chi phí rẻ nhất, và do vậy họ giữ được lợi thế cạnh tranh với Hoa Kỳ và các nước khác trên thế giới.

Thực vậy, thấy rõ điều Trung Quốc đang làm thì mới hiểu là chính sách thâu tóm và thôn tính nguồn tài nguyên không có gì khác hơn hành động ngụy trang cấm vận tài nguyên thiên nhiên trên thực tế đối với các nước khác trên thế giới. Nếu các hãng sản xuất Trung Quốc có thể khóa chặt việc sử dụng bô-xít từ Brazil, Equatorial Guinea, và Malawi; đồng từ Congo, Kazakhstan, và Namibia; sắt từ Liberia và Somalia; mangan từ Burkina Faso, Cam-bốt, và Gabon; nickel từ Cuba và Tanzania; và kẽm từ Algeria, Kenya, Nigeria, và Zambia, thì sẽ chẳng còn nhiều nguyên liệu cho các nhà máy tại Cincinnati, Memphis, Pittsburgh, Munich, Yokohama và Seoul.

Chính sách cấm vận thuộc địa trên thực tế của Trung Quốc đã tạo vô số lý do gồm hàng tỷ tấn tài nguyên thiên nhiên tại sao các nhà máy sản xuất xe hơi trong tương lai sẽ tập trung ở Lan Châu, Vu Hồ thay vì Detroit và Huntsville; tại sao các loại máy bay của tương lai sẽ được sản xuất tại Tân Châu và Thẩm Dương thay vì ở Seattle và Wichita; tại sao các thế hệ vi mạch máy điện toán sẽ được sản xuất tại Đại Liên và Thiên Tân thay vì Silicon Valley; và tại sao thép của thế kỷ 21 càng ngày càng sẽ được đúc nhiều hơn tại Đường Sơn và Vũ Hán thay vì Birmingham, tiểu bang Alabama và Granite City, tiểu bang Illinois.

Đây không phải là cách vận hành đúng lý của thị trường tự do và hợp tác quốc tế. Dù có định nghĩa thế nào đi chăng nữa. Tất cả chúng ta đáng lẽ phải phẫn nộ trước viễn cảnh này. Tuy nhiên, trong các xa-lông chính trị ở Berlin, Tokyo, và Washington, người ta lại có thái độ chẳng khác gì Rhett Butler [nói với Scarlett O'Hara] trong phim *Cuốn theo chiều gió*: "Xin nói thật với cô. Mặc kệ cô!"

Con Rồng "nhân mãn" giày xéo Lục địa Đen

> *Cho dù họ nói gì đi nữa, sự thật là người Trung Quốc đến châu Phi không chỉ với các kỹ sư và khoa học gia. Họ mang cả nông dân đến. Đó là chủ nghĩa thực dân mới. Không đạo đức, không nguyên tắc.*

Mustafa al-Gindi - *Dân biểu Ai Cập*

Trong khi Trung Quốc bùng phát và các quốc gia công nghiệp khác sắp phá sản thì các thuộc địa mới lú lên của Trung Quốc, từ Angola tới Zimbabwe vẫn đắm chìm trong đói rách, nghèo nàn, và thường có nội chiến đẫm máu triền miên mặc dù các quốc gia này đang ngồi trên đống tài nguyên thiên nhiên đáng giá nhất của trái đất.

Đói nghèo và nội chiến triền miên là một hệ quả trực tiếp nhất của phần "bán thịt chó" trong chính sách ngoại giao "mua chuộc" "treo đầu dê bán thịt chó". Chính sách này diễn ra như sau: Lúc mới thiết lập quan hệ thuộc địa, Trung Quốc 'treo đầu dê' bằng cách đưa ra nhiều hứa hẹn rằng Trung Quốc sẽ cho vay để giúp xây dựng hạ tầng cơ sở cho quốc gia bản địa và sẽ có lợi cho số đông dân chúng địa phương bằng cách tạo ra hàng ngàn việc làm mới và tăng thu nhập cho người dân. Tuy nhiên, 'thịt chó được bán' khi Trung Quốc thực sự đưa một đội quân hàng triệu người đến để làm việc xây dựng hạ tầng này.

Thay vì thuê các kiến trúc sư, kỹ sư, công nhân xây dựng, và các công ty vận tải bản địa, Trung Quốc 'bịp bợm' đã sử dụng tối đa các nhân công Trung Quốc bằng cách lạm dụng các điều khoản đã ký trong các hợp đồng. Đây là tình huống bị thuộc địa hóa đáng buồn và đáng tiếc nhất của mảnh đất Sudan mà các tác giả cuốn sách *China Safari* viết:

Nơi đây người Trung Quốc khoan dầu và bơm vào các đường ống của Trung Quốc, được canh gác bởi Trung Quốc, đưa tới một bến cảng cũng được xây dựng bởi người Trung Quốc, và dầu sẽ được bơm lên những tàu chở dầu Trung Quốc để chở về Trung Quốc. Nhân công Trung Quốc xây dựng đường sá, cầu cống và một đập nước khổng lồ, giải tỏa các mảnh đất nhỏ của hàng chục ngàn tiểu nông địa phương; người Trung Quốc trồng trọt lương thực Trung Quốc cho nên những người Trung Quốc khác chỉ ăn rau cũng của Trung Quốc với lương thực, ngũ cốc, gia vị khác cũng nhập cảng từ Trung Quốc; người Trung Quốc vũ trang cho một chính quyền phạm tội ác chống loài người; và người Trung Quốc bảo vệ chính quyền đó và bênh vực nó tại Hội đồng Bảo an Liên Hiệp Quốc.

Và đây là bí mật nhỏ nhoi bẩn thỉu vĩ đại nhất về tham vọng thực dân mới của Trung Quốc. Trong khi nhắm các mục tiêu chiến lược chủ yếu là thâu tóm các nguồn tài nguyên thiên nhiên và thao túng các thị trường mới thì các nhà hoạch định trung ương Bắc Kinh cũng muốn xuất cảng có hệ thống hàng triệu công dân Trung Quốc sang các "nước chư hầu" tại châu Phi và Mỹ Latin để giảm áp lực nhân mãn ở đại lục. Trong quyển *China Safari*, một nhà khoa học Trung Quốc mô tả chiến lược tống khứ dân đi ồ ạt này như sau:

> *Chúng ta có 600 con sông ở Trung Quốc thì 400 sông đã bị chết bởi ô nhiễm... Chúng ta sẽ phải đưa ít nhất là 300 triệu dân tới châu Phi thì mới có thể bắt đầu thấy giải pháp cho vấn đề này.*

Và đây chỉ là một trường hợp nhỏ có thể cho thấy rõ chính sách di dân mà Trung Quốc đang áp đặt lên lục địa Đen: khi Namibia không trả được hàng tỷ đô-la nợ vay của Trung Quốc, các chủ nợ cho vay cắt cổ ở Bắc Kinh đã bắt nợ bằng cách thương lượng Namibia chấp thuận cho hàng ngàn gia đình Trung Quốc tới Namibia. Thực vậy, việc trao đổi bí mật này chỉ được phanh phui qua Wikileaks; và có lẽ không cần nói, khi được biết các tin này, người dân Namibia đã phẫn nộ cùng cực.

Bạn có thể cũng phẫn nộ như vậy, nếu việc nhập cư như thế này bị áp đặt lên Hoa Kỳ. Hãy thử nghĩ xem: nếu chỉ cho Namibia vay vài tỷ đô-la mà Trung Quốc đã đòi di dân hàng ngàn người tới Namibia, thì Bắc Kinh sẽ di dân mấy trăm ngàn người Trung Quốc sang Mỹ để xí xóa món nợ 2 ngàn tỷ đô-la [Mỹ đang nợ Trung quốc]? Nhưng nè, Montana và Wyoming vẫn còn có rất nhiều đất trống mà!

Đối với quy mô đáng giật mình của chiến lược Trung Quốc hóa châu Phi Đen kỳ thị chủng tộc ngoài sức tưởng tượng, nhà báo nổi tiếng với nhiều giải thưởng Andrew Malone mô tả ý đồ đen tối này như sau:

Con số gây ngạc nhiên là 750,000 người Trung Quốc đã âm thầm định cư tại châu Phi trong một thập niên qua. Và còn thêm nữa. Chiến lược thôn tính này đã được hoạch định cẩn thận bởi các quan chức tại Bắc Kinh, nơi một chuyên gia đã ước lượng rằng Trung quốc sẽ cần gửi 300 triệu người tới châu Phi để giải quyết các vấn đề nhân mãn và ô nhiễm môi trường.

Các kế hoạch có vẻ đang diễn ra theo dự tính. Khắp nơi trên châu Phi, cờ đỏ Trung Quốc đang tung bay phất phới. Các thương vụ sinh lời hấp dẫn đang được ký kết để mua hàng hóa châu Phi – dầu mỏ, bạch kim, vàng, và khoáng sản. Các đại sứ quán và các đường bay mới đang khai trương. Các tầng lớp ưu tú Trung Quốc mới được nhìn thấy khắp mọi nơi trên lục địa, đang mua sắm tại các cửa hàng sang trọng đắt tiền của chính họ, lái những chiếc xe Mercedes và BMW sang trọng, cho con cái học tại các trường tư dành riêng cho người Trung Quốc...

Trên toàn bộ lục địa vĩ đại này, sự hiện diện của người Trung Quốc đang dâng lên như một cơn lũ ... Các khu gia cư độc quyền, kín cổng cao tường, chỉ có thức ăn Trung quốc, và người da đen không được phép vào, đang được xây dựng trên khắp đại lục. "Quần áo kiểu châu Phi" được bán tại các chợ khắp châu Phi hiện nay phần lớn là hàng nhập cảng "Made in China".

Từ những lời chua chát của Malone, bạn có thể tự thấy rằng, Trung Quốc không chỉ đưa công nhân xây dựng sang châu Phi, châu Á, và Mỹ Latin mà còn đưa sang cả nông dân, thương gia, và thậm chí cả gái điếm nữa!

Để hình dung đúng mức chính sách chiếm đất kiểu Trung Quốc, hãy giả sử chính phủ Hoa Kỳ tại hai tiểu bang Iowa và Nebraska tịch thu hàng triệu héc ta đất trồng trọt màu mỡ nhất, dâng cho Trung Quốc, và bảo người nông dân địa phương đi chỗ khác chơi, rồi sau đó lập ra những khu dân cư và các nhà hàng dành riêng theo chủng tộc. Hãy thử nghĩ xem người Mỹ sẽ phẫn nộ như thế nào?

Thưa, đó chính là điều thực sự đang diễn ra tại châu Phi, nơi mà hơn một triệu nông dân Trung Quốc đã có mặt. Đúng như vậy, hơn một triệu nông dân Trung quốc. Những người di dân Trung Quốc này đang canh tác đất của người châu Phi để sản xuất thực phẩm và xuất cảng ngược về Trung Quốc đại lục dành riêng cho các nhà hàng của người Trung Quốc – trong khi đó nạn đói nghèo của người dân châu Phi vẫn tràn lan xung quanh họ.

Sau đây là một vị đắng nhỏ trong vụ đổi chác cướp đất giữa Trung quốc và châu Phi: theo báo *The Economist*, Trung Quốc đã chiếm hơn 2.8 triệu hécta các cánh đồng dầu cọ tốt nhất của Congo để trồng nhiên liệu sinh học. Tại Zambia, các trang trại của Trung Quốc đã sản xuất một phần tư số trứng được bán tại thủ đô Lusaka. Còn tại Zimbabwe, theo tờ *Weekly Standard*, chế độ Mugabe đã đi quá trớn tới mức đã "hiến miễn phí các trang trại trước đây của người da trắng cho các công ty quốc doanh Trung Quốc". Trong khi đó, con ngựa thành Troy mang cái tên khôi hài mỉa mai là "Những nông trại hữu nghị" đang được sử dụng tại các quốc gia từ Gabon, Ghana, và Guinea tới Mali, Mauritania, và Tanzania để khóa chặt các vùng đất nhỏ hơn mà dư luận chính trị không hề hay biết.

Lái buôn chiếm lĩnh châu Phi và Mỹ Latin

Bên cạnh cơn lũ nông dân Trung Quốc là lớp lớp các làn sóng thương gia Trung Quốc tràn lan khắp châu Phi và Mỹ Latin. Một số người đến cùng với cơn lũ hàng hóa Trung Quốc tràn ngập các thành phố lớn như Kinshasha, Kampala, Lagos, Lima, và Santiago. Số khác là các thương gia thuộc loại phiêu lưu hơn, họ đổ bộ từ những chuyến tàu và máy bay và phục vụ cho các thành phố mới phát triển bùng nổ xa xôi hơn quanh các dự án xây dựng của Trung Quốc đang mọc lên khắp nơi ở châu Phi và Nam Mỹ.

Chúng tôi không nói đùa về gái mại dâm nhập cư từ Trung Quốc. Cũng giống như đồng hương của họ đang tạo ra những sản phẩm có giá cả thấp nhằm thôn tính khu vực này, các kỹ nữ Trung Quốc vào làm cho các quán ba và nhà chứa mọc lên đầy xung quanh các khu thương mại thuộc địa và họ cũng áp dụng chiêu ma mãnh là phá giá để loại các đối thủ địa phương ra. Các tác giả cuốn *China Safari* mô tả nền kinh tế mại dâm ở quốc gia giàu tài nguyên gỗ rừng Cameroon: "Gái mại dâm Trung Quốc dùng chiêu giảm giá chỉ còn 2,000 CFA (khoảng 4.25 đô-la) tại những nơi mà gái mại dâm người địa phương không đi khách với giá thấp hơn 5,000 CFA".

Và đây là một câu chuyện cười ra nước mắt cho chúng ta biết rõ áp lực kinh tế đã thúc đẩy việc di dân của Trung Quốc như thế nào: khi cảnh sát nỗ lực giải cứu một nhóm phụ nữ Trung Quốc bị bọn buôn người đem đến làm mại dâm tại Congo-Brazzaville, những phụ nữ này đòi ở lại cho bằng được. Lý do là vì tiền kiếm được và cách họ được đối xử tại đây hơn hẳn những gì họ nhận được từ quê nhà Tứ Xuyên. Hình như [họ nghĩ] thà làm những việc phản tự nhiên tại một nhà chứa ở Congo còn hơn là sống đời nông dân gần gũi thiên nhiên tại quê hương Trung Quốc.

Trung Quốc xuất cảng các xưởng máy nguy hiểm chết người và các chất thải độc hại

Các công ty Trung Quốc đang trả lương cho người lao động Trung Quốc rẻ mạt và bắt họ làm việc nhiều giờ; thì làm sao họ có thể làm khác hơn khi ở nước ngoài? Với hơn 6,700 thợ mỏ Trung Quốc chết vì tai nạn mỗi năm (khoảng 17 người mỗi ngày)... làm thế nào có thể mong các công ty Trung Quốc làm tốt hơn ở các nơi khác trên thế giới? ... Trung Quốc đã phá hỏng hệ sinh thái và môi trường sống của chính họ trong quá trình hiện đại hóa nhanh chóng; làm sao có thể kỳ vọng họ có đủ lương tri để thực hiện các biện pháp thuận lợi cho môi trường kiểu Tây phương tại những nơi khác?

Khương Văn Nhiên, *University of Alberta*

Dù là dưới dạng các công nhân xây dựng, thương gia, gái mại dâm, nông dân hoặc qua làn sóng hàng hóa giá rẻ của Trung Quốc làm đóng cửa các doanh nghiệp bản địa, Trung quốc đang xuất cảng một cách có hiệu quả các vấn nạn kinh tế và thất nghiệp của chính họ sang các thuộc địa mới, trong khi đẩy dân bản địa vào con đường nhận trợ cấp xã hội hoặc phải ăn xin trên đường phố. Nhưng đây không phải là các món hàng xuất cảng độc hại duy nhất.

Trung Quốc còn xuất cảng cả sự bất cần đầy tai tiếng về an toàn lao động đối với công nhân và bảo vệ môi trường mà họ thể hiện ngay tại nội địa Trung Quốc. Như giáo sư Khương Văn Nhiên đã nhấn mạnh: không có gì đáng ngạc nhiên. Vì nếu ngay cả các nhà hoạch định chính sách trung ương ở Bắc Kinh cũng không bảo vệ các công nhân cùng máu mủ ruột thịt với họ hay kho báu môi trường của họ, thì làm sao lại có thể kỳ vọng Trung Quốc sẽ làm tốt hơn hay khác biệt hơn tại mỏ cobalt ở Congo, hay các khu rừng ở Gabon, mỏ bạc ở Peru, hoặc mỏ đồng ở Zambia?

Trên thực tế, việc Trung Quốc trắng trợn tàn phá đất đai của các thuộc địa dường như không có giới hạn. Chỉ cần xem điều đã xảy ra khi tập đoàn quốc doanh lớn nhất Trung quốc là Sinopec tiến vào Gabon thăm dò dầu mỏ. Đầu đuôi câu chuyện là vào năm 2002, chính phủ Gabon khi đó có viễn kiến là dành ra hơn một phần tư diện tích quốc gia – hầu hết là rừng nguyên sinh – làm khu bảo tồn thiên nhiên. Tuy nhiên, khi đến Gabon, Sinopec liền thăm dò dầu mỏ ở chính giữa khu bảo tồn này. Họ đào đường lung tung xuyên qua các khu rừng trong khi dùng thuốc nổ tàn phá bừa bãi các vùng đất trong khu bảo tồn – thế mà chỉ bị chính quyền Gabon cảnh cáo nhẹ.

Cũng như những nơi như Congo đã dùng "kim cương đẫm máu" mua vũ khí Trung Quốc để tàn sát những người dân vô tội và võ trang cho cả thiếu niên, lâm sản của Liberia nhập cảng về Trung Quốc cũng dùng để tài trợ và cung cấp vũ khí cho cuộc nội chiến đẫm máu kinh hoàng trên đất nước này.

Hiệp sĩ cưỡi ngựa xám[41] đâu? Sao không đến cứu?

Tại Namibia, khi phàn nàn về tình trạng bị đối xử quá tệ, các công nhân được bảo rằng "ráng chịu cực khổ bây giờ để sau này các thế hệ tương lai sẽ được sung sướng". Tại Kenya, cộng đồng dân cư đã ngăn chặn các công trình cầu đường và yêu cầu được cung cấp nước dùng trong gia đình và cho gia súc. Lúc đó là cao điểm của cơn hạn hán nghiêm trọng thế mà nhà thầu Trung Quốc không cho người dân đến giếng khoan nước duy nhất có nước trong phạm vi công trường làm đường.

Africa Review

Liên quan đến sức khỏe và sự an toàn của công nhân, không có gì hơn ngoài nỗi sợ hãi và lời oán thán trong các nhà máy và hầm mỏ mà các ông chủ Trung Quốc đang điều hành ở châu Phi và Mỹ Latin. Bởi vì giống như tại Trung Quốc, đây cũng là chuyện làm nhiều giờ, đồng lương rẻ mạt, điều kiện lao động không an toàn, và những gã chủ ngược đãi đến mức không thể tin được – cùng với tất cả các kiểu đổ chất thải khai mỏ ra môi trường xung quanh.

---

[41] Pale Rider - Hiệp sĩ cưỡi ngựa xám: Bộ phim phát hành năm 1985 của tài tử Clint Eastwood có nhân vật chính là hiệp sĩ cưỡi ngựa xám đứng ra cùng với dân khai mỏ địa phương chống lại công ty đào mỏ.

Bạn cần vài chi tiết đẫm máu không? Vâng, hãy xem chi tiết tàn ác đáng khóc này: khi các thợ mỏ tại mỏ than Collum, miền Nam Zambia, khiếu nại về đồng lương thấp và điều kiện làm việc không an toàn, hai trong số những ông chủ nhanh tay súng Trung Quốc đã đáp lại bằng cách hạ 11 thợ mỏ bằng súng đạn ghém. "Hiệp sĩ cưỡi ngựa xám" của diễn viên điện ảnh Clint Eastwood ở đâu khi bạn cần anh ta?

Vụ nổ súng này không phải là một chuyện riêng lẻ. Chỉ một ít tháng trước tại hầm mỏ khác ở Zambia, vụ đình công biến thành cuộc bạo loạn khi một quản đốc Trung Quốc đã bắn vào đám đông. Dĩ nhiên, viên chức Bộ ngoại giao ở Bắc Kinh lập tức gọi vụ tàn sát này là "một lỗi lầm". Bạn nghĩ sao?

Chuẩn mực phi đạo đức của Trung Quốc làm phương Tây suy yếu

Trong số 640 triệu vũ khí loại nhỏ lưu hành trên thế giới thì có khoảng 100 triệu đang ở châu Phi.

Baffour Dokyi Amoa, *Pambuzaka News*

Dựa trên các hệ quả thảm khốc liên quan đến chủ nghĩa thực dân của Trung Quốc, một câu hỏi đặt ra là tại sao có quá nhiều các quốc gia châu Phi, châu Á, Mỹ Latin lại mở rộng vòng tay đón chào Trung Quốc. Trên thực tế, có nhiều câu trả lời cho câu hỏi này, nhưng mỗi câu trả lời cụ thể đều tùy theo vào nhóm quốc gia liên hệ.

Một nhóm là các quốc gia gồm những địa ngục độc tài ở châu Phi, dưới ách cai trị của tập đoàn quân phiệt, của những bạo chúa có tài mỵ dân, hoặc các nhà "lãnh đạo được coi là dân chủ" nhờ những thùng phiếu bị đánh tráo hoặc bỏ phiếu dưới họng súng. Các chế độ côn đồ vô lại tại Angola, Sudan, Zimbabwe luôn đứng đầu danh sách các quốc gia này.

Tại các nước này và các nước châu Phi và Mỹ Latin khác - có chung đặc điểm là nền dân chủ yếu ớt hoặc có các tên độc tài quân phiệt nắm quyền lực - nguyên tắc của thực dân Trung Quốc đưa ra dựa trên câu khẩu hiệu lạnh xương sống được phát biểu lần đầu tiên bởi Chủ tịch Trung Quốc Hồ Cẩm Đào trước Quốc hội Gabon: "Chỉ kinh doanh chứ không cần bất cứ điều kiện chính trị nào".

Tuân thủ chuẩn mực phi đạo đức này, Trung Quốc làm ăn với bất kỳ chính quyền nước ngoài nào, bất kể họ tàn nhẫn, áp bức, hay tham nhũng ra sao. Trong khi làm ăn, họ không hé miệng nói một lời phê bình nào và không đưa một điều kiện giao thương nào đụng chạm tới những chi tiết "vặt vãnh" như nhân quyền hay minh bạch tài chính.

Bây giờ, bạn thấy ngay rằng cái tính cách phi đạo đức của chính sách ngoại giao của Bắc Kinh đã mang lại ưu thế mạnh không thể tưởng tượng được, vượt qua các quốc gia văn minh thật sự của thế giới như Hoa Kỳ, Anh, Pháp và Nhật Bản. Các quốc gia này, hoặc tự mình hoặc thông qua các thể chế như Liên Hiệp Quốc cố gắng sử dụng các phương tiện ngoại giao như cấm vận thương mại và tạm ngưng tín dụng ngân hàng và viện trợ để kiềm chế các tên bạo chúa. Tuy nhiên, khi các quốc gia dân chủ văn minh cố gắng gây áp lực như vậy, thì Trung Quốc lại lén lút giao dịch với các bạo chúa bằng cửa sau.

Thực vậy, khi Hoa Kỳ cắt đứt thương mại với Sudan vì chính quyền quân phiệt Ả Rập tại đây đang tàn sát nhiều người da đen châu Phi tại Darfur, hoặc khi Liên Hiệp Quốc áp dụng lệnh cấm vận vũ khí đối với Ivory Coast hoặc Siera Leone, hoặc khi châu Âu gây áp lực lên Eritrea hoặc Somalia, hay khi hầu như toàn thế giới cố ép nhà độc tài Robert Mugabe của Zimbabwe phải chấp nhận kết quả bầu cử và chia sẻ quyền lực, những kẻ cơ hội phi đạo đức ở Bắc Kinh đều tranh thủ nhảy vào. Họ cho các thể chế độc đoán bất cứ điều gì chúng muốn - từ các vũ khí hạng nhẹ

135

và máy bay chiến đấu tiên tiến đến các máy điện toán và hệ thống viễn thông hiện đại.

Đây là lời kể của người trực tiếp chứng kiến chiến dịch tàn sát mang tên "đổi máu lấy dầu" diễn ra gần như hoàn toàn với vũ khí Trung Quốc tại Darfur, theo phóng sự của BBC "Những cánh đồng tàn sát mới" (*The New Killing Fields*):

> *Hàng ngàn phụ nữ và trẻ em đã bị cưỡng hiếp một cách hệ thống tại Darfur trong khi những người chồng, anh em, các con trai của họ bị tàn sát không gớm tay... Máy bay chính quyền ném bom những ngôi làng châu Phi và sau đó đưa lực lượng vũ trang đến bằng lạc đà, ngựa và xe tải ... các ngôi làng bị tấn công hơn năm lần. Một phụ nữ tên là Kalima... đã cố gắng gọi chồng mình khi ngôi làng bị tấn công. Nhưng những kẻ vũ trang đã giết chết ông ta và giật lấy đứa con đang sợ hãi tột cùng bám vào người cô ta và thiêu sống đứa bé trai chỉ mới 3 tuổi. Kalima sau đó bị hãm hiếp bởi chính những tên này.*

Bằng những cách này, trong khi chúng ta tự hào sống trong những quốc gia dân chủ và tự do của thế giới thì một nước Trung Quốc cơ hội đang cày xới các cánh đồng thương mại. Trong quá trình đào bới này, con Rồng Trung Quốc đã giúp vũ trang cho hàng ngàn tay súng trẻ em châu Phi với những khẩu AK-47 tại những nơi như Liberia, Nigeria, và Sierra Leone - trong khi đó các thiết bị máy móc xây dựng đang giúp cày lấp hàng trăm ngàn xác chết dưới những cánh đồng chết chóc xa xôi như tại Darfur.

Nạn nhân kế là Úc? Và sau đó là sự sụp đổ của thế giới

> *Công ty Điện hạt nhân Quảng Đông Trung Quốc (CGNPH) ra giá 83.6 triệu đô-la Úc ... để mua quyền kiểm soát công ty Energy Metals Ltd., tăng cường thêm*

cho làn sóng đầu tư của Trung Quốc vào tài nguyên thiên nhiên của Úc. Công ty Quốc doanh CGNPH đề nghị mua 70% cổ phần của dự án Bigrlyi khai thác uranium vùng Lãnh địa Bắc phần của Úc là những dấu hiệu của bước đi đáng kể đầu tiên của doanh nghiệp Trung Quốc tiến vào một trong những quốc gia sản xuất uranium lớn nhất thế giới.

Đề nghị tham gia khai thác này diễn ra giữa lúc quan hệ hai nước Trung Quốc – Úc không được mặn mà cho lắm tiếp theo vụ bắt giữ tháng trước đối với bốn quan chức của tập đoàn khoáng sản Anh – Úc Rio Tinto, trong đó có một công dân Úc, ông Stern Hu, với cáo buộc tội đưa hối lộ và xâm phạm bí mật quốc gia. Điều này cũng gây ra sự lo lắng trong các chính khách và các nhà bình luận về số tiền đầu tư của Trung Quốc vào lĩnh vực khai thác khoáng sản của Úc.

The Wall Street Journal

Có lẽ, điều đang gây quan ngại sâu sắc nhất về chủ nghĩa thực dân Trung Quốc là làm thế nào các quốc gia, thậm chí là các quốc gia phát triển kinh tế và có nền dân chủ vững mạnh như Úc, Brazil, và Nam Phi vẫn có thể bị quyến rũ bởi chính sách "mua chuộc" của Trung Quốc.

Hãy lấy Úc như một ví dụ. Đây là quốc gia có dân số có trình độ giáo dục tốt, lực lượng nhân công có kỹ năng cao, và hầu như có tất cả các nguồn tài nguyên thiên nhiên cần thiết để trở thành một đất nước công nghiệp mạnh. Tuy nhiên, thay cho việc phát triển các ngành công nghiệp để chế biến các nguồn tài nguyên thiên nhiên và dùng nó để sản xuất hàng hóa, các nhà lãnh đạo thiển cận cho rằng cứ để Trung Quốc đến và mua các tài nguyên, đào bới các tài nguyên vô cùng quý giá đó và chở về các nhà máy Trung Quốc với giá rẻ.

Chỉ trong ít năm vừa qua, các công ty như Khai thác Than đá Dương Châu, Kim loại Trung Quốc, Hồ Nam Thép và Sắt, Luyện kim Trung Quốc, và Thép Thượng Hải đã thâu tóm được các hợp đồng khổng lồ mua nguyên liệu thô. Trong khi đây là mối lợi cho vài trăm gia đình thượng lưu ở Úc, nó cũng lại là công thức dẫn tới đói nghèo dài hạn một khi Trung Quốc đã khoét rỗng các mỏ tại Úc.

Ngay cả trong ngắn hạn, nước Úc đang nắm phần bất lợi trong ý đồ thực dân. Đó là bởi vì khi Trung Quốc bán các hàng hóa thành phẩm với các nguyên liệu gốc từ Úc trên chính thị trường này, nước Úc phải đối mặt với thâm hụt thương mại càng ngày càng lớn với Trung Quốc – dù rằng Úc sở hữu nguồn tài nguyên thiên nhiên to lớn.

Cả hai quốc gia Brazil và Nam Phi cũng đang ở trên con tàu thực dân sắp chìm như vậy – mà còn nguy hơn nữa. Hai quốc gia này ngồi trên một loạt những kho tàng đa dạng phong phú không thể tưởng tượng nổi. Cả hai nước này đều có tầng lớp trung lưu đang tăng tiến và có cơ hội rất lớn để gia nhập nhóm các quốc gia công nghiệp hóa. Tuy nhiên, cả hai quốc gia này đang từ bỏ quá nhiều nguồn tài nguyên thiên nhiên về tay Trung Quốc – và cũng đang thâm thủng mậu dịch nghiêm trọng.

Ví dụ như Brazil, Trung Quốc rót hơn 7 tỷ đô-la vào riêng kỹ nghệ dầu khí, trong khi công ty Sinopec hầu như có mặt khắp mọi nơi và đã tìm cách mua được một phần lớn trữ lượng dầu khổng lồ của Brazil tại Santos Basin. Đó không phải là thương vụ đầu tiên của Sinopec ở Rio: Họ đã cho công ty dầu khí quốc gia Brazil là Petrobras vay 10 tỷ đô-la, để đổi lại quyền mua 10 ngàn thùng dầu thô mỗi ngày trong một thập niên tới – với giá rẻ mạt. John Pomfret của tờ *The Washington Post* đã phác họa bức tranh hiện thực "Chinamax" lớn hơn này như sau:

Dọc theo bãi cát vàng tô điểm vẻ đẹp kiều diễm của 175 dặm bờ biển phía bắc thủ đô Rio de Janneiro, Trung Quốc đang tạo ra một thực tại kinh tế mới. Chỉ cần đi qua một hải cảng nơi các công nhân đang xây

một cầu tầu dài hai dặm để tiếp đón những con tàu
khổng lồ được gọi là Chinamax vận chuyển quặng sắt
về cho ngành công nghiệp thép đang đói nguyên liệu
của Trung Quốc, băng qua các bến neo cho những
chiếc chở tàu dầu về Bắc Kinh, một thành phố của
những nhà máy đang mọc lên trên một hòn đảo diện
tích gấp đôi Manhattan. Nhiều công trình sẽ được xây
dựng bởi đầu tư của Trung Quốc: nhà máy thép, nhà
máy đóng tàu, nhà máy sản xuất xe hơi, một nhà máy
sản xuất thiết bị dầu và khí... Các đầu tư vào Brazil
phản ánh chiến lược "vươn ra ngoài" của Trung Quốc,
nhằm bảo đảm nguồn tài nguyên thiên nhiên cho các
mục tiêu phát triển và bảo vệ các doanh nghiệp chính
phủ khỏi bị ảnh hưởng bởi sự tăng trưởng chậm hơn ở
trong nước.

Tổng thống Nam Phi, ông Thabo Mbeki khá lo lắng về những nước cờ thực dân tương tự đang diễn ra trên đất nước mình, "Nếu châu Phi chỉ xuất cảng nguyên liệu thô tới Trung Quốc trong khi nhập cảng thành phẩm từ Trung Quốc, châu Phi có thể muôn đời nằm trong sự lạc hậu".

Dù cho một xã hội văn minh như nước Úc, một quốc gia bị chiến tranh tàn phá như Congo, một quốc gia đang chuyển đổi như Nam Phi, hoặc trường hợp một loạt các chính phủ độc tài kiểu như Zimbabwe, điều mà các quốc gia này cùng chung số phận là: Trung Quốc đang bóc lột một cách có hệ thống các nguồn tài nguyên của họ. Và một khi các tài nguyên này cạn kiệt, bị xúc mang đi hết hay sử dụng hết, các thuộc địa này sẽ biến thành những chiếc thùng rỗng ruột, mất năng lực công nghiệp và khả năng tạo ra việc làm, những thứ mà đáng ra họ được hưởng nếu không đi theo con đường làm thuộc địa cho kẻ khác!

Đại bàng Hoa Kỳ đã biến thành chim bồ câu lớn nhất thế giới

Con Rồng sản xuất Trung Quốc rất phàm ăn. Con Rồng thực dân đang tiến đánh không ngừng. Còn con Đại bàng Hoa Kỳ đang ngủ quên.

Ron Vara

Lời kết của tất cả những điểm nêu trên là Trung Quốc đang có một chiến lược thâu tóm tài nguyên để giành cho các nhà máy của họ hoạt động tối đa, còn các nước khác trên thế giới thì lại không làm như vậy. Trong khi đội quân hàng triệu người Trung Quốc hoành hành khắp các lục địa từ châu Phi, châu Á, tới châu Mỹ Latin và đang thực hiện chính sách thâu tóm mọi nguồn tài nguyên thiên nhiên, thao túng toàn bộ thị trường, và ngăn chặn phần còn lại của thế giới can dự vào, thì con đại bàng Hoa Kỳ vẫn đậu trên mặt đất, các nước châu Âu vẫn luẩn quẩn không chịu nhìn nhận [tình trạng nguy ngập của mình], còn Nhật Bản thì tê liệt trong nỗi sợ hãi. Tình trạng này không phải luôn luôn như vậy – ít nhất là đối với Hoa Kỳ.

Thực ra, Hoa Kỳ đã từng là bậc thầy tiên phong mở đường với "quyền lực mềm" trên toàn cầu thông qua các sứ mệnh viện trợ, chính sách ngoại giao, và hỗ trợ quân sự. Tuy nhiên, bây giờ con đại bàng Hoa Kỳ ngày nào đã trở thành con chim bồ câu lớn nhất thế giới; và chúng ta tự thu nhỏ lại chỉ còn tài trợ cho các phái đoàn thiện nguyện viên hòa bình ở các nước có nợ quốc gia nhỏ hơn nợ của Hoa Kỳ và cúi mình ẩn trong các đồn bót quân sự tại các nước mà chúng ta không cần phải có mặt. Đã đến lúc chúng ta phải cùng phần còn lại của thế giới thức dậy – và đứng lên chống lại – đế chế thuộc địa đang nảy sinh giữa thế giới. Một lần nữa, như Peter Finn hùng hồn đề nghị, thế giới văn minh cần mở toang cánh cửa hướng về phương Đông và dõng dạc hét lên: "Ta giận lắm rồi, không thể chịu đựng thêm nữa."

Bởi vì nếu chúng ta không làm như thế, sự cấm vận tài nguyên mà Trung Quốc trong thực tế đang áp đặt đối với thế giới thông qua chiến lược thực dân sẽ như sợi dây thòng lọng đang siết chặt dần quanh cổ của tất cả các nền kinh tế trên thế giới. Theo thời gian, khi đế chế thực dân Trung Quốc gia tăng quyền kiểm soát các nguồn tài nguyên quý giá nhất trái Đất và trong khi cơn đói nguyên liệu của Trung Quốc vẫn tiếp tục gia tăng, sợi dây thòng lọng sẽ dần siết chặt quanh những cái cổ mềm của Hoa Kỳ, Âu Châu, Nhật Bản, Đại Hàn và các quốc gia khác.

Phần III

Chúng ta sẽ chôn ngươi, theo kiểu Trung Quốc

Chương 8

Chết dưới tay hải quân viễn dương[42]: Vì sao việc gia tăng quân sự của Trung Quốc là báo động đỏ

Mọi quyền lực đến từ nòng súng

Mao Trạch Đông

Lần cuối cùng mà hầu hết người Tây phương biết đến quân đội Trung Quốc là ngày 4 tháng 6 năm 1989. Đó là ngày xe tăng cán lên thân người và xe đạp xung quanh Quảng trường Thiên An Môn, trong khi lính đặc nhiệm say mê tập bắn bia sống bằng chính những người biểu tình bị dồn vào các bức tường Tử Cấm Thành.

Kể từ lần đổ máu đó cách đây hơn hai thập niên, những nhà lãnh đạo Trung Quốc không hề có thái độ nhân nhượng hơn đối với giới bất đồng chính kiến. Cái thay đổi đáng kể chính là kho vũ khí quân sự của họ.

Trên thực tế, lục quân, không quân, và đặc biệt là hải quân Trung Quốc đã có bước *Đại Nhảy Vọt* để trở thành đội quân được trang bị khủng khiếp nhất thế giới. Tiếc thay, phần lớn những vũ khí mới bóng loáng này lại đang nhằm thẳng vào chúng ta.

Đơn cử là vũ khí hủy diệt hàng loạt Đông Phong 31A (DF-31A). Đây là loại hỏa tiễn đạn đạo liên lục địa (ICBM), phóng từ bệ phóng cơ động và khó theo dõi, khó phát hiện

---

42 Blue water navy: Hải quân viễn dương, tức ở vùng biển sâu.

và luôn sẵn sàng mang đầu đạn hạt nhân có sức công phá 1 triệu tấn đến ngay cửa nhà bạn ở Des Moines hay Decatur.

Hay là tàu ngầm mang hỏa tiễn hạt nhân loại *Tấn*[43] trang bị tên lửa ICBM Cự Lãng-2. Những tên lửa "Sóng Lớn" này có thể được trang bị nhiều đầu đạn có khả năng thiêu rụi bất cứ thành phố nào tại Hoa Kỳ hay Âu châu.

Và nói về tàu ngầm, bạn có biết rằng trên hòn đảo nhiệt đới Hải Nam, tỉnh cực nam của Trung Quốc, hải quân đã xây dựng một căn cứ quân sự ngầm kiểu phim điệp viên James Bond. Mục đích rõ ràng của cơ sở này là để che dấu những hạm đội tàu ngầm có thể ra vào căn cứ mà không bị vệ tinh Tây phương phát hiện. Chính hạm đội này hiện nay thường xâm lấn vào lãnh hải Nhật Bản hoặc bám đuôi những tàu của Hoa Kỳ ngoài biển khơi.

Để kiểm soát trên biển khơi, hỏa tiễn đạn đạo chống thuyền bè DF-21D thực sự là yếu tố thay đổi luật chơi hải chiến. Nó thực sự là ác quỷ phóng từ bệ phóng cơ động, tốc độ nhanh 10 lần âm thanh, nạp nhiên liệu rắn, được thiết kế nhanh chóng để đuổi Hạm đội Thái Bình Dương của Hoa Kỳ từ eo biển Đài Loan và biển Nhật Bản phải quay trở lại các bãi biển Hawaii. Và thần chết bất ngờ này chỉ có một mục tiêu là hàng không mẫu hạm *USS George Washington*, nơi có trên 5,000 thủy thủ đoàn và phi hành đoàn Hoa Kỳ [đang làm nhiệm vụ].

Những vũ khí này có điểm gì chung? Đó là những vũ khí tấn công không dùng để bảo vệ lãnh thổ, mà theo như Mike Mullen, Tổng Tham mưu trưởng mô tả, là dành cho những cuộc "viễn chinh". Thật vậy, những vũ khí này là một phần của kho vũ khí được phát triển thần tốc có thể được sử dụng có hiệu quả chống lại Ấn Độ, Nhật Bản, và

---

[43] "Jin" - Tấn : Trung Quốc dùng tên các triều đại để đặt cho vũ khí của mình.

146

Việt Nam trong các cuộc xung đột khu vực. Nó cũng có thể được sử dụng hiệu quả để đối đầu với Hoa Kỳ nhằm kiểm soát những quân cờ chiến lược như những lộ trình vận tải viễn dương trên thế giới, hay cuối cùng đánh chiếm Đài Loan trong một trận pháo chiến tay đôi.

Đô đốc Mullen đã nhận định sự mâu thuẫn giữa những gì mà các nhà lãnh đạo dân sự như Thủ tướng Ôn Gia Bảo nhấn mạnh "trỗi dậy hòa bình" và những gì trong thực tế, đó là sự phát triển quân sự nhanh nhất của một chế độ độc tài toàn trị kể từ những năm 1930:

> *Đầu tư mạnh mẽ gần đây [của Trung Quốc] trong năng lực viễn chinh hiện đại của hải quân và không quân có vẻ như xa rời một cách lạ thường ra khỏi các mục tiêu bảo vệ lãnh thổ [mà họ] đã tuyên bố. Mọi quốc gia đều có quyền tự bảo vệ mình và chi tiêu phù hợp cho mục đích đó. Tuy nhiên, khoảng cách quá rộng giữa những gì Trung Quốc tuyên bố và các chương trình quân sự của họ khiến tôi rất quan tâm đến kết cục. Thật vậy, tôi đã từ tò mò chuyển thành thực sự quan ngại.*

Tất cả chúng ta bên ngoài Ngũ Giác Đài cần quan ngại đến mức nào? Và đằng sau cái gọi là "trỗi dậy hòa bình" của Trung Quốc là điều gì?

Cách duy nhất để trả lời chính xác những câu hỏi này là phân tích những gì mà lực lượng quân sự của Trung Quốc đang *làm*, chứ không phải là nghe toàn bộ những gì các nhà lãnh đạo dân sự đang *nói*. Đó là lý do tại sao trong bốn chương tiếp theo chúng ta sẽ đi sâu vào khả năng quân sự đầy uy thế mà Trung Quốc đang phát triển.

Chúng ta bắt đầu chương này với một cái nhìn thức tỉnh về những quân chủng của Trung Quốc, lục quân, không quân và hải quân. Sau đó, Chương 9 và Chương 10 sẽ đề cập đến những phân tích đáng quan tâm hơn về hoạt động tình báo hiện đại và "chiến tranh bất đối xứng". Để kết thúc phần đánh giá, chúng ta sẽ xem xét kỹ sự trưởng thành đáng kinh ngạc của Trung Quốc về sức mạnh không gian và hiểu rõ hơn tại sao nước Cộng hòa Nhân dân này lại coi việc kiểm soát không gian là điểm cao chiến lược tối thượng.

Đọc hết bốn chương này, chúng ta sẽ hiểu rõ là người Mỹ không chỉ cần một "thời điểm thức tỉnh" [lúc Liên Xô phóng vệ tinh Sputnik] như Tổng thống Hoa Kỳ Barack Obama đã kêu gọi để thúc đẩy nền kinh tế. Chúng ta cùng với châu Âu, Nhật Bản, và các nước còn lại trên thế giới cũng cần một "thời điểm Winston Churchill" để đánh thức chúng ta về mối nguy hiểm ngày càng tăng của một chế độ độc tài toàn trị được vũ trang mạnh mẽ đang có tham vọng bá quyền khu vực và thống trị toàn cầu.

Những "chiến sĩ phòng thủ Chosin" giao tranh với "biển người" Trung Quốc

Vâng, tất cả chúng ta đều có những kỷ niệm về những bạn bè thiệt mạng, về biển người Trung Quốc tấn công chiến tuyến của ta trong băng giá, những cuộc hành quân phá vòng vây dài dằng dặc và đầy nguy hiểm, nhưng tôi cho rằng điều còn ám ảnh nhất trong tâm trí chúng ta là cái lạnh ghê gớm! Chúng ta không thể nào quên những đêm dài trong chiến hào hay hố cá nhân, khi nhiệt độ khoảng 40 độ âm.

Lee Bergee *- Cựu chiến binh Chiến tranh Triều Tiên, Thủy quân Lục chiến Hoa Kỳ*

Từ thời Mao Trạch Đông, Trung Quốc luôn áp dụng chiến lược quân sự dùng lực lượng áp đảo. Ngày nay, ngay cả khi Trung Quốc đã có quan điểm hiện đại về chiến tranh, họ vẫn duy trì quân đội chính quy lớn nhất thế giới. Đó là một đội quân gồm 2.3 triệu quân; một lực lượng bộ binh đông hơn tổng số các lực lượng quân đội của Canada, Đức, Hoa Kỳ, và Anh. Hơn nữa, các lực lượng này được võ trang đầy đủ bằng một kho vũ khí lớn nhất thế giới gồm xe tăng, pháo binh, và xe quân dụng.

Chỉ riêng xe tăng, với 6,700 chiếc, Trung Quốc vượt xa con số của Đài Loan là 1,100, Nam Hàn 2,300, và Việt Nam khoảng 1,000 chiếc. Ngay cả Hoa Kỳ, trong khi tham chiến hai lần ở châu Á, cũng chỉ có khoảng 5,000 xe tăng.

Điển hình của việc nhanh chóng chuyển qua kỹ thuật mới của Hồng quân Trung Quốc chính là xe tăng chiến đấu "loại 99", đó là vũ khí tiên phong cho lực lượng bộ binh đã được hiện đại hóa của Trung Quốc. Thiết kế của nó phần lớn được đánh cắp từ xe tăng nổi tiếng của Liên Xô T-72. Bộ máy giết người dùng kỹ thuật cao này kết hợp tất cả mọi thứ từ hỏa tiễn điều khiển bằng tia laser và hệ thống điều khiển dùng vệ tinh đến kỹ thuật sườn xe chống đạn xuyên phá có thể vô hiệu hóa đạn phá xe tăng.

Trên hết, Hồng quân Trung Quốc là một lực lượng viễn chinh ghê gớm. Nó vẫn duy trì khả năng tấn công mạnh mẽ bằng làn sóng biển người cổ điển mà cả thế giới đã chứng kiến trong cuộc tấn công bất ngờ Ấn Độ năm 1962 hay cuộc *tấn công không kẻ gây hấn*[44] vào Việt Nam năm 1979.

Với những âm mưu cùng các lời đe dọa của Bắc Hàn điên khùng luôn xuất hiện trong báo chí ngày nay, trong khi Trung Quốc là đồng minh và bảo hộ lớn nhất của Bắc Hàn, không người Mỹ nào được quên vai trò của nước Cộng hòa Nhân dân này trong chiến tranh Triều Tiên. Cuộc tắm máu trong những năm 1950 đáng lẽ chỉ là cuộc hành quân càn quét của lực lượng Liên Hiệp Quốc chống lại quân đội thiếu trang bị của Bắc Hàn. Trái lại, trong trận then chốt của cuộc chiến, từng làn sóng biển người của Trung Quốc đã biến Chosin, Đại Hàn thành một địa ngục

---

[44] "unprovoked assault on Vietnam: cuộc tấn công không kẻ gây hấn.

băng giá; và hàng ngàn thanh niên Hoa Kỳ, Anh, Úc, và Đại Hàn đã đổ máu trong bùn lạnh dưới hỏa lực tàn nhẫn của Trung Quốc. Và cũng đừng quên, đây là cuộc chiến tranh không khoan nhượng mà Mao Trạch Đông đã kéo dài một cách tàn bạo thêm hai năm nữa. Thậm chí ông ta còn hy sinh con trai của mình vào mục đích vô nghĩa mà rốt cục đã đọa đày ít nhất ba thế hệ người dân Bắc Hàn vào cảnh hầu như nô lệ và đói kém.

Lực lượng không quân tinh nhuệ nhất mà con Rồng Trung Quốc có thể mua, ăn cắp, hay ăn không

Trận chiến giả định, do nhu liệu mô phỏng toàn diện của công ty Rand thực hiện, cho thấy Hoa Kỳ có thể tiêu diệt máy bay Trung Quốc với tỷ lệ 6-1, nhưng người Mỹ sẽ thua.

Aviation Week

Trong khi Hồng quân Trung Quốc dựa vào số người áp đảo thì Không quân Trung Quốc đang trở thành không lực tinh nhuệ nhất mà Trung Quốc có thể mua với "những đô-la Walmart" của chúng ta hoặc với những thứ điệp viên của họ có thể ăn cắp.

Hãy xem chiến đấu cơ Thẩm Dương J-11B và "cá mập bay"[45] J-15. Thẩm Dương J-11B là một máy bay phản lực hai động cơ, một bản sao nhái phi cơ Sukhoi Su-27 của Nga. J-15 là máy bay có thể cất cánh, hạ cánh trên hàng không mẫu hạm, là một bản sao giả mạo phi cơ Su-33 của Nga.

Và đây là những *"truyện khôi hài hắc ám"*[46] về những máy bay giả mạo. Thoạt tiên, họ [Trung quốc] ký hợp đồng mua hàng và thỏa thuận cấp phép sản xuất với Nga. Tuy

---

[45] "Flying shark" - Cá mập bay.

[46] dark comic: truyện khôi hài hắc ám.

150

nhiên, một khi Trung Quốc nhận được một hoặc hai chiếc máy bay, họ chỉ việc sử dụng *kỹ thuật đảo ngược*[47] để ăn cắp kỹ thuật của Nga và rút lui ra khỏi hợp đồng. Điều đó cho thấy không có danh dự giữa một tên trộm và một kẻ côn đồ.

Phản ứng trước việc bị mất cắp không những chỉ một mà đến hai lần như thế, một thành viên của Hội đồng Quốc phòng Nga, Đại tá Igor Korotchenko, đã tức giận và tỏ ý coi thường việc ăn cắp của Trung Quốc khi tuyên bố với Thông tấn xã Quốc tế Nga rằng: "Chiếc J-15 do Trung Quốc nhái lại khó mà đạt được các đặc tính hoạt động tương tự như máy bay chiến đấu Su-33 của Nga có khả năng cất hạ cánh trên hàng không mẫu hạm". Sau đó ông nói thêm,"Tôi không loại trừ khả năng rằng Trung Quốc có thể trở lại đàm phán với Nga về việc mua một lô đáng kể các máy bay Su-33". Hãy đợi đấy, thưa Đại tá.

Còn một máy bay đáng chú ý khác trong cuộc biểu diễn của Trung quốc, J-17 "Sấm Sét"[48]. Máy bay khiến người ta chú ý không phải là khả năng tấn công bằng tên lửa không-đối-không và không-đối-địa. Điều khiến người ta chú ý chính là việc chế tạo J-17 cho thấy rõ thêm cách mờ ám mà nước Cộng hòa Nhân dân đã dùng để có được kỹ thuật quân sự bí mật. Trong trường hợp này, Trung Quốc đã đi cửa sau bằng cách lập một "liên doanh" cuội với Pakistan - qua sự trung gian vụ lợi của Pháp - để làm trò ảo thuật tránh né lệnh cấm vận vũ khí của Liên minh Âu châu đối với Trung Quốc.

Và, nói về ảo thuật, không quân Trung Quốc gần đây đã lôi ra từ chiếc mũ thần diệu một lô những "máy bay không người lái" drone kỹ thuật tân tiến, điều khiển từ xa và tự dẫn đường. Nó tương tự như những máy bay không người

---

[47] reverse engineer: kỹ thuật đảo ngược.

[48] "Thunder" - Sấm sét.

lái mà Hoa Kỳ đã sử dụng rất hiệu quả ở Afghanistan và Iraq.

Để khoe các khả năng mới tìm thấy (và mới ăn cắp được) và cũng để chế diễu Hoa Kỳ, Trung Quốc không chỉ ra mắt một máy bay phản lực không người lái tiên tiến tại cuộc Triển lãm Hàng không Trung Quốc ở Châu Hải, các đơn vị tham gia triển lãm còn chiếu một đoạn video mô phỏng cảnh máy bay không người lái chỉ điểm mục tiêu là một hàng không mẫu hạm của Hoa Kỳ để rồi thủy thủ đoàn và phi hành đoàn 5,000 người Mỹ bị tiêu diệt một cách chính xác bởi một tên lửa Trung Quốc. Quả thật là cuộc trỗi dậy hòa bình!

30 phút qua Tokyo, 10 phút tới Đài Bắc

Trong tất cả các máy bay của Không quân Trung Quốc, khiêu khích lớn nhất chính là máy bay chiến đấu tàng hình Thành Đô J-20 Hắc Ưng[49]. Trong một hành động xúc phạm thấm thía tới Hoa Kỳ, và có lẽ là một biểu lộ hiếm thấy của óc *khôi hài hắc ám* của quân đội Rồng - lực lượng Không quân Trung Quốc đã thực hiện thành công chuyến bay thử nghiệm đầu tiên J-20 trong lúc Bộ trưởng Quốc phòng Hoa Kỳ, Robert Gates, đang thăm chính thức nước này. Tất nhiên, Gates là một đối tượng hoàn hảo làm nổi bật trò đùa ngoại giao của Bắc Kinh nhằm chế diễu Hoa Kỳ. Bởi vì chính ông Gates đã cố noi gương cố Thủ tướng Anh Neville Chamberlain khi ông từng công khai khẳng định rằng Trung Quốc khó có thể sản xuất được một chiếc máy bay thế hệ thứ năm trước năm 2020.

Điều chẳng có gì đáng cười về máy bay tàng hình này là rõ ràng nó được thiết kế cho các cuộc tấn công không-đối-địa nhằm vào các nước láng giềng của Trung Quốc. Thật vậy, chiếc Hắc Ưng này của Trung Quốc trội hơn máy bay

---

[49] "Chengdu – Black Eagle" - Thành Đô Hắc Ưng.

tàng hình F-22 của Hoa Kỳ trong một loạt các yếu tố vận hành và rất hiệu quả trong phi vụ oanh kích tấn công hơn là phòng không lãnh thổ. Những yếu tố này bao gồm cả khả năng chứa nhiên liệu cao và khả năng lên xuống phi đạo khi chở vũ khí nặng. Những yếu tố đó có ý nghĩa trong quan điểm chiến lược như sau: Trong khi J-20 có lẽ là không đủ nhanh nhẹn để bảo vệ Trung Quốc chống lại máy bay chiến đấu hàng đầu của Hoa Kỳ, nó là một vũ khí rất hoàn hảo nếu mục tiêu là để lẻn vào Kyoto, Đài Bắc, hoặc Hán Thành, mang theo một số lượng lớn bom và hỏa tiễn.

Làm thế nào Trung Quốc nhanh chóng có được loại kỹ thuật tàng hình tinh vi mà Hoa Kỳ phải mất mấy thập niên để nghiên cứu và hàng trăm tỷ đô-la để phát triển, đó cũng là một câu chuyện lạnh gáy. Theo Tổng Tham mưu trưởng Croatia, Đô đốc Davor Domazet-Loso, Trung Quốc kiếm được kỹ thuật tàng hình căn bản từ xác của một máy bay chiến đấu tàng hình Hoa Kỳ bị bắn rơi ở Serbia vào năm 1999. Thực vậy, ngay khi máy bay rơi, Trung Quốc đã cử rất nhiều điệp viên lùng sục khắp khu vực và mua bất kỳ bộ phận nào của máy bay mà nông dân và cư dân địa phương có thể nhặt được.

Còn Cộng hòa Nhân dân có đang chuẩn bị sử dụng không lực để tấn công hay không thì [chỉ cần biết là] các cuộc xâm nhập của không lực Trung Quốc đã buộc Nhật Bản phải xuất phát máy bay chiến đấu ngăn chặn gần 50 lần một năm, tức khoảng một lần một tuần và gấp đôi số lần Trung Quốc có các hành động khiêu khích vài năm trước đây. Không riêng gì Nhật Bản phải chịu những cuộc thăm dò này. Ấn Độ thường xuyên tường thuật bị Trung Quốc xâm nhập vào không phận, đặc biệt là ở các khu vực tranh chấp gần Kashmir và Arundachal Pradesh. Bạn thấy *Bá quyền* là gì chưa?

Trời đỏ rạng đông, chẳng mưa dông cũng sóng lớn[50]

Mục tiêu của quân đội Trung Quốc trong tương lai là giữ ưu thế hải quân ở vùng biển Tây Thái Bình Dương trong đường phòng thủ thứ hai từ quần đảo Nhật Bản tới đảo Guam và Indonesia. Sau đó, quân đội Trung Quốc sẽ tranh giành với lực lượng hải quân Hoa Kỳ ở Ấn Độ Dương và toàn bộ khu vực Thái Bình Dương.

Asahi Shimbun

Trong khi lục quân Trung Quốc là hiện thân cho sự hung bạo và không quân Trung Quốc có những máy bay tốt nhất mua hoặc ăn cắp được, sự tăng cường của hải quân Trung Quốc chính là điều đáng lo ngại nhất của các nhà phân tích Ngũ Giác Đài. Thật vậy, nước Cộng hòa Nhân dân đang tiến lên với tốc độ của Dự án Manhattan để phát triển hải quân viễn dương có khả năng thách thức hải quân Hoa Kỳ. Mục tiêu đầu tiên của nó là để đẩy các hàng không mẫu hạm của Hoa Kỳ ra khỏi phía tây Thái Bình Dương và có thể sau đó chiếm lĩnh Đài Loan và cuối cùng khai triển lực lượng khắp toàn cầu.

Trọng tâm của cuộc đấu trí chiến lược này là một vũ khí mang tính biểu tượng nhất trong lịch sử - hàng không mẫu hạm hùng mạnh. Hải quân Hoa Kỳ thích gọi những con tàu này là "bốn mẫu rưỡi lãnh thổ Hoa Kỳ di động", và là cột sống của Pax Americana (Hòa bình của Hoa Kỳ) trên biển kể từ khi kết thúc Chiến tranh Thế giới thứ Hai.

Thật vậy, con Rồng biết quá rõ việc đối mặt trực tiếp với hàng không mẫu hạm Hoa Kỳ và hạm đội hộ tống của nó là một việc vô cùng khó khăn. Ngoài một phi đội gồm

---

[50] "Red Sky, Morning Sailors, Take Warning", dựa theo tục ngữ về thời tiết của nhiều nước trên thế giới: "Red sky in the morning, sailors take warning. Red sky at night, sailors delight." Tức: trời đỏ rạng đông, chẳng mưa dông cũng sóng lớn.

154

75 máy bay cánh cố định và cánh quay (rotor aircraft), một hàng không mẫu hạm chẳng hạn như *George Washington* sẽ được bảo vệ chặt chẽ bởi một tuần dương hạm mang phi đạn điều khiển bằng hệ thống Aegis có thể đẩy lùi bất kỳ cuộc tấn công nào trên mặt biển. Hàng không mẫu hạm cũng sẽ được yểm trợ hai bên sườn bởi một số khu trục hạm với phi đạn phòng không và sẽ có ít nhất một tàu săn tàu ngầm chạy xung quanh để canh chừng. Trong khi đó, dưới đáy biển, một hoặc nhiều tàu ngầm tấn công loại *Los Angeles* chạy bằng năng lượng hạt nhân sẽ âm thầm hộ tống nhóm tàu hùng mạnh trên mặt biển; và, ít nhất là trong quá khứ, bất kỳ cuộc tấn công trực diện nào của hải quân Trung Quốc hiện hữu sẽ không xâm nhập được trong vòng 50 dặm trên biển khơi.

Loại hàng không mẫu hạm khổng lồ như thế mới giữ cho Đài Loan không bị khuất phục bởi [Trung hoa] lục địa cho đến nay. Chính nỗi ám ảnh về hạm đội Thái Bình Dương buộc các chiến lược gia Trung Quốc luôn lo lắng về cơn ác mộng tột cùng: tức là một ngày nào đó hải quân Hoa Kỳ có thể phong tỏa điểm chuyển tiếp trên biển cho 80% lượng dầu nhập cảng của Trung Quốc [từ Ấn Độ Dương sang] - eo biển Malacca - để trả đũa cho một kiểu gây hấn nào đó của Trung Quốc.

Dô ra mà bà chẳng biết![51]

Được các nhà phân tích quân sự biết đến với cái tên là "Sát thủ của hàng không mẫu hạm", hỏa tiễn Đông phong-21D (DF-21D) có thể thay đổi luật chơi của môi trường an ninh châu Á, nơi những đội hình chiến đấu với hàng không mẫu hạm của hải quân Hoa Kỳ đã và

---

[51] "Slam BAM, thank you ma'am" phỏng theo thành ngữ thông tục "wham bam thank you ma'am" có nghĩa là một cuộc hành quân thắng lợi, ngắn gọn và ít tốn kém, và cũng mang ý nghĩa liên quan đến phòng the.

đang là bá chủ mặt biển từ Chiến tranh Thế giới thứ Hai. Hỏa tiễn DF-21D là vũ khí duy nhất có khả năng tấn công vào những mục tiêu được phòng thủ chặt chẽ với sự chính xác tuyệt đối – một khả năng mà những kế hoạch gia hải quân Hoa Kỳ đang đau đầu tìm cách đối phó.

Associated Press

Bởi vì những chiến lược gia quân sự Trung Quốc nhận thức được tầm quan trọng và sức mạnh của các hàng không mẫu hạm, họ đã nhanh chóng phát triển một chiến lược gồm hai mũi nhọn. Một mũi nhọn liên quan đến đội hình chiến đấu đối trọng có hàng không mẫu hạm của chính Trung Quốc và mũi nhọn kia liên quan đến việc hoàn thiện "hỏa tiễn tiêu diệt hàng không mẫu hạm" – được Ngũ Giác Đài gọi một cách không thân thiện là "BAMer"[52], viết tắt của hỏa tiễn đạn đạo chống thuyền bè.

Chúng ta gọi việc hoàn thiện "BAMer" vì phải kỳ công lắm mới bắn trúng đích một con tàu dù có kích thước lớn nhưng nhấp nhô trên đại dương cách xa hàng ngàn dặm. Đó là lý do tại sao Trung Quốc bận rộn trong việc tập oanh kích một mô hình hàng không mẫu hạm có hình chữ nhật ở trường bắn thử trên sa mạc Gobi (Hãy kiểm tra trên Google Earth, tọa độ này ở trên trang web của chúng tôi!)

Trên thực tế, hỏa tiễn tiêu diệt hàng không mẫu hạm này của Trung Quốc là vũ khí thay đổi luật chơi tương tự như loại bom ngư lôi được thả từ các máy bay để phá hủy các tàu chiến lớn trên biển vào đầu Chiến tranh Thế giới thứ Hai. Bước ngoặt của cuộc hải chiến diễn ra khi một máy bay cánh hai tầng của Anh mang duy nhất một quả bom ngư lôi loại này đã đánh đắm tàu chiến khổng lồ mới hạ thủy của Đức Quốc xã – tàu Bismarck – trong chuyến

---

[52] "BAMer" - ballistic anti-ship missile: hoả tiễn đạn đạo chống thuyền bè.

156

hải hành đầu tiên. Và sau đó Đô đốc hải quân Nhật Bản Yamamoto cũng đã dùng những bom ngư lôi loại này một cách thành công khi đánh chìm hết chiến hạm này đến chiến hạm khác của Hoa Kỳ trong trận thủy chiến Trân Châu Cảng.

Trong khi việc sản xuất các BAMer của Trung Quốc báo hiệu sự suy vong của các hàng không mẫu hạm Hoa Kỳ trong vai trò biểu dương lực lượng và đe dọa đẩy lùi các tàu chiến của hạm đội Thái Bình Dương Hoa Kỳ về các căn cứ an toàn ở Hawaii, Trung Quốc nhanh chóng đóng các hàng không mẫu hạm của chính mình. Thật vậy, hàng không mẫu hạm đầu tiên của Trung Quốc chắc sẽ được hạ thủy ở cảng Đại Liên vào một thời điểm trong năm 2011; và phóng sự về con tàu này chắc sẽ là tiết mục đặc biệt lôi cuốn khán giả trong suốt một giờ trên Đài Truyền hình Quân sự.

Câu chuyện này bắt đầu bằng việc Trung Quốc dùng một công ty ở Hong Kong làm bình phong để mua một hàng không mẫu hạm của Ukraine. Chiếc hàng không mẫu hạm này tên là Varyag, một hàng không mẫu hạm trọng tải 67,500 tấn đáng lẽ là niềm tự hào của hạm đội Xô Viết.

Tuy nhiên, với sự sụp đổ của Liên Xô, việc xây dựng hàng không mẫu hạm Varyag này bị bỏ dở. Hơn nữa, vỏ của con hàng không mẫu hạm này cũng đã bắt đầu bị rỉ sét trong một xưởng đóng tàu Hắc Hải ở Ukraine. Do đó, Trung Quốc sử dụng một công ty Hong Kong có những lãnh đạo công ty là những cựu sĩ quan quân đội Trung Quốc trước đây làm bình phong để mua con tàu trong một cuộc bán đấu giá với cái giá chỉ là 20 triệu đô-la, nói dối là để làm một sòng bạc nổi ở Macao.

Biết được thủ đoạn trên của nhà cầm quyền Trung Quốc, Ngũ Giác Đài đã nhờ đồng minh Thổ Nhĩ Kỳ ngăn chặn việc tàu đi qua hải phận nước này. Tuy nhiên, vào thời điểm đó, quyền Bộ trưởng Ngoại giao Dương Văn

Xương bay đến thủ đô Ankara của Thổ Nhĩ Kỳ với một khoản viện trợ kinh tế 360 triệu đô-la (xin hiểu là hối lộ) để giải tỏa sức ép của Ngũ Giác Đài, và chính quyền Thổ Nhĩ Kỳ 'được trả nước' đã cho phép hàng không mẫu hạm Varyag được đi qua eo biển Bosporus.

Tất nhiên là khi hàng không mẫu hạm Varyag đến Trung Quốc, nó không được kéo đến Macao mà đến cảng Đại Liên để phân tích và phục chế. Những bức ảnh chụp mới đây cho thấy rằng con tàu đã được đưa vào xưởng sửa chữa và sơn lại màu sơn của hải quân Trung Quốc, mặt boong tàu làm sân bay đã được làm lại, cũng như một cột ăng ten mới đã được lắp trên đài chỉ huy. Chẳng bao lâu nữa, nó sẽ được hạ thủy và đặt tên mới là Thi Lang.

Và đây nữa, chúng ta phải đánh giá cao óc "khôi hài hắc ám" và cảm nhận lịch sử của giới quân sự Trung Quốc. Trong trường hợp này, Trung Quốc đã đặt tên hàng không mẫu hạm đầu tiên của mình với cái tên Thi Lang, chỉ huy trưởng hạm đội Mãn Châu đã từng xâm lăng Đài Loan vào thế kỷ 17 và sau đó đã xem Đài Loan như là một quận của tỉnh Phúc Kiến. Quả thực là giới quân sự Trung Quốc biết cách gửi một thông điệp cho thế giới.

Trong vòng vài năm sắp tới, Trung Quốc sẽ gửi đến một thông điệp lớn hơn. Đó là việc hạ thủy một hạm đội có ít nhất 5 hàng không mẫu hạm đi vòng quanh thế giới – và chắc chắn hạm đội này sẽ đối đầu với hải quân Hoa Kỳ.

Con Rồng 007 chơi trò "giấu tàu ngầm"

Những tấm hình tối qua có vẻ đã xác nhận nỗi lo sợ ở Washington về việc Trung Quốc đang xây một căn cứ tàu ngầm năng lượng hạt nhân trên hòn đảo nhiệt đới. Những nhà lãnh đạo Ngũ Giác Đài lo ngại rằng căn cứ bí mật gần Tam Á trên đảo Hải Nam của Trung Quốc... có thể đe dọa những quốc gia châu Á và ưu thế của Hoa Kỳ ở khu vực đó. Những tấm hình có được từ tạp chí quân sự Jane's Intelligence Review... cho thấy những đường hầm rộng lớn dẫn tới các hang động khổng lồ có khả năng giấu 20 tàu ngầm hạt nhân khỏi tầm quan sát từ các vệ tinh do thám.

The Daily Mail

Một lực lượng hàng không mẫu hạm và hải quân viễn dương không thể coi là đầy đủ nếu không có một lực lượng tàu ngầm "lặn sâu, lặn êm" mạnh mẽ hỗ trợ, và Trung Quốc đang âm thầm tiến tới thiết lập một hạm đội lớn nhất trên thế giới. Trong thực tế, thế hệ tàu ngầm điện diesel mới nhất nhanh và êm đến nỗi chúng có thể theo dõi tàu hải quân Hoa Kỳ mà không bị hoặc rất khó bị phát hiện. Quả thực, đã có cuộc đối đầu làm bẽ mặt hải quân Hoa Kỳ và cho đến nay bị coi là một điều tai tiếng, khi một tàu ngầm xung kích kiểu Tống, loại 039 của Trung Quốc đã ngang nhiên nổi lên mặt nước trong tầm phóng ngư lôi của tàu *USS Kitty Hawk* sau khi rình rập nhóm hàng không mẫu hạm này nhiều dặm mà không bị phát hiện.

Các tàu kiểu Nguyên loại 041 mới hơn của Trung Quốc hoạt động êm hơn hơn và có khả năng hoạt động hoàn toàn dưới nước trong một khoảng thời gian dài hơn dựa trên hệ thống mới có động cơ chạy bằng không khí tự chế[53]. Xin hiểu là để đe dọa các tàu thuyền Tây phương ở khu vực phía tây Thái Bình Dương và eo biển quan trọng Malacca, điểm trọng yếu của tuyến chuyên chở dầu tới Nhật Bản, Đại Hàn và Đài Loan. Hơn nữa, để bảo đảm khả năng khai triển xa, Trung Quốc đã sản xuất một số tàu ngầm mang hỏa tiễn kiểu Tấn loại 094, các tàu này được thiết kế để tới bờ biển California và có thể bắn hỏa tiễn đến tận Savannah, tiểu bang Missouri hoặc Savannah, tiểu bang Georgia.

---

[53] "Air Independent Propulsion" - động cơ chạy bằng không khí tự chế.

Thực vậy, đã có ít nhất một vài chứng cớ nào đó khẳng định rằng nước Cộng hòa Nhân dân có thể đang diễn tập cho trận chiến quyết liệt cuối cùng ngoài vùng bờ biển California. Thomas McInerney, trung tướng không quân Hoa kỳ về hưu, đã xác nhận rằng hải quân Trung Quốc thực sự đã tiến hành việc phóng thử nghiệm ngoài khơi Los Angeles vào tháng 11 năm 2010 – trong khoảng thời gian ngay trước Hội nghị Thượng đỉnh G-20. McInerney đã bất bình và có những lời lẽ gay gắt với Ngũ Giác Đài:

> *Chúng ta phải có câu trả lời dứt khoát [từ Washington]. Đây không phải là phóng ra từ máy bay vì nó có chùm khói phía sau và hình dạng của chùm khói... Đó là một hỏa tiễn được phóng ra từ một tàu ngầm. Các bạn có thể thấy hướng đi của nó được điều chỉnh, và sau đó nó bay theo một đường đạn rất mượt, có nghĩa là hệ thống dẫn đường đã hoạt động.*

Trong khi Ngũ Giác Đài phủ nhận nhanh chóng và quyết liệt sự dính líu của Trung Quốc, họ vẫn không thể xác định được chiếc máy bay đặc biệt nào đã để lại vệt khói này. Nhưng sự thực ở đây là chính các chuyên gia quân sự đang tranh luận có thể có việc phóng hỏa tiễn từ ngoài khơi Los Angeles. Sự tranh cãi như vậy khiến người ta không có nghi ngờ gì rằng việc đầu tư vũ khí tấn công chiến lược của Trung Quốc đang được tiến hành nhanh chóng.

Điều đó đưa chúng ta về lại căn cứ tàu ngầm kiểu James Bond trên đảo Hải Nam đã được nói trên. Các tấm hình do Liên đoàn Khoa học gia Hoa Kỳ thực sự cho thấy các lối vào đường hầm cao 20 mét được đào vào phía các ngọn đồi trên bờ biển của hòn đảo, và ở nơi đó, các hang động nhân tạo có thể che giấu từ vài cái đến hàng chục tàu ngầm hạt nhân.

Có điều đáng chú ý là căn cứ 007 mới này cũng có cầu tàu dùng kỹ thuật cao để khử từ tính, được sử dụng để che giấu các tàu ngầm khỏi bị phát hiện bằng điện tử ở biển khơi; rõ ràng là Trung Quốc không muốn ai phát hiện hay động đến các tàu ngầm của họ. Thực vậy, trong một sự việc đã được nhiều người biết, năm tàu Trung Quốc – cả quân sự và thương mại – đã cố tình đi qua đi lại nhiều lần trước mũi chiếc tàu *USNS Impeccable* khi tàu này đang đi ở hải phận quốc tế cách bờ biển Trung Quốc 75 dặm. Tàu Hoa Kỳ đã kéo theo một dàn thiết bị dò âm thanh để theo dõi hoạt động của các tàu ngầm đến và rời khỏi đảo Hải Nam; và có lúc đội tàu tấn công của Trung Quốc đã thả những mảnh vụn nổi chặn đường đi của tàu Hoa Kỳ. Sự kiện này khiến *Impeccable* phải "dừng lại" khẩn cấp, sau đó các thủy thủ Trung Quốc dùng móc sắt tấn công dàn thiết bị dò âm thanh của *Impeccable*. Hãy nhớ đến sự đối đầu nho nhỏ này khi bạn định mua các sản phẩm của Trung Quốc ở Walmart nhé!

Mọi sức mạnh quân sự đến từ xưởng máy quốc gia

Số lượng cũng có chất lượng của nó[54]

Josef Stalin

Tuy việc tìm hiểu ngắn gọn của chúng ta về lực lượng quân sự đang lớn mạnh của Trung Quốc đã xóa tan mọi hoài nghi về khả năng tấn công đang gia tăng nhanh của Trung quốc, nhưng có ít ra một số nhà biện hộ của Trung Quốc sẽ vội lập luận như sau: trong hầu hết các loại vũ khí, kỹ thuật của Hoa Kỳ vẫn thực sự ưu việt hơn cả.

Quả thực, trong nhiều trường hợp, các nhà biện hộ này nói đúng. Ví dụ, trong một trận không chiến, máy bay chiến đấu F-22 của Hoa Kỳ sẽ có khả năng bắn rơi đối thủ trong chớp nhoáng. Tương tự như vậy, hàng không mẫu

---

[54] "Quantity has a quality all of its own". Câu này đồng nghĩa với một triết lý Á đông: Mãnh hổ nan địch quần hồ.

hạm *USS Ronald Reagan* và đội hộ tống của nó gần như chắc chắn cho các hàng không mẫu hạm mới của Trung Quốc xuống đáy biển.

Nhưng, lòng ưu ái với kỹ thuật ưu việt của Hoa Kỳ bỏ qua một điểm quan trọng hơn nhiều – điểm này cho thấy rõ sự điên rồ khi cho phép kẻ hám lợi và bảo hộ Trung Quốc phá hoại các cơ sở sản xuất Hoa Kỳ và làm suy yếu nền kinh tế của chúng ta. Điều này được biểu lộ rất rõ bằng nhận định sâu sắc của chỉ huy trưởng pháo binh Đức quốc xã bị bắt ở trận chiến Salerno. Ông đã nói về sự vô vọng của vũ khí chính xác Đức khi chống lại vô số xe tăng của Hoa Kỳ:

> *Tôi chỉ huy một pháo đội có sáu súng chống tăng 88 mm trên ngọn đồi này, còn người Mỹ liên tục đưa xe tăng vào trận. Chúng tôi liên tục bắn hạ chúng. Lên chiếc nào chúng tôi bắn cháy chiếc đó. Cuối cùng, chúng tôi hết đạn, còn người Mỹ thì vẫn không hết xe tăng.*

Sự thật được nêu ra ở đây là Hoa Kỳ đã đánh bại được Hitler và Đức quốc xã không chỉ nhờ các binh sĩ vô cùng dũng cảm của mình, mà phần lớn hơn là nhờ thế áp đảo của sức mạnh kỹ nghệ. Trong thực tế, trong hầu hết các loại vũ khí, Đức quốc xã đều đã có các vũ khí kỹ thuật vượt trội trong giai đoạn cuối của chiến tranh. Ví dụ, các xe tăng Panzer của Đức tốt nhất trên thế giới, các tàu ngầm của Đức tốt nhất, Bismarck là chiến hạm lớn nhất, và trong một số hạng mục, vũ khí của Đức đúng là không có đối thủ vì họ có những hỏa tiễn tầm xa duy nhất trên thế giới – hỏa tiễn có điều khiển V1 và hỏa tiễn đạn đạo V2 – và đã khai triển cả Me-262, máy bay phản lực đầu tiên của thế giới.

Tuy nhiên, những gì Hoa Kỳ đã có, chính là những xưởng máy lớn nhất thế giới. Và ngay khi "công xưởng của thế giới" này được chuyển sang phục vụ chiến tranh toàn diện sau trận Trân Châu Cảng, các nhà máy sản xuất xe hơi khổng lồ và hiệu quả cao ở Detroit, nhà máy đóng tàu ở Maine, nhà máy hóa chất ở Ohio, và các nhà máy thép ở Pennsylvania đã cho ra lò con số vượt trội các xe tăng, máy bay, súng và bom. Kết quả là, lực lượng quân sự khổng lồ đã đánh bại nhanh chóng hai bộ máy chiến tranh lớn nhất đã từng có trên thế giới.

Thực vậy, không ai hiểu được tính tất thắng của Hoa Kỳ rõ hơn Đô đốc Yamamoto. Suốt một ngày sau cuộc tấn công bất ngờ thành công và tàn phá đáng kinh ngạc vào Trân Châu Cảng, ông đã không hân hoan vui mừng mà lại có tâm trạng trầm cảm và tuyệt vọng. Bởi vì, ông biết rõ rằng sẽ có một trận phục thù mãnh liệt của Hoa Kỳ; và tuy có kỹ nghệ mạnh vào lúc đó, Nhật Bản sẽ không phải là đối thủ của Hoa Kỳ lục địa.

Tuy nhiên, vấn đề khó khăn quân sự đang gia tăng ngày nay của Hoa Kỳ chính là các nhà máy xe hơi lớn nhất không còn ở Detroit, mà là ở các thành phố như Thành Đô, Cát Lâm, Nam Kinh, và Vu Hồ; các nhà máy đóng tàu nhộn nhịp nhất ở Bột Hải, Đại Liên, Phúc Kiến, và Giang Nam; các nhà máy và ống khói sản xuất thép hàng năm gấp mười lần so với các nhà máy thép của Hoa Kỳ là ở Trùng Khánh, Hà Bắc, Thượng Hải và Thiên Tân.

Và đây là những gì mà cả Ngũ Giác Đài và những Neville Chamberlain thời hiện đại ở Tòa Bạch Ốc và đồi Capitol cần hiểu rõ: máy bay chiến đấu J-20 của Trung Quốc không cần phải là tốt nhất thế giới nếu họ có thể tung ra 1,000 chiếc để địch lại 187 chiếc F-22 của chúng ta.

Tàu ngầm tấn công loại Thương của Trung Quốc thực sự đâu cần phải tốt hơn tàu ngầm loại *USS Los Angeles* hay tàu ngầm loại *Astute* của Anh nếu chúng có nhiều đến mức có thể choán hết nửa Thái Bình Dương.

Và khi nói đến những hỏa tiễn trên bệ phóng của Trung Quốc và trong các tàu ngầm mang hỏa tiễn đạn đạo của họ,

100 đầu đạn nhiệt hạch nhằm vào giữa Hoa Kỳ thì đâu có cần độ chính xác lắm để buộc chúng ta sẵn sàng công nhận quyền bá chủ của nước Cộng hòa Nhân dân đối với Nhật Bản, Đài Loan, Ấn Độ và Úc?

Đây là lý do tại sao chúng ta thực sự cần một "Thời điểm Winston Churchill". Như Churchill từng nói về Chiến tranh Thế giới thứ Hai:

> *Không có cuộc chiến tranh nào trong lịch sử dễ ngăn chặn bằng cách kịp thời hành động hơn cuộc chiến tranh vừa qua đã tàn phá những khu vực rộng lớn của địa cầu... nhưng không ai chịu nghe, và kẻ trước người sau chúng ta đều đã bị hút vào dòng xoáy khủng khiếp đó.*

Trong thời điểm Churchill mới của chúng ta, chúng ta phải thấy rõ rằng để giành chiến thắng trong cuộc chiến tranh truyền thống chống lại một Hoa Kỳ đã để mất nhiều khả năng kỹ nghệ vào tay Trung Quốc, tất cả những gì Trung Quốc cần làm là phát triển (hoặc ăn cắp) các hệ thống vũ khí đáng tin cậy, và sau đó sản xuất đủ số lượng để áp đảo lực lượng có ưu thế về kỹ thuật của chúng ta.

Thực vậy, Trung Quốc đã hoàn thành bước thứ nhất rồi. Đã đến lúc phải thức tỉnh trước khi quá muộn. Đã đến lúc tất cả chúng ta phải hiểu sâu sắc hơn mối quan hệ mật thiết giữa nền sản xuất quốc gia và sức mạnh quân sự.

Chương 9

Chết dưới tay điệp viên Trung Quốc: Làm thế nào máy hút của Bắc Kinh đang ăn cắp sợi thừng để treo cổ chú Sam

Một điệp viên giá trị bằng cả đạo quân hàng vạn người

Tôn Tử, *Binh Pháp*

Mục tiêu chính của những điệp vụ mà Trung Quốc nhắm vào chính phủ Hoa Kỳ và các kỹ nghệ Hoa Kỳ là thu lượm các dữ liệu kỹ thuật và kinh tế, để vừa làm cho kỹ nghệ quân sự Trung Quốc thêm tinh nhuệ và vừa làm cho nền kinh tế Trung Quốc cạnh tranh hơn.

Sổ tay Mối đe dọa Tình báo[55]

Hàng ngày, một mạng lưới hàng ngàn điệp viên chuyên nghiệp và nghiệp dư của Trung Quốc thu thập các tin tức tình báo ở các văn phòng, nhà máy, trường học từ Hoa Kỳ đến châu Âu, từ Brazil, Ấn Độ đến Nhật Bản, và Đại Hàn. Mỗi phút, hàng trăm tin tặc Trung Quốc dùng cả ngàn máy điện toán bị xâm nhập để tấn công vào tường lửa của các hệ thống thông tin về kỹ nghệ, tài chính, học thuật, chính trị, quân sự trên khắp thế giới, tìm kiếm các dữ liệu quý giá và âm thầm ghi lại các điểm yếu có thể khai thác được nhằm phá hoại trong tương lai.

---

[55] Intelligence Threat Handbook: Sổ tay Mối đe doạ Tình báo.

Tại sao những người Mỹ chúng ta lại chịu đựng điều mà Ủy ban Hoa Kỳ - Trung Quốc gọi là, "quốc gia hung hăng nhất đang thực hiện những hoạt động tình báo chống lại Hoa Kỳ"? Đó là câu đích đáng mà ta cần tự hỏi khi ta hàng ngày đến Tòa Bạch Ốc hay Đồi Capitol làm việc, hay đi mua sắm hàng tuần các sản phẩm Trung Quốc rẻ mạt ở siêu thị Walmart gần nhà.

Trong chương này, ta sẽ xem xét kỹ thế giới đen tối và mờ ám của các điệp vụ của Trung Quốc tại Hoa Kỳ cũng như ở những nơi khác trên thế giới. Ở chương tiếp theo, chúng ta sẽ duyệt xét điệp vụ internet của Trung Quốc, có triển vọng ngày càng nguy hiểm và táo bạo hơn - một loại chiến tranh "bất đối xứng" trong đó Trung Quốc có thể đột nhập vào từng máy điện toán của từng nhà, từng doanh nghiệp, từng bộ máy hành chính trên hành tinh này.

Đến cuối hai chương này, hy vọng mọi người dân Hoa Kỳ - từ Main Street và Wall Street[56] đến trụ sở của Cơ quan Tình báo Trung ương (CIA), Văn phòng Điều tra Liên bang (FBI), Ngũ Giác Đài sẽ tỉnh ngộ nhận ra được sự ngây thơ khi tham gia thương mại và mậu dịch vô điều kiện với một quốc gia đang dùng cả guồng máy tình báo, bằng cả phương pháp cũ và mới, một cách có hệ thống để đánh cắp kỹ thuật và dọ thám tình hình quốc phòng trước khi hạ đối thủ.

Trong khi chúng ta săn đuổi Bin Laden, con Rồng Trung Quốc tự do tung hoành

Bắc Kinh không thiên về phương pháp cổ điển mà các cơ quan tình báo khác áp dụng, tức là kiểm soát chặt chẽ một vài điệp viên có giá trị được gài sâu [vào các cơ sở]. Thay vào đó, họ sử dụng một mạng lưới

---

[56] Wall Street là trung tâm tài chính Hoa Kỳ, còn Main Street là thuật ngữ tương phản chỉ nền tảng sản xuất ra các sản phẩm vật chất.

chân rết rộng lớn các du học sinh, thương gia, các phái
đoàn Trung Quốc trên đất Hoa Kỳ, và nhắm vào việc
tuyển dụng cả những người Mỹ gốc Hoa làm điệp viên.

The Christian Science Monitor

Để thực hiện kế hoạch tình báo truyền thống, dùng quân đánh ngay tại trận địa, chính quyền Trung Quốc, và rất nhiều công ty quốc doanh đang ráo riết thực hiện chiến dịch tình báo gồm ba mũi dùi tấn công tinh vi tới nhiều quốc gia trên thế giới - trong đó những đối thủ chính được chú tâm nhiều nhất là Hoa Kỳ, Âu Châu và Nhật Bản. Chiến lược tình báo ba mũi dùi này bao gồm đột nhập vào: i) hệ thống đại học, ii) các kỹ nghệ, và iii) các cơ quan chính phủ để ăn cắp các dữ liệu quý giá về tài chính, kỹ nghệ, chính trị và kỹ thuật, đồng thời chuẩn bị các cuộc tấn công làm tê liệt và ngay cả tàn phá trong trường hợp có giao chiến.

Thật vật, trong khi hệ thống tình báo của Hoa Kỳ đang tập trung vào cuộc chiến chống khủng bố, các điệp vụ Trung Quốc đã tự do tung hoành trên đất Hoa Kỳ. Phương tiện của họ là một mạng lưới điệp viên tinh vi phối hợp nhiều phương pháp, rất khác với kỹ thuật tình báo truyền thống của Liên Xô trước đây.

Vào giai đoạn cao điểm của chiến tranh lạnh, Cơ quan Mật vụ Liên Xô (KGB) hoạt động dựa vào một số nhỏ các điệp viên chuyên nghiệp sống ở nước ngoài và những người Mỹ phản bội liên tục được chiêu dụ bằng hối lộ hoặc đe dọa và làm áp lực. Trung Quốc cũng có các điệp viên bí mật và người Mỹ bị Trung Quốc chiêu dụ, nhưng họ còn dựa nhiều vào một mạng lưới phân tán rộng gồm các điệp viên cấp thấp, mà phần lớn là người Mỹ gốc Hoa.

Lực lượng nòng cốt các điệp viên bán chuyên nghiệp, và những điểm chỉ viên nghiệp dư của Trung Quốc được chiêu dụ bởi các tổ chức như Bộ An ninh Quốc gia, một kiểu KGB của Trung Quốc, cũng như các nhóm kỹ nghệ riêng biệt. Một số điệp viên này có thể được tuyển mộ từ cộng đồng người Mỹ gốc Hoa. Như được mô tả trong cuốn *Sổ tay Mối đe dọa Tình báo*, họ được kết nạp vào mạng lưới bằng một trong hai cách: hoặc kêu gọi tới tinh thần quốc gia và sắc tộc của Trung Quốc, hoặc bằng cách đe dọa và cưỡng ép các cá nhân có người thân sống ở Trung Quốc.

Có rất nhiều điệp viên Trung Quốc còn được cài vào trong số 750,000 người Trung Quốc được cấp thị thực nhập cảnh (visa) vào Hoa Kỳ hàng năm. Họ có thể là những phóng viên của Tân Hoa Xã, là sinh viên ở các đại học Hoa Kỳ, các cấp lãnh đạo thương nghiệp đi tham quan, những nhân công tạm nhập tại các doanh nghiệp và phòng nghiên cứu quốc gia của Hoa Kỳ, hoặc đơn giản chỉ là những khách du lịch. Thật vậy, do số lượng lớn các du khách hợp pháp Trung Quốc đến Hoa Kỳ hàng năm kết hợp với cộng đồng rộng lớn người Mỹ gốc Hoa, các điệp viên dễ dàng hoạt động dưới tầm kiểm soát của Cơ quan Điều tra Liên bang Hoa Kỳ (FBI) và thực hiện điều răn của Mao Trạch Đông: "Như cá với nước".

Giấy nhập cảnh miễn phí đến tiệm kẹo Hoa Kỳ

Tình báo là cuộc chiến không tiếng súng

Lý Phong Chí

Trường hợp của Lý Phong Chí đáng là một bài học cho chúng ta vì nó mô tả cách điệp viên Trung Quốc đã thâm nhập vào Hoa Kỳ dễ dàng như thế nào và mạng lưới chân rết tình báo Trung Quốc hoạt động sâu rộng ra sao. Lý là một chuyên gia phân tích cho Bộ An ninh Quốc gia Trung Quốc khi anh ta âm thầm vào Hoa Kỳ dưới danh nghĩa một du học sinh hậu đại học tại Đại học Denver năm 2003.

Theo các cuộc phỏng vấn của chúng tôi với Lý, anh ta từng có một cuộc đời bình thường, sinh năm 1968, là con trai của một gia đình trí thức ở tỉnh Liêu Ninh. Sau khi tốt nghiệp đại học năm 1990, Lý gia nhập cơ quan tình báo địa phương và vài năm sau được chuyển lên Bộ An ninh

Quốc gia, nơi mà anh ta làm việc cho Bắc Kinh như một điệp viên tại sinh quán. Theo Lý, dưới mắt một chàng trai trẻ ngây thơ, anh ta thấy đây là "một công việc tốt và là một nghề đặc biệt làm việc cho chính quyền".

Là chuyên gia phân tích cho cơ quan tình báo kiểu KGB của Trung Quốc, Lý đã giành thời gian thu thập thông tin tình báo về Đông Âu và Nga trong khi theo học ban Tiến sĩ ngành Chính trị Quốc tế. Vào năm 2003, anh ta được chọn gửi đi Hoa Kỳ. Tuy nhiên, thay vì làm gián điệp chống lại Hoa Kỳ, anh ta đã tỉnh ngộ.

Khi thấy được thế giới bên ngoài và tự do là như thế nào, chính Lý nói là "bắt đầu thấy rằng Đảng Cộng sản Trung Quốc là ác quỷ và đang làm hại cả chính người dân Trung Quốc". Chính vì sự tỉnh ngộ này mà Lý đã tìm cách đào thoát sang Hoa Kỳ.

Theo Lý, khi anh ta rời bỏ Bộ An ninh Quốc gia Trung Quốc, "họ đã có khoảng 100,000 điệp viên và điểm chỉ viên, không kể những điệp viên nghiệp dư, và một số lượng lớn điệp viên gài trong các cơ quan chính phủ khác của Trung Quốc". Trong khi đó FBI chỉ có 13,000 nhân viên tình báo đã tuyên thệ.

Cũng theo Lý, và đây có lẽ là sự tiết lộ nghiêm trọng nhất của anh ta, thì phần đông các điệp viên Trung Quốc chính là các phóng viên Trung Quốc, các nhiếp ảnh viên, các nhân viên các tổ chức phi chính phủ, các nhà lãnh đạo và thương gia có ảnh hưởng, kỹ sư, và học giả người Mỹ gốc Hoa. Theo lời Lý, những điệp viên chuyên nghiệp này "có thể không có điều kiện để tiếp cận các thông tin quan trọng, nhưng họ sẽ tập trung vào việc chiêu dụ điểm chỉ viên để lấy được các tin tức tình báo".

Điều đáng chú ý về câu chuyện của Lý Phong Chí là, ngoài việc anh ta dễ dàng qua mặt chính phủ Hoa Kỳ như thế nào, dù bản thân có lý lịch hoạt động tình báo, anh ta

169

có một cái nhìn chân thực về Trung Quốc, hơn phần lớn các công dân Hoa Kỳ.

Một hệ thống hoạt động như một tổ ong để thu nhặt tài liệu

Vậy mạng lưới tình báo Trung Quốc cụ thể làm những gì và làm như thế nào? Trên lãnh vực tình báo kỹ nghệ, mạng lưới này sục sạo và thu lượm các kỹ thuật mới, các bí quyết chuyên môn và các quy trình sản xuất. Trong lãnh vực quân sự, mục tiêu hoạt động của các điệp viên trải rộng từ việc đánh cắp những hệ thống vũ khí mới đến việc thu lượm các tin tức chi tiết về các căn cứ và hoạt động quân sự của Hoa Kỳ.

Trong cả hai lãnh vực tình báo kỹ nghệ lẫn quân sự, cách hoạt động đặc biệt của tình báo Trung Quốc cần cù, kiên nhẫn như một tổ ong. Trong mấy chục năm, hàng ngàn điệp viên và điểm chỉ viên, như những con "ong thợ", cần cù hút từng mẩu tin nhỏ nhất từ các viện nghiên cứu của các đại học Hoa Kỳ, các phòng thí nghiệm quốc gia về các đề tài bí mật, những công ty mới thành lập ở thung lũng Silicon và từ các công ty liên quan đến quốc phòng.

Chính sách *"kiến tha lâu cũng đầy tổ"*[57] này rất hợp với viễn kiến lịch sử của Trung Quốc, và theo sát châm ngôn nổi tiếng của Tôn Tử "một điệp viên có giá trị bằng cả đạo quân vạn người". Bởi vì khi từng mẩu tin được thu thập đầy đủ được gửi về cho Trung Quốc và được tổng hợp, các tài liệu này cung cấp các cho các tổ chức tình báo Trung Quốc và các công ty quốc doanh một cái nhìn rõ ràng về toàn bộ các kỹ thuật, quy trình sản xuất, hay hệ thống.

---

[57] glacially moving, time consuming: kiến tha lâu cũng đầy tổ.

Như Scott Henderson đề cập trong cuốn "Hắc Khách"[58]: "Thay vì đặt ra một mục tiêu tìm kiếm tin tức nhất định, họ thu thập khối lượng dữ liệu lớn nhận rõ tình hình tổng quát". Cách thu lượm tin tức kiểu này khá hữu hiệu, phản ảnh đúng câu nói nổi tiếng của không ai khác hơn là George Washington, người cha lập quốc của Hoa Kỳ. Về lợi ích của việc thu thập dữ liệu tình báo nhân dân, ông đã có nhận xét rất sắc bén:

> *Ngay cả những tin tức vụn vặt cũng có giá trị nhất định trong việc thu thập, bởi những điều tưởng như hoàn toàn tầm thường, khi được kết hợp lại với các phần khác một cách đúng và có cân nhắc, có thể đưa ra những kết luận có giá trị.*

Đến nay, mạng lưới tình báo Trung Quốc đã ăn cắp các kỹ thuật và quy trình sản xuất, từ các hệ thống phụ của khu trục hạm mang phi đạn có điều khiển bằng hệ thống Aegis, quy trình hoạt động của bom neutron, các thiết kế lò phản ứng hạt nhân của hải quân Hoa Kỳ dùng cho các phi thuyền con thoi, các thông số của hỏa tiễn Delta IV, các hệ thống dẫn đường cho hỏa tiễn đạn đạo xuyên lục địa ICBM. Tổ ong Trung Cộng đã "hút" một cách hiệu quả từng chi tiết của các hệ thống vũ khí, từ máy bay ném bom B1-B, các máy bay không người lái, hệ thống đẩy của tàu ngầm đến động cơ phản lực, hệ thống phóng máy bay trên hàng không mẫu hạm và thậm chí quy trình rất cụ thể để vận hành chiến hạm Hoa Kỳ.

Trong cuộc chiến không tiếng súng của Trung Quốc chống lại Hoa Kỳ, các biện pháp thực thi pháp luật và phản gián của chúng ta đều cực kỳ lỏng lẻo, trong khi các chính

---

[58] The Dark Visitor (Hắc Khách) viết bởi Scott J. Henderson. Những phong trào của những năm 1990s đã biến thành những phe tình báo thân chính quyền Trung Quốc. Đã từng là những nhóm hackers "yêu nước" lẻ tẻ, nay họ kết hợp thành một lực lượng tình báo tin học mạnh mẽ và đánh cắp data có hệ thống.

trị gia của Hoa Kỳ không hề có hành động trả đũa gì và dân chúng Hoa Kỳ cũng không hề được cung cấp tin tức đầy đủ.

Thêm vào đó, rất nhiều những học giả ưu tú nhất và các viện nghiên cứu Hoa Kỳ đã trở thành những cổ động viên ngây thơ cho cái gọi là phép màu kinh tế Trung Quốc. Một phần của vấn đề là nguồn tài trợ dồi dào đổ dồn vào những nghiên cứu của Trung Quốc. Điều này làm cho nhiều đại học Hoa Kỳ không dám "vô ơn bội nghĩa với Trung Quốc là nguồn nuôi sống họ". Còn phần nổi cộm hơn nữa là hàng tỷ đô-la học phí thu được từ hơn 125,000 du học sinh Trung Quốc tại Hoa Kỳ. Tuy phần đông các sinh viên Trung Quốc ở Hoa Kỳ là trong số những sinh viên xuất sắc nhất, học hành chăm chỉ nhất và có triển vọng sẽ cống hiến cho Hoa Kỳ và thế giới, nhưng cũng có một số đáng kể chịu sự ảnh hưởng của Đảng Cộng sản Trung Quốc ở một mức độ nào đó khiến ta cần rà soát trước một cách thận trọng.

Tuy nhiên, nhìn dưới góc cạnh chính sách công cộng, việc mở rộng cánh cửa giáo dục của Hoa Kỳ cho bất kỳ người Trung Quốc nào là một trò chơi nguy hiểm. Vì Trung Quốc biết rõ rất nhiều cải tiến kỹ thuật đưa Hoa Kỳ lên đỉnh cao được bắt nguồn từ các trung tâm nghiên cứu như CalTech, Harvard, Massachusetts Institute of Technology (MIT), và các Trung tâm Nghiên cứu Quốc gia như Argonne, Lawrence Berkeley, Los Alamos, và Sandia. Thực vậy, không phải là không có lý do mà các trường đại học và các phòng nghiên cứu quốc gia, cũng như các trung tâm nghiên cứu và phát triển của các công ty tại thung lũng Silicon và các công ty quốc phòng như Hughes and Loral đã trở thành cái gọi là "kho mật" cho các "ong thợ" điệp viên kỹ thuật và quân sự của Trung Quốc.

Một cảm tình viên Mỹ trở thành điệp viên Trung Quốc giỏi xứng đáng được thưởng - án tù chung thân

"Ông Shriver đã bán rẻ đất nước và nhiều lần kiếm việc làm trong mạng lưới tình báo của chúng ta để ông có thể cung cấp những tin tức mật cho Cộng hòa Nhân dân Trung Quốc", Chưởng lý Hoa Kỳ Neil MacBride.

Reuters

Trong khi người Mỹ gốc Hoa là chiếm phần lớn trong mạng lưới tình báo con Rồng, các điệp viên lão luyện Trung Quốc có những lúc đã rất thành công trong việc chiêu mộ những người không phải gốc Trung Quốc trở thành điệp viên, theo cách cũ mà Liên Xô đã làm.

Chẳng hạn, Mộ Khả Thuấn, người sinh quán Nam Hàn làm tư vấn bán hàng cho Lockheed Martin và các công ty làm hàng quốc phòng khác. Gã [cảm tình viên Nam Hàn trở thành điệp viên Trung Quốc] này đã lặn lội tới một nhà để máy bay ở Florida để định mua toàn bộ động cơ phản lực của hãng GE sản xuất, được thiết kế riêng cho máy bay không chiến xuất sắc F-16. May thay, hải quan Hoa Kỳ đã phá vỡ mưu toan này, nhưng không phải lần nào Hoa Kỳ cũng may mắn như thế.

Đó là trường hợp một [cảm tình viên Nam Hàn trở thành điệp viên Trung Quốc] khác, Phát Hoán Quyền. Gã này xuất cảng thành công hai động cơ máy bay trực thăng Blackhawk cho Trung Quốc qua một hãng tại Malaysia. Tuy nhiên, cơ may không đến hai lần, về sau Phát bị bắt ở phi trường Dulles trên đường tới Trung Quốc với một vali chứa đầy các thiết bị quân sự quan sát ban đêm.

Trong khi có nhiều gián điệp Trung Quốc không chuyên nghiệp như Mộ và Phát, các điệp viên khác, còn gọi là "điệp viên nằm vùng" đã được cố ý gài vào Hoa Kỳ. Đó là cách mà kỹ sư Boeing Tôn Đông Phương, đánh cắp các thiết kế phi thuyền con thoi Space Shuttle và hỏa tiễn Delta IV chuyển về cho Bắc Kinh. Cho đến khi bị bắt, Tôn đã tích lũy được 3 triệu đô-la ngon lành và tại nhà hắn, người ta tìm được hơn 300,000 trang tài liệu kỹ thuật, cùng với các ghi chép cho thấy những kỳ vọng về việc giúp đỡ nơi mà hắn gọi là "quê mẹ".

Trường hợp của Mạch Đại Chí cũng gây lo ngại không kém. Hắn bị bắt khi chuyển các bản vẽ hệ thống đẩy của tàu ngầm hạt nhân, hệ thống chỉ huy và kiểm soát hải quân Hoa Kỳ cho Trung Quốc. Trường hợp của Mạch cho thấy những người phụ trách điệp vụ Trung Quốc thường xuyên gửi cho điệp viên những hướng dẫn chi tiết về những kỹ thuật cụ thể mà họ đang thu thập. Những tài liệu - bị cắt vụn đã được Cơ quan Tình báo Liên Bang Hoa Kỳ phục hồi - cho thấy Trung Quốc đã thúc giục Mạch "tham gia nhiều hơn các hội thảo về các chủ đề đặc biệt" và quản trị từng chi tiết về hoạt động gián điệp bằng cách liệt kê những kỹ thuật được đặc biệt quan tâm như ngư lôi, các thiết bị điện tử của hàng không mẫu hạm, trạm bay từ trường được phóng từ không gian.

Và đây mới là điều đáng sợ nhất của "điệp viên nằm vùng": cả Mạch và Tôn đã âm thầm sống ở Hoa Kỳ nhiều thập niên như là những công dân đã nhập tịch. Hầu như không ai biết là họ mang sứ mạng phản bội lại đất nước đã dung dưỡng họ và ăn cắp các kỹ thuật vũ khí tiên tiến nhất của Hoa Kỳ dâng cho kẻ thù.

Thật ra, các điệp vụ này là tội phản quốc nghiêm trọng nhất, Mạch và Tôn lẽ ra phải lãnh án tử hình. Tuy nhiên, hình phạt đó chưa bao giờ được áp dụng, và điều bận tâm là các án phạt cho các điệp viên Trung Quốc thường quá nhẹ: Mạch chỉ lãnh án 24 năm tù và Tôn chỉ lãnh án 15 năm tù.

Điều này làm cho chúng ta thực sự khó hiểu về các điệp vụ Trung Quốc tại Hoa Kỳ: các quan tòa và bồi thẩm đoàn Hoa Kỳ dường như không xem vấn đề này là nghiêm trọng, họ không nhận ra rằng chúng ta đang ở trong một tình trạng chiến tranh không lời tuyên chiến. Thật vậy, hết vụ nọ đến vụ kia, các bản án dành cho các điệp viên Trung

Quốc đều chỉ là án tù nên chẳng răn đe được gì bọn phản bội Hoa Kỳ. Chẳng hạn, trường hợp Phát Hoán Quyền nêu trên, hắn lãnh một bản án nực cười - 32 tháng tù giam vì đã nhiều lần đánh cắp những kỹ thuật mà có thể đe dọa mạng sống của các chiến sĩ Hoa Kỳ và gây rủi ro ghê gớm cho người dân các nước đồng minh là Nhật Bản, Đài Loan, Đại Hàn.

Và còn một điểm đáng lưu ý: không chỉ những người châu Á như Mộ và Phát, hay những người Mỹ gốc Hoa như Mạch và Tôn mới phản bội, bán tin tức Hoa Kỳ cho Trung Quốc. Còn vụ Glenn Shriver thì sao?

Trường hợp đứa con không-được-hãnh-diện-cho-lắm của vùng Grand Rapids, tiểu bang Michigan này cho thấy Trung Quốc táo bạo tới mức nào trong việc chiêu dụ các điệp viên ngoại quốc. Shriver là sinh viên Hoa Kỳ du học được chiêu dụ ngay tại một trường đại học ở Thượng Hải. Hắn rốt cuộc đã cố gắng xâm nhập vào CIA dưới sự điều khiển và mua chuộc của điệp viên chủ chốt Trung Quốc. Shriver chỉ nhận một hình phạt nhẹ: 4 năm tù giam. Tội phản quốc bây giờ được coi rẻ như vậy đó.

Chương 10

Chết dưới tay tin tặc đỏ:
Từ *"Hắc khách"*[59] Thành Đô
đến những con chip Mãn Châu

Điệp vụ internet là yếu tố lớn để san bằng chênh lệch trong ngành săn tin. Các nước không còn phải chi nhiều tỷ đô-la để phát triển những vệ tinh phủ sóng toàn cầu nhằm thu thập tin tức tình báo cao cấp khi mà họ có thể thực hiện điều đó qua mạng Internet.

Cái bóng trong đám mây[60]

Trong khi mạng lưới điệp viên của Trung Quốc đang không ngừng "bòn rút" tất cả những gì được cho là bí mật lấy từ những trường đại học Hoa Kỳ, những công ty, các phòng thí nghiệm, văn phòng chính phủ mà các trinh sát của họ có thể thâm nhập vào, thì sự phát triển của những nhóm tin tặc cũng tạo ra mối đe dọa tương tự, thậm chí còn vượt trội hơn.

Ngày nay, những binh đoàn "tin tặc đỏ" nguy hiểm của Trung Quốc đã thâm nhập vào NASA[61], Ngũ Giác Đài và Ngân hàng Thế giới; đã tấn công Phòng Kỹ nghệ và An ninh của Bộ Thương mại Hoa Kỳ dữ dội đến mức Bộ này phải vứt bỏ hàng trăm máy điện toán; đã lấy hết tài liệu trong kho dữ liệu tin học của dự án oanh tạc cơ F-35 của

---

[59] 'hacker' theo phiên âm là Hēikè trong tiếng Phổ thông.

[60] Shadow in the Cloud: Cái bóng trong đám mây.

[61] National Aeronautics and Space Administration (NASA) : Cơ quan Hàng không và Không gian Quốc gia.

hãng Lockheed Martin; và thả bom rải thảm ảo vào hệ thống điều khiển không lưu của Không lực Hoa Kỳ. Chúng cũng đã tấn công vào máy điện toán của các Dân biểu Hoa Kỳ có tư tưởng cải cách cũng như của Ủy ban Đối ngoại Hạ viện.

Vào thời điểm vận động tranh cử tổng thống Hoa Kỳ năm 2008, những binh đoàn tin tặc đỏ Trung Quốc thậm chí còn xâm nhập vào máy chủ thư điện tử của chiến dịch vận động tranh cử của cả Obama lẫn McCain cũng như vào cả Tòa Bạch Ốc của Tổng thống Bush. Và trong một vụ vi phạm nghi thức ngoại giao táo bạo nhất, các máy điện toán xách tay của Bộ trưởng Thương mại Hoa Kỳ và nhiều nhân viên trong đoàn đã bị 'bắt cóc' và bị cài những nhu liệu gián điệp trong một chuyến công du thương mại đến Bắc Kinh .

Hơn thế nữa, trong khi bộ máy gián điệp truyền thống dựa chủ yếu vào "bẫy tình" - mỹ nhân kế kiểu "tình nhân Mata Hari"[62] để dò hỏi những bí mật trong những lúc thủ thỉ trên giường hoặc là một mỹ nhân qua đêm để gài một đối tượng vào thế có thể bị tai tiếng - thì những điệp viên mạng ảo của Trung Quốc đang sử dụng một số "bẫy tình" kỹ thuật số để ăn cắp dữ liệu từ các máy điện toán. Thật vậy, ngoài gái mại dâm và các phòng khách sạn gài máy nghe lén thông thường ở Thượng Hải, các gián điệp Trung Quốc ngày nay còn tặng những thẻ nhớ và thậm chí cả máy chụp hình kỹ thuật số có chứa vi trùng tin học làm quà. Theo Cơ quan Tình báo Anh MI5, khi nối vào các máy điện toán của nạn nhân, những bẫy kỹ thuật số tối độc này cài các nhu liệu cho phép những kẻ tấn công mạng chiếm quyền điều khiển máy điện toán.

---

[62] Mata Hari: Một vũ công, kỹ nữ, bị mang tiếng làm gián điệp cho Đức trong thời kỳ Chiến tranh Thế giới thứ Nhất, và sau đó bị chính phủ Pháp hành hình.

Thật vậy, theo một chuyên gia tin tặc về Trung Quốc và cũng là tác giả quyển sách *Hắc Khách*, Scott Henderson, việc trở thành tin tặc ở Trung Quốc được vinh danh gần như "ngôi sao nhạc rock". Thậm chí, đây còn là một nghề - mà trong bản phúc trình gần đây cho biết - khoảng chừng một phần ba trẻ em Trung Quốc mơ ước muốn làm.

Giống như phiên bản trong thế giới thực của mạng lưới tình báo rộng lớn của Trung Quốc, những lực lượng đông đảo điệp viên nghiệp dư thực hiện phần lớn các phần việc vất vả trong nỗ lực chiến tranh mạng tổng lực. Hằng ngày, hàng ngàn người được gọi là "dân quân tin tặc" liên tục dò tìm, phá hoại, và ăn cắp từ các cơ quan của Tây phương cũng như là các đối thủ ở châu Á như Nhật Bản và Ấn Độ.

Để thấy rõ quy mô của mối đe dọa của chiến tranh mạng Trung Quốc, trước hết cần nhận dạng mục tiêu chính của các tình báo mạng. Việc tấn công đơn giản nhất là làm gián đoạn hoạt động của các hệ thống các nước Tây phương bằng cách phá hoại các trang mạng hoặc làm cho quá tải các máy chủ với kiểu tấn công "từ chối dịch vụ".

Mục tiêu thứ hai rõ ràng là đánh cắp tin tức có giá trị: số thẻ tín dụng và lý lịch riêng ở mức độ cá nhân; kỹ thuật, tài liệu đấu thầu, tài chính của công ty, các bí mật mậu dịch ở mức độ kỹ nghệ; và các hệ thống vũ khí ở mức độ quân sự.

Mục tiêu thứ ba trong cuộc chiến trên mạng là việc phá hỏng số liệu bằng phương thức có thể gây ra tổn thất nặng nề cho khách hàng sử dụng hệ thống. Chẳng hạn như, bằng việc làm lũng đoạn hệ thống mua bán cổ phiếu hoặc trái phiếu, những binh đoàn tin tặc đỏ Trung Quốc có thể làm gián đoạn việc mua bán, thao túng các giao dịch hoặc bóp méo số liệu báo cáo và do đó gây náo loạn thị trường tài chính.

Cuối cùng tin tặc có thể ảnh hưởng thế giới thực bằng việc nắm quyền kiểm soát hệ thống điều khiển các tài sản

179

hữu hình. Chẳng hạn như, một nhóm "người yêu nước Trung Quốc trên mạng" có thể làm đình trệ lưới phân phối điện của New England nhằm "trừng phạt" Hoa Kỳ đã làm các hành động như tiếp đón Đức Đạt Lai Lạt Ma đến thăm Tòa Bạch Ốc hoặc bán vũ khí cho Đài Loan.

Những hắc khách Bắc Kinh phục vụ dưới cờ

Hỏi: Bạn tiến hành tấn công mạng trong tình huống nào?

Trả lời: Nếu vấn đề ảnh hưởng đến chúng tôi trên bình diện quốc tế thì chúng tôi sẽ tập hợp lực lượng tấn công.

Hội thảo "An ninh Dữ liệu", Tin tặc Trung Quốc nói về Tin tặc

Tất cả các hoạt động chính của các binh đoàn tin tặc đỏ Trung Quốc có điểm tương đồng là họ hoạt động bằng cách "giữ khoảng cách cần thiết"[63] và dưới sự giám sát lỏng lẻo của Đảng Cộng sản Trung Quốc. Dĩ nhiên là Đảng Cộng sản duy trì một khoảng cách thích hợp sao cho họ luôn có thể đưa ra lời phủ nhận hợp lý mỗi khi có vụ đổ bể nào gây công phẫn - như vụ tấn công táo bạo vào Ngũ Giác Đài, chiếm hữu đường truyền Internet trong 18 phút, vụ tấn công vào nhu liệu gốc của Google, v.v...

Không còn nghi ngờ gì nữa. Cái được gọi là "dân quân tin tặc"[64] không thể tồn tại nếu không có bàn tay của Bắc Kinh. Theo James Mulvenon thuộc Trung tâm Nghiên cứu và Phân tích Tình báo giải thích, "Các tin tặc trẻ tuổi này được nhân nhượng để tiếp tục hoạt động với điều kiện là họ

---

[63] "at arm's length": thuật ngữ luật học, hai người thân hay quen biết nhau nên giữ khoảng cách cần thiết khi phải liên quan đến luật pháp.

[64] Hacktivist = dân quân tin tặc.

không được tấn công vào mạng nội địa của Trung Quốc. Họ như là những thằng ngốc hữu dụng cho chế độ Bắc Kinh".

"Những thằng ngốc" này quả thực là "hữu dụng". Trong khi tại Los Angeles có các băng nhóm có những tên không đẹp như "Crips" và "Bloods" , thì nhóm theo dân quân tin tặc của Trung Quốc đã tổ chức thành hàng ngàn nhóm nhỏ với tên gọi như là Lục sắc binh đoàn, Hà giải tổ và thậm chí toàn các cô gái tập hợp lại như Lục đóa kim hoa. Họ làm việc chung với nhau để cải thiện kỹ năng, chia sẻ công cụ, kỹ thuật và kích động tinh thần dân tộc của nhau. Kết hợp lại, những nhóm băng đảng mạng này hình thành một liên minh ý thức hệ vô định hình với một tên gọi khá màu mè là Hồng khách.

Tại Trung Quốc còn có hàng trăm "trường đào tạo tin tặc" để dạy ma thuật cho những phù thủy trẻ tuổi. Hàng loạt các quảng cáo chuyên nghiệp về đào tạo nghề gián điệp mạng và các công cụ được phổ biến tại những nơi công cộng, và theo Vương Hiến Băng của hackerbase.com, họ "dạy cho học viên cách thức tấn công những máy điện toán không được bảo vệ và ăn cắp tin tức cá nhân". Trong khi đó chính quyền trung ương Trung Quốc cho phép các nhóm như Nghiệp đoàn Tin tặc Trung Quốc hoạt động công khai và thậm chí duy trì văn phòng làm việc trong khi trấn lột những người ngoại quốc, miễn là họ không tấn công vào các trang mạng hoặc các nhu liệu trong nước.

Những người còn không tin là hoạt động của dân quân tin tặc được sự bảo trợ của chính quyền trung ương, cần biết rằng Trung Quốc là nước có hệ thống Internet được kiểm soát và giám sát chặt chẽ nhất thế giới. Rõ ràng là điên rồ nếu có ý kiến cho rằng một kẻ tấn công mạng tinh nghịch nào đó có thể tồn tại lâu dài ở Trung Quốc mà có thể ở ngoài tầm kiểm soát của đội quân kiểm duyệt Bắc Kinh.

Thực vậy, nhóm tin tặc nào vi phạm luật bất thành văn quan trọng nhất của Trung Quốc là "đừng bao giờ tấn công hệ thống của chính quyền", thì chắc chắn sẽ bị trừng phạt ngay tức khắc. Chẳng hạn như một vài thành viên trong một nhóm tin tặc khai thác một lỗ hổng trong nhu liệu kiểm duyệt của Trung Quốc có tên là Green Dam, một công cụ quan trọng được Trung Quốc sử dụng để theo dõi hành động của người sử dụng mạng Internet Trung Quốc, những người tấn công mạng đã bị bắt ngay lập tức. Theo tờ *China Daily*, một tin tặc ở tỉnh Hồ Bắc cũng bị bắt ngay vì đã thay thế hình ảnh của một quan chức trên trang mạng chính phủ bằng hình một cô gái mặc đồ tắm bikini. Kẻ tinh nghịch này đã được xử nhẹ tội theo tiêu chuẩn của Trung Quốc - chỉ có một năm rưỡi tù giam.

Tất nhiên, chính vì thỉnh thoảng có vụ bắt bớ loại này nên những binh đoàn tin tặc đỏ tập trung vào chính phủ và cơ quan nước ngoài. Và chỉ cần một cái nháy mắt và gật đầu từ lãnh đạo Đảng Cộng sản những nhóm này luôn luôn có thể bị kích động thành một đám dân tộc chủ nghĩa cuồng tín.

Và đây là một trường hợp làm mất thể diện qua trang mạng: Khi Thủ tướng Nhật Junichiro Koizumi thăm đền tưởng niệm chiến tranh Yasukuni – nơi mà những người theo chủ nghĩa dân tộc Trung Quốc xem là ngôi đền của tội ác chiến tranh – những tin tặc Trung Quốc đã thay đổi bộ mặt của trang mạng của ngôi đền thần đạo này với dòng chữ, "cô gái đái trên bàn cầu Yasukuni". Liên minh Honkers sau đó tiếp tục tấn công dồn dập vào hàng chục trang mạng của chính quyền Nhật Bản, kể cả Sở Cứu hỏa và Quản lý Thiên tai, và Cơ quan Phòng vệ Cơ sở.

Bây giờ, bạn có thể tưởng tượng được phản ứng của chính quyền Trung Quốc sẽ ra sao nếu những tin tặc Nhật làm những việc tương tự đối với trang mạng Trung Quốc về Thế vận hội Olympics hoặc Bộ Quốc phòng Trung Quốc.

Không chỉ Nhật Bản phải chịu sự quấy phá định kỳ của những người cực đoan theo chủ nghĩa dân tộc của Trung Quốc. Khi đại hội phim ảnh thường niên Melbourne ở Úc chiếu một đoạn phim tài liệu về một lãnh tụ dân tộc Duy Ngô Nhĩ tại Trung Quốc, những tin tặc Trung Quốc đã phá hỏng hệ thống bán vé trên mạng.

Liên minh tin tặc hàng đầu của Bắc Kinh tấn công cả vua kỹ thuật Google

Nếu như Google, với tất cả nguồn lực và sở trường tin học của họ, còn lo lắng cho việc bảo vệ tài sản như liệu gốc quý giá trước sự xâm nhập của các điệp viên tin học thì các công ty Fortune 500 khác liệu có đủ tự tin để bảo vệ tài liệu của mình không?

The Christian Science Monitor

Để thấy rõ tâm địa xảo quyệt của giới tin tặc Trung Quốc, ta nên tìm hiểu qua "Chiến dịch Aurora" tai tiếng. Đây là một cuộc tấn công có hệ thống vào một trong những công ty tin học có trình độ kỹ thuật tinh vi nhất thế giới – Google, cùng với hơn 200 công ty khác của Hoa Kỳ, từ Adobe, Dow Chemical, DuPont cho đến Morgan Stanley, Northrup Grumman. Theo công ty an ninh mạng iDefense, các đợt xâm nhập được thực hiện từ một nhóm nước ngoài duy nhất bao gồm các điệp viên thuộc hoặc được sự ủy quyền của chính quyền Trung Quốc.

Trong chiến dịch Aurora, các hắc khách thiết lập các đợt tấn công tin học hết sức tinh vi. Đầu tiên, chúng tìm cách làm quen và giúp đỡ các nhân viên của công ty nằm trong mục tiêu phá hoại thông qua các mạng xã hội như Facebook, Twitter, hay LinkedIn. Sau một số lần đối thoại qua lại, các điệp viên tin học Trung Quốc sẽ tìm cách dụ số nhân viên này vào các trang chia sẻ hình ảnh mà thực ra là bình phong để gắn nhu liệu phá hoại của Trung Quốc. Khi đã sa bẫy, máy điện toán của các nhân viên này sẽ bị nhiễm một loại vi trùng tin học thực hiện việc lấy và chuyển tiếp tên và mật mã sử dụng cho các tin tặc. Sau đó tin tặc Bắc Kinh sử dụng các thông tin này để thâm nhập vào kho dữ liệu lớn của các công ty – kể cả nhu liệu gốc có giá trị của Google.

Tất nhiên, tin tặc không chỉ quan tâm đến việc đánh cắp nhu liệu gốc của Google. Theo đúng bản chất toàn trị của nhà nước Trung Quốc như được mô tả trong tác phẩm của George Orwell, tin tặc còn xâm nhập vào thư khoản Google của các người tranh đấu cho nhân quyền Trung Quốc.

Đúng như dự đoán, chính quyền Trung Quốc đã phủ nhận mọi tội lỗi. Tuy nhiên, lần theo địa chỉ mạng ta có thể dễ dàng nhận dạng thủ phạm là từ một trường đại học có mối quan hệ chặt chẽ với quân đội Trung Quốc. Một bằng chứng không thể chối cãi được về sự đồng lõa của Đảng Cộng sản Trung Quốc, là các bức điện thư mạng WikiLeaks đã đưa ra cho thấy "các đợt tấn công vào Google được đạo diễn bởi một ủy viên Bộ Chính trị cao cấp khi vị này đã đánh tên mình lên Google và tìm thấy các bài chỉ trích chính cá nhân ông ta".

Một cung cách phá hoại

Ngoài Chiến dịch Aurora còn rất nhiều cuộc tấn công của Trung Quốc đã gây ra hậu quả nghiêm trọng. Điển hình như trường hợp tạo ra một án lệ mới của vụ Con Rồng Đêm[65]. Đợt tấn công này đã nhắm vào các công ty năng lượng lớn Tây phương và được phát hiện bởi công ty an ninh mạng McAfee.

Gọi là tạo ra một án lệ mới vì đây không phải như một đợt tấn công thông thường nhằm ăn cắp số thẻ tín dụng hoặc phá phách ngẫu nhiên mà là một vụ đã hoạch định và

---

[65] "Night Dragon" - Con Rồng Đêm.

thực hiện một cách bài bản nhằm khống chế các máy điện toán và hộp thư điện tử của các lãnh đạo doanh nghiệp cao cấp mà mục tiêu tối hậu là nhằm lấy cắp các tài liệu nội bộ quan trọng về các hoạt động, dữ liệu tài chính và đấu thầu.

Tại sao chính phủ Trung Quốc muốn có những dữ liệu này? Vì chúng rất có giá trị đối với các công ty quốc doanh đang cạnh tranh với các đối thủ ngoại quốc trong lãnh vực năng lượng trên phạm vi toàn cầu.

Hiểu được mục tiêu chiến lược của Con Rồng Đêm tức là hiểu được việc Trung Quốc thật sự đang tiến hành một cuộc chiến kinh tế toàn cầu. Thật vậy, hiện nay không tháng nào là không có tin phanh phui vụ Trung Quốc lấy trộm dữ liệu qui mô lớn từ Hoa Kỳ, Nhật Bản, Đài Loan, hay Âu châu.

Chúng ta chỉ có thể hình dung được bao nhiêu kế hoạch xâm nhập mạng đã thực hiện nhưng không bị phát hiện và mức độ thiệt hại mà các nền kinh tế Tây phương cũng như một số nước Á châu phải gánh chịu. Tuy nhiên, thật khó hiểu tại sao chính quyền các nước nạn nhân như Hoa Kỳ, Âu châu, Nhật Bản, Ấn Độ, và các nước khác lại không có những phản ứng mạnh đối với cuộc chiến tin học của Trung Quốc.

Chiếm đoạt mạng Internet toàn cầu để làm gì thì ai cũng biết

Trong thời gian 18 phút vào tháng Tư, một công ty viễn thông quốc doanh Trung Quốc đã chiếm đoạt 15% lưu lượng tin tức trên mạng internet toàn thế giới, bao gồm các dữ liệu từ quân đội đến các tổ chức dân sự của Hoa Kỳ và đồng minh. Việc chuyển hướng phi pháp các dữ kiện với qui mô lớn này đã ít thu hút sự chú ý của giới truyền thông chính thống vì những người không thuộc giới an ninh mạng không hiểu được cách thức thực hiện và mức độ ảnh hưởng của hành động này.

Tạp chí National Defense

Còn một công cụ khác trong mánh khóe ảo thuật của các binh đoàn tin tặc đỏ của Trung Quốc được gọi là "chiếm tuyến". Sử dụng kỹ thuật này, Trung Quốc đã ngang nhiên cho thế giới thấy họ có khả năng chiếm quyền kiểm soát một tỷ lệ lớn các phân luồng trên mạng internet toàn cầu.

Kỹ thuật chiếm tuyến cũng cho thấy sự tiếp tay của các công ty quốc doanh trong các chiến dịch chiến tranh mạng của Bắc Kinh. Chẳng hạn, bằng cách cấu hình các bộ điều tuyến internet nội địa nhằm phổ biến lừa gạt là có một thao tác có thể đi tắt của một kênh internet, công ty quốc doanh China Telecom đã lừa được một lượng dữ liệu khổng lồ bên ngoài Trung Quốc chuyển hướng đi qua mạng của họ. Dĩ nhiên, sau đợt tạo chuyển hướng lén lút 18 phút tai tiếng nhưng ít được báo chí để ý này, chính phủ Trung Quốc như thường lệ vẫn chối bay chối biến.

Báo động DNS về Trung Quốc đang chiếm tuyến

Nếu bạn ở ngoài Trung Quốc và tình cờ tìm tên gốc một máy chủ ở Trung Quốc, truy vấn của bạn sẽ buộc phải qua bức Vạn lý Hỏa thành[66], nghĩa là bạn sẽ bị kiểm duyệt như một công dân Trung Quốc vậy.

Earl Zmijewski

Qua câu nói trên, ông Zmijewski đang nói gì? Đó là vấn đề được gọi là thao túng DNS, nghĩa là Trung Quốc đang kiểm duyệt cả người sử dụng internet bên ngoài bức Vạn lý Hỏa thành của họ.

---

66 Great Firewall: tác giả chơi chữ bằng cách ghép chữ Tường lửa (firewall) do Trung Quốc ngăn chặn tin tức, vào với chữ Thành (Wall) trong Vạn Lý Trường Thành (The Great Wall).

DNS là chữ viết tắt của "Domain Name Services" tức Dịch vụ tên miền, chính các bảng ghi DNS này là một danh bạ trên internet. Sự thao túng DNS diễn ra khi dữ liệu DNS không đầy đủ được dùng để ngăn chặn người dùng internet ở các nơi khác trên thế giới truy cập đến các trang mạng mà chính phủ Trung Quốc cho là "không thân thiện".

Cách thao túng DNS nhằm kiểm duyệt cả người dùng ngoài biên giới Trung Quốc được thực hiện như sau. Giả sử bạn đang là một người dùng Facebook ở một quốc gia chẳng hạn như Hoa Kỳ hoặc Chile. Vào một lúc nào đó, bạn muốn truy cập vào Facebook nhưng không được nên bạn cho rằng đang bị nghẽn mạng, và tính sẽ thử lại sau. Nhưng sự thật có thể diễn tiến như sau: truy vấn của bạn có thể đã bị chuyển đến một máy chủ ở Trung Quốc mạo nhận là một bản sao của máy chủ có DNS "gốc" đặt tại Thụy Điển. Dĩ nhiên vấn đề là cái máy chủ ở Trung Quốc này chỉ sao chép lại những gì trên Internet mà giới lãnh đạo ở Bắc Kinh muốn cho bên ngoài tiếp cận đến mà thôi – đương nhiên là không có Facebook trong đó.

Thuật thao túng DNS nói trên cho thấy Trung Quốc có thể kiểm duyệt Internet ra cả bên ngoài biên giới của họ; và tình trạng sẽ còn tệ hại hơn khi Trung Quốc cố đòi thêm quyền quản trị mạng internet toàn cầu.

Đây không phải là chuyện nhỏ. Do tính toàn cầu của mạng Internet, một ngày nào đó các yêu cầu về địa chỉ Internet thông thường của bạn hoàn toàn có khả năng được chuyển hướng qua Trung Quốc. Thật ra, hàng năm có hơn một nửa mạng Internet toàn cầu truy vấn đến các máy chủ DNS ở Trung Quốc. Khả năng có thể xảy ra là việc trang mạng bạn cần truy cập sẽ được báo là "không tìm thấy" vì sự kiểm duyệt của chính phủ Trung Quốc chỉ có tăng lên chứ không giảm xuống. Đó là do thay vì không ngừng mở cửa Internet như Trung Quốc vẫn luôn tuyên bố, danh sách các trang mạng bị kiểm duyệt thực tế luôn dài thêm ra.

Một nhận xét nữa về các mối nguy hiểm của thuật thao túng DNS của Trung Quốc là nó đã được chủ động sử dụng đối với các cuộc biểu tình chống chính phủ sau các cuộc chuyển biến tại Ai Cập. Thật vậy, trong thời gian diễn ra các bất ổn xã hội ở Ai Cập, việc thao túng DNS cùng các kỹ thuật khác được sử dụng để chặn trang mạng doanh nghiệp LinkedIn cũng như các tìm kiếm và các trang mạng có chứa các từ khóa "Egypt", "Jasmine", và tên của Đại sứ Hoa Kỳ tại Trung Quốc – "Huntsman".

Nói châm biếm một chút, chúng tôi thiết tha đề nghị giới công an mạng Trung Quốc hãy đổi tên danh sách đen các trang mạng bị chặn thành là danh sách trắng vì số lượng bị chặn đến lúc nào đó sẽ nhiều hơn số lượng được phép truy cập!

Đánh cắp tin tức về Đức Đạt Lai Lạt Ma có phải là nghiệp chướng không?

Sau 10 tháng điều tra về tình báo tin học, các nhà nghiên cứu đã tìm thấy 1,295 máy điện toán ở 103 quốc gia có các nhu liệu đánh cắp dữ liệu từ các mục tiêu quan trọng như Đức Đạt Lai Lạt Ma và các cơ quan chính phủ trên toàn thế giới. Các cuộc tấn công tin học đã tìm ra là phát xuất từ các máy điện toán đặt tại Trung Quốc.

HotHardware.com

Ngoài việc đánh cắp các hệ thống vũ khí từ Ngũ Giác Đài và các bí mật kỹ nghệ và quân sự từ các công ty như DuPont, Northrop Grumman, và Google, các binh đoàn tin tặc đỏ của Trung Quốc có thể được huy động để nghiền nát các phe bất đồng chính kiến bên trong hoặc bên ngoài lãnh thổ Trung Quốc. Chỉ cần xem những gì đã xảy ra đối với các máy điện toán của lãnh tụ lưu vong Đạt Lai Lạt Ma và những người ủng hộ ông trong phong trào chống đối ở Tây Tạng. Trong cuộc tấn công này, các điện thư "giả mạo" được gửi tới chính phủ lưu vong Tây Tạng ở Dharamsala, Ấn Độ và các văn phòng tại London và New York. Các điện thư từ địa chỉ trông có vẻ đáng tin cậy đã khiến người nhận không ngần ngại mở các tài liệu bị nhiễm vi trùng tin học Trojan có tên là *Gh0st Rat* - chuột ma.

Khi được kích hoạt, Gh0st Rat khống chế hệ điều hành Windows của người sử dụng, tự sao chép lại trong các máy điện toán khác và bắt đầu lục lợi hệ thống để tìm tài liệu và sau đó chuyển các tài liệu tới các máy chủ ở tỉnh Tứ Xuyên, Trung Quốc. Trong một số trường hợp, các nhu liệu tình báo còn ghi nhận tất cả dữ liệu đánh lên bàn phím và thậm chí chiếm hữu các webcam và mi-cro để ghi và chuyển nội dung các cuộc nói chuyện trong phòng đặt máy điện toán nhiễm vi trùng tin học.

Vi trùng "Gh0st Rat" nói trên còn tấn công các máy điện toán bị lây nhiễm đặt tại bộ ngoại giao và đại sứ quán của Đại Hàn, Ấn Độ, Đức và khoảng 100 quốc gia khác; các chuyên gia phân tích các cuộc tấn công mạng và công việc hắc ám phía sau các diễn đàn về tin tặc của Trung Quốc có thể lần theo dấu vết tới Thành Đô và thậm chí đến tận từng cá nhân ở Đại học Khoa học và Kỹ thuật Điện tử. Tất nhiên, chính quyền Trung Quốc không hề có bất cứ hành động nào để ngăn chặn các cuộc tấn công tin học, càng không làm gì để truy tìm các thủ phạm. Bắc Kinh cũng không có phản ứng gì, ngoại trừ việc lên tiếng phủ nhận như thường lệ.

Một lần nữa, chúng ta phải đặt câu hỏi: tại sao các chính quyền của các quốc gia như Hoa Kỳ, Ấn Độ, và Nhật Bản lại nhẫn nại chịu đựng các hoạt động chiến tranh tin học trắng trợn như vậy?

Ứng viên Mãn Châu[67] có gắn chíp trên vai

Tin tặc ở Trung Quốc... đã thâm nhập sâu vào hệ thống tin tức của các công ty và các cơ quan chính quyền Hoa Kỳ, đánh cắp các tin tức thuộc bí mật nghề nghiệp từ các tổng giám đốc doanh nghiệp Hoa Kỳ trước khi có các cuộc họp của họ ở Trung Quốc, và trong một số trường hợp đã thâm nhập vào các nhà máy điện ở Hoa Kỳ, có thể đã gây nên hai sự kiện cúp điện rộng lớn xảy ra gần đây tại Florida và khu vực Đông Bắc.

The National Journal

Hãy cân nhắc kịch bản sau: một kỹ sư Trung Quốc thiết kế một "cửa hậu" điều khiển từ xa vào hệ điều hành máy điện toán, hoặc một "công tắc phá hủy" khó bị phát hiện cài vào chíp máy điện toán phức tạp được đặt hàng tại Trung Quốc. Sau đó, các chíp "Mãn Châu" đã cài vào mạch điện tình báo và nhu liệu "cửa hậu" được Trung Quốc xuất cảng sang Hoa Kỳ để dùng làm một bộ phận thông thường trong các hệ thống lớn hơn.

Trong lúc đó, như trong bộ phim *Ứng viên Mãn Châu*, các thiết bị đã bị gài các chip "Mãn Châu" chỉ chờ có các tín hiệu của Bắc Kinh là có thể đóng mở hoặc điều khiển các hệ thống quan trọng như mạng lưới điện đô thị, hệ thống xe điện ngầm đô thị, hoặc hệ thống định vị toàn cầu.

Đừng nghĩ rằng đây chỉ là chuyện khoa học giả tưởng, bởi vì việc gắn các mạch điện Mãn Châu rất dễ dàng – đặc biệt là tại một đất nước được coi là công xưởng của cả thế giới. Việc gắn các đoạn nhu liệu độc hại vào máy điện toán cũng dễ dàng bởi lẽ các chương trình nhu liệu hiện đại có tới hàng triệu dòng. Gắn các dòng lệnh điều khiển kiểu

---

[67] Theo tựa phim 'The Manchurian Candidate' (1962). Đây là cuốn tiểu thuyết của Richard Condon (1959) trong đó một tù binh Mỹ trong chiến tranh Triều tiên bị Bắc Hàn tẩy não và cho trở về Hoa Kỳ để thực hiện một vụ ám sát có thể làm đảo lộn hệ thống chính trị tại đây.

Mãn Châu vào vi mạch của máy điện toán, điện thoại và iPod – kể cả các hệ thống an ninh – cũng dễ dàng không kém bởi lẽ các vi mạch có thể bao gồm hàng trăm triệu mạch logic có thể mang lại nhiều sự ngạc nhiên của kỹ thuật số.

Bây giờ, nếu bạn nghi ngờ rằng những việc đó trên thực tế không bị phát hiện, chúng tôi xin cho bạn biết là các kỹ sư nhu liệu và các kỹ sư thiết kế vi mạch thường tinh nghịch giấu những thứ ma mãnh trong sản phẩm của họ. Một ví dụ cổ điển là bộ phận gài vào khiến cho hình *nhà ảo thuật Merlin*[68] xuất hiện mỗi khi một chuỗi các hành động chỉ có rất ít người biết được thực hiện trong nhu liệu Adobe Photoshop. Ngay cả nhân vật chính của tập truyện *Where's Waldo?*[69] kích thước chỉ bằng 30 micro mét, cũng được một tay kỹ sư tinh nghịch đưa vào bộ vi xử lý.

Thường thì việc phát hiện các bộ phận gài kiểu Mãn Châu như vậy trong nhu liệu gốc hoặc chíp máy điện toán nói chung không phải là một phần trong quy trình kiểm tra chất lượng để kiểm tra các phụ kiện từ Trung Quốc. Các nhân viên kiểm tra chất lượng – ngay cả các nhân viên kiểm tra chất lượng hàng hóa quân sự - chỉ có nhiệm vụ là bảo đảm các máy móc, thiết bị vận hành theo các chỉ tiêu kỹ thuật sau khi lấy ra khỏi bao bì. Theo lời giải thích của Ruby Lee, giáo sư ngành Kỹ sư Điện tại Đại học Princeton "Không thể kiểm tra hết được những điều có thể xảy ra nếu chúng không được xác định".

Việc các tin tặc Trung Quốc có đủ khả năng cài các chíp Mãn Châu thực sự đáng lo ngại, bởi lẽ ngày nay, phần lớn máy điện toán của các hãng Hewlett-Packard, Dell và Apple được sản xuất tại Trung Quốc. Thực vậy, hầu hết

---

[68] Nhân vật ảo thuật huyền thoại Merlin trong truyện cổ tích vua Arthur.

[69] Where's Waldo?, là một bộ truyện dài bằng tranh cho trẻ em của nhà vẽ tranh minh họa người Anh Martin Handford.

được lắp ráp tại cùng trong một nhà máy khổng lồ tại Thâm Quyến. Hơn thế nữa, hệ điều hành Windows hoặc Mac, cùng với các chương trình nhu liệu ứng dụng khác cũng được đặt vào máy ngay tại Trung Quốc.

Một lần nữa, chúng tôi muốn nhấn mạnh rằng đây không phải là truyện khoa học giả tưởng như phim X-Files hoặc lý thuyết âm mưu kỳ quái. Trong thực tế, chính Hoa Kỳ đã đi tiên phong trong việc sử dụng chíp Mãn Châu nhiều năm về trước trong thời gian chiến tranh lạnh với Liên Xô. Và đây là một trường hợp cổ điển.

Theo trang mạng của CIA, Tổng thống Reagan đã đích thân thông báo cho CIA về một điệp viên quan trọng của KGB được biết dưới bí danh "Farewell", người đã tiết lộ cách mà Liên Xô có được các kỹ thuật quan trọng của Tây phương. Thay vì chỉ bịt lại chỗ rò rỉ, cố vấn chính sách Gus Weiss đã nghĩ ra một mưu rất hay là gắn chíp máy điện toán giả vào thiết bị quân sự của Liên Xô.

Việc những con chíp máy điện toán được thiết kế một cách đặc biệt có thể gây thiệt hại nghiêm trọng được chứng minh bởi vụ nổ không liên quan đến hạt nhân lớn nhất trong lịch sử. Sự kiện xảy ra vào năm 1982 khi một đoạn ống ở vùng xa xôi của đường ống dẫn khí quan trọng xuyên Siberi của Liên Xô bị nổ tung như một quả cầu lửa. Sau đó nguyên nhân của vụ nổ được xác định là do nhu liệu kiểm soát đường ống mà cơ quan phản gián CIA đã phá hỏng và sau đó cố tình để Liên Xô "đánh cắp" từ một công ty Canada. Mưu cao kế hiểm như vậy có hay không?

Rõ ràng, vụ nổ đường ống xuyên Siberi do CIA sắp đặt là bức hình mô tả một cách sống động "viễn tượng đen tối" về quy mô hậu quả của sự phá hoại nhu liệu đối với thế giới thực tại. Với số lượng máy điện toán được cấu hình thành thiết bị điều khiển bán tự động ngày càng nhiều, từ thiết bị bơm truyền trong y tế đến các nhà máy điện nguyên tử, cuộc sống của con người ngày càng phụ thuộc vào chíp và nhu liệu.

Thực vậy, tin tặc Trung Quốc có thể đã làm mất ổn định hệ thống lưới phân phối điện quốc gia của Hoa Kỳ, không chỉ một lần mà nhiều lần. Theo tờ *National Journal*, có bằng chứng cho thấy một tin tặc Trung Quốc đã tạo điều kiện để gây ra "tình trạng mất điện lớn nhất trong lịch sử ở miền Nam Hoa Kỳ" ảnh hưởng đến khoảng 50 triệu người.

Nói rộng hơn, theo lời của một chuyên viên tình báo cao cấp của Hoa Kỳ được trích dẫn trên tờ *The Wall Street Journal*, "người Trung Quốc đã tìm cách thâm nhập vào cấu trúc hạ tầng của chúng ta, như lưới điện", và việc thâm nhập đã để lại các nhu liệu "có thể được sử dụng để phá hủy các thành phần của cơ sở hạ tầng". Chắc chắn là viên chức này cho rằng "nếu xảy ra chiến tranh với họ, họ sẽ tìm cách kích hoạt các nhu liệu này".

Quan điểm của chúng tôi đơn giản là như sau: các con chíp Mãn Châu chắc chắn là có thực. Với hiện tượng khá nhiều công ty Hoa Kỳ đang chuyển việc sản xuất cương liệu và nhu liệu – kể cả việc nghiên cứu và phát triển – vào Trung Quốc, chúng ta có thể đã tự tạo ra việc nhập cảng không chỉ sản phẩm Trung Quốc mà còn hàng loạt chíp Mãn Châu.

Khi đánh giá các chứng cứ ngày càng gia tăng về tình trạng chiến tranh và tình báo mạng do Trung Quốc gây ra, câu hỏi cốt yếu được đặt ra là, liệu chúng ta có nên coi các hoạt động tấn công tin học của Trung Quốc là hành động chiến tranh đúng với bản chất của chúng, hay chỉ nhắm mắt bỏ qua không chịu nhìn thấy cái hiểm họa của những binh đoàn tin tặc đỏ. Để cân nhắc vấn đề đó, đừng quên lời cảnh báo của tướng James Cartwright, nguyên Chỉ huy Bộ tư lệnh Chiến lược Hoa Kỳ và nguyên Phó chủ tịch của Bộ Tổng Tham mưu Liên quân.

Cartwright cho rằng, hậu quả của những cuộc tấn công tin học được tổ chức hoàn hảo với quy mô lớn "trên thực tế có thể gây thiệt hại to lớn như vũ khí hủy diệt hàng loạt".

Chương 11

Chết dưới thanh kiếm laser của dòng họ Lưu: Mẹ ơi, có tàu vũ trụ *Sát tinh*[70] đang chiếu xuống Chicago

Chúng tôi cam kết chỉ dùng không gian với mục đích hòa bình và sẵn sàng mở rộng hợp tác với các nước khác.

*Chủ tịch **Hồ Cẩm Đào***

Nếu những ai muốn biết những gì mà Nhật Bản đã dự định làm trong những năm 1930, thì chỉ cần đọc các kế hoạch và các tài liệu huấn luyện của họ. Các kế hoạch này sau đó đã được thực hiện trên toàn khu vực Á châu - Thái Bình Dương. Nhiều người ở Hoa Kỳ [lúc đó] đã coi những tuyên bố về mối đe dọa ngày càng tăng của quân đội Nhật Bản là vô lý bởi vì Nhật Bản đã cam kết phát triển hòa bình. Trung Quốc cũng tuyên bố phát triển hòa bình như vậy, cùng với sự phát triển mạnh mẽ lực lượng vũ trang và vũ khí của mình. Bây giờ chỉ cần xem xét kỹ các chính sách và học thuyết của Quân đội Giải phóng Nhân dân... đối với các khả năng và sức mạnh vũ khí không gian cũng như kế hoạch của họ để đối lại với ưu thế vũ trụ của chúng ta.

***Christopher Stone**, Space Review*

---

[70] Death Star - Sát Tinh: tên của một trạm không gian trong phim khoa học giả tưởng Star Wars có khả năng tiêu diệt một hành tinh bằng một chùm tia năng lượng.

Cũng giống như những cuộc phiêu lưu trên mặt đất, Trung Quốc tuyên bố họ chỉ muốn phát triển hòa bình trong vũ trụ. Tuy nhiên, một trong những câu hỏi lớn nhất mà Ngũ Giác Đài đang phải đối mặt là liệu sự vươn lên mạnh mẽ của Trung Quốc trong lãnh vực không gian rốt cục có thể trở thành vũ khí để khuất phục Hoa Kỳ không. Đây là câu hỏi cực kỳ quan trọng trong kỷ nguyên khi mà một quốc gia đã từng đưa người lên đi bộ trên mặt trăng giờ đây lại đang có một chương trình không gian bị trì hoãn và ở trong tình trạng hỗn độn nhất.

Điều chắc chắn là chương trình khám phá vũ trụ của Trung Quốc rất mạnh và rất táo bạo. Trong nhiều thập niên tới, Trung Quốc dự kiến sẽ đưa phi hành đoàn lên cả mặt Trăng và Hỏa tinh, và chỉ trong năm ngoái (2010), Trung Quốc đã phóng 15 chuyến bay đưa người và thiết bị lên quỹ đạo. Lịch trình phóng phi thuyền đầy tham vọng này đã làm cho Trung Quốc trở thành quốc gia đầu tiên sánh ngang hàng với Hoa Kỳ. Trung Quốc rõ ràng là có xu thế sẽ vượt Hoa Kỳ về số lượng phóng phi thuyền với mức độ gần bằng số lần phóng của Hoa Kỳ đúng vào lúc Hoa Kỳ hoàn thành chuyến bay cuối cùng của tàu con thoi và kết thúc chương trình này.

Một cách chính xác hơn, những hệ thống mà Trung Quốc đang phóng lên không gian gồm những vệ tinh quan sát, các thiết bị bổ sung cho vệ tinh dùng cho hệ thống định vị toàn cầu, cho tới những phi vụ có người, và vệ tinh thứ hai lên quỹ đạo mặt Trăng. Trung Quốc cũng dự kiến sẽ phóng trạm không gian dùng cho cả các mục tiêu khoa học và quân sự vào năm 2012, và dự kiến sẽ có ba phi vụ trong hai năm tiếp theo để kết nối với trạm không gian đó. Hơn nữa, bằng cách dùng lợi thế sức mạnh sản xuất của mình, Trung Quốc đang chuyển hướng sản xuất phi thuyền từ sản xuất đơn lẻ - thiết kế cá biệt - đến sản xuất dây chuyền. Sự đổi mới này sẽ khiến họ gia tăng mức độ phóng phi thuyền một cách vượt bực.

Trong khi Trung Quốc đang vượt lên thì chương trình vũ trụ NASA của Hoa Kỳ - nơi tập trung những mũi nhọn kỹ thuật quốc gia trọng yếu của chúng ta - đã để mất nguyên cả một thập niên lạc lõng trong không gian. Chương trình Phi thuyền Con thoi nhiều trắc trở của Hoa Kỳ được dự định kết thúc vào cuối năm 2010, nhưng do sự trì hoãn các chuyến bay và có thêm phi vụ bổ sung nên nó sẽ kết thúc vào năm nay (2011). Sau đó, vẫn chưa có kế hoạch rõ ràng nào cho những phi vụ có người của Hoa Kỳ. Điều này là do chính phủ Obama và Quốc hội Hoa Kỳ vẫn còn đang tranh cãi về cả hai vấn đề: xác định sứ mạng của chương trình không gian và những phương pháp thực hiện.

Sự bế tắc về chính trị này có nghĩa là sẽ không có phi vụ quốc gia có người điều khiển trong vòng ít nhất là 5 năm nữa. Trong tương lai gần, các phi hành gia Hoa Kỳ sẽ phải "đi nhờ" để lên Trạm Không gian Quốc tế cùng với người Nga – trong khi đó Trung Quốc đang thúc đẩy mạnh các chương trình phóng trạm không gian và mặt Trăng.

Với hai chương trình vũ trụ theo hai hướng trái ngược nhau này, chúng ta lại phải đặt câu hỏi: Liệu đây có phải là sự phát triển hòa bình vào không gian của Trung Quốc đang hướng lên hay không, hay sẽ là cuộc đua với mục đích tối hậu là chiếm ưu thế trong khi tất cả chương trình không gian của Hoa Kỳ hầu như bị ngưng trệ?

Ba chàng ngự lâm thám hiểm không gian

Trong 2,900 kilomet khối của [tiểu hành tinh] Eros, có chứa lượng nhôm, vàng, bạc, kẽm, các loại kim loại kiềm và kim loại quý nhiều hơn tổng lượng của tất cả các kim loại này đã từng được khai thác trong lịch sử và thậm chí có thể được khai thác từ lớp vỏ trên cùng của Trái Đất.

BBC News

Quan điểm cho rằng chương trình thám hiểm vũ trụ mạnh mẽ của Trung Quốc chỉ là sự tiếp nối quá trình vươn lên một cách hòa bình viện ra 3 động cơ khiến cho Trung quốc đẩy mạnh chương trình không gian. Trước hết là sự phát triển nhiều và đa dạng các ngành kỹ thuật mới luôn luôn đi đôi với công cuộc khám phá vũ trụ. Thứ hai là để khai thác và vận chuyển trong tương lai các nguồn năng lượng cũng như các loại nguyên liệu then chốt từ không gian tới các công xưởng Trung Quốc. Lý do thứ ba là có thể coi [công cuộc khám phá vũ trụ] như là cái van an toàn, theo thuyết sinh tồn của Darwin, cho một hành tinh đang bị quá tải về dân số và đang nóng lên nhanh chóng. Mỗi yếu tố này đều hàm chứa những lý do quan trọng cho việc thám hiểm không gian vì mục đích dân sự. Các lý do đó có thể được dùng để vẽ nên bức tranh yên bình về những nỗ lực thám hiểu không gian của Trung Quốc.

Từ Hệ thống Định vị Toàn cầu (GPS) và năng lượng mặt trời tới máy chụp cắt lớp CAT

Từ viễn tượng yên bình này, một trong những lý do quan trọng nhất để cần tham gia vào chương trình thám hiểm không gian chính là vì Hoa Kỳ đã hoàn toàn không còn nhìn thấy rằng chính sự thúc đẩy vượt bực để thám hiểm không gian đã làm tăng trưởng vận tốc canh tân kỹ thuật và phát triển kinh tế ở một quốc gia. Điểm đáng chú ý ở đây là các nhà lãnh đạo chính trị của Hoa Kỳ đã nhanh chóng quên mất vai trò mà thám hiểm không gian đã kích thích nền kinh tế Hoa Kỳ - và cải thiện mức sống của chúng ta – trong vòng 50 năm qua.

Cần biết rằng, nếu không có NASA và chương trình không gian, có lẽ chúng ta đã không có được các thứ như: Internet như ngày nay, mạng GPS, các loại kỹ thuật thu thập năng lượng mặt trời, các ứng dụng y tế từ chụp cắt lớp (CAT scan) và chụp cộng hưởng từ (MRI) cho tới kim sinh thiết vú, những chất dẻo và chất bôi trơn kỳ diệu, và hệ thống theo dõi thời tiết để cảnh báo bão tố và cháy rừng giúp cứu thoát hàng trăm nghìn sinh mạng cùng tránh thiệt hại hàng tỷ đô-la đồng thời góp phần đáng kể nâng cao sản lượng mùa màng. Tất cả những sáng kiến này đã làm lợi cho nền kinh tế chúng ta hàng nghìn tỷ đô-la. Và chúng ta cũng đừng quên những phát minh gọi là tầm thường nhưng không kém phần hữu dụng như "nệm (giường ngủ) có trí nhớ" như loại nệm Tempur-Pedic.

Trong khi Hoa Kỳ đã quên tầm quan trọng của thám hiểm không gian như yếu tố xúc tác cho nền kinh tế thì Trung Quốc lại hoàn toàn hiểu được điều đó. Thực vậy người đứng đầu Chương trình mặt Trăng của Trung Quốc, Âu Dương Tự Viễn, đã tuyên bố rằng những nỗ lực của Chương trình Apollo lên mặt Trăng đã kích động quá trình phát triển kỹ thuật ở Hoa Kỳ, và ông ta thường nêu ra sự kiện đó để biện minh cho việc Trung Quốc đi lên mặt Trăng. Tuy nhiên, Trung Quốc không chỉ nhận được những sáng kiến nhanh chóng hơn từ chương trình không gian của mình.

Nguồn khoáng sản phong phú

Những thứ Trung Quốc cũng muốn tìm kiếm trong vũ trụ là một loạt những thứ có giá trị như những kim loại quý và những nguyên liệu khác từ lớp vỏ của mặt Trăng hay từ các tiểu hành tinh khác gần trái Đất. Đây có thể là vàng, platin hay những kim loại cực kỳ hiếm có vai trò trọng yếu trong sản xuất sản phẩm kỹ thuật cao.

Thực vậy, việc khai mỏ thành công trong vũ trụ sẽ giảm bớt nhiều sự khan hiếm ngày càng gia tăng của các nguyên liệu cũng như làm giảm ô nhiễm đi kèm với các quá trình khai thác tài nguyên. Ví dụ, ta hãy xem xét trường hợp tiểu hành tinh Asteroid 433, còn được gọi là Eros. Các nhà khoa học viết trên tạp chí *Nature* đã dự đoán rằng trong tương lai xa, khối đá khổng lồ này nặng 34 nghìn tấn có khả năng sẽ va vào trái đất và gây ra một thảm họa còn lớn hơn cả thảm họa đã quét sạch loài khủng long 65 triệu năm về trước. Tuy nhiên, tin mừng là Eros lại là kho tàng chứa đầy những khoáng chất đang chờ đợi có trạm không gian có sáng kiến kinh doanh tới khai thác. Hơn nữa, cùng với các yếu tố như trọng lực nhỏ và không có những ràng buộc nào về môi trường, việc khai thác khoáng sản tại Eros bằng năng lượng mặt trời miễn phí sẽ có thể khá đơn giản một khi có phương tiện vận tải. Điều này hoàn toàn không phải là chuyện khoa học giả tưởng vì một thiết bị thăm dò vũ trụ của NASA đã tới Eros vào năm 2000 và đáp xuống vào năm 2001.

Và đây là ý tưởng cấp tiến được đề nghị bởi nhà kinh doanh vũ trụ tư nhân Jim Benson nhằm vừa tránh thảm họa va chạm với trái Đất, vừa lấy về cho trái Đất những khoáng sản quý báu của Eros: phóng các hỏa tiễn tới tiểu hành tinh để điều chỉnh quỹ đạo của nó. Bằng cách này, cuối cùng có thể sẽ đưa được Eros tới được một vị trí cố định trong hệ trái Đất - mặt Trăng của chúng ta và do vậy loại bỏ được nguy cơ va chạm. Tất nhiên, kịch bản này làm nảy sinh câu hỏi ai sẽ đến đó đầu tiên để cắm lá cờ của mình – và ai sẽ lái các hỏa tiễn – trên các nguồn tài nguyên như của Eros.

Trung Quốc không chỉ tìm kiếm những nguyên liệu thô nhôm, vàng và kẽm trong không gian. Từ quan điểm của Trung Quốc, trong thời gian ngắn hạn, Trung Quốc có thể thu được những kết quả lớn trên mặt Trăng khi khai thác tiềm năng to lớn của năng lượng tổng hợp nhiệt hạch. Khác với những nhà máy điện hạt nhân đang có với đầy rẫy các vấn đề trên trái Đất, năng lượng nhiệt hạch có thể sẽ vừa sạch, vừa an toàn và thực sự là «rẻ đến mức không cần gắn đồng hồ đo điện tiêu dùng». Vấn đề này liên quan đến mặt Trăng như sau: Một chất mà các nhà khoa học tin rằng sẽ giúp thực hiện phản ứng nhiệt hạch chính là Helium-3 -

một đồng vị cực kỳ hiếm (trên trái Đất) nhưng lại được cho rằng khá phong phú trên mặt Trăng.

Như người đứng đầu Chương trình mặt Trăng của Trung Quốc đã mô tả tiềm năng của Helium-3 như sau: "Hàng năm, chỉ cần ba chuyến tàu con thoi cũng sẽ có thể mang về đầy đủ nhiên liệu cho loài người trên toàn trái đất". Ông Âu Dương cũng có thể đã nói trắng ra là việc phát triển thành công nguồn năng lượng nhiệt hạch từ mặt trăng sẽ khai tử tổ chức độc quyền dầu mỏ OPEC và là một giải pháp mầu nhiệm chống lại sự hâm nóng toàn cầu.

Những người Trung Quốc có viễn kiến như ông Âu Dương cũng coi mặt Trăng như là nơi hứa hẹn một môi trường tự do, hầu như không có ban đêm mà tại đó có thể sản xuất năng lượng mặt trời hữu hiệu gấp tám lần so với ở trái Đất và sau đó truyền về trái Đất. 'Chuyện khoa học giả tưởng à?' - bạn có thể hỏi vậy. Vâng, đúng là như vậy. Cũng chẳng khác gì truyện đi bộ trên mặt Trăng và việc dùng thiết bị cầm tay nói chuyện với người khác ở bất kỳ nơi nào trên trái Đất.

Nhân nói chuyện về đi bộ trên mặt Trăng, hoàn toàn có thể hiểu được vì sao chương trình vũ trụ của Trung Quốc lại nóng lòng nhằm vào mặt Trăng với việc phóng thành công hai vệ tinh bay quanh mặt Trăng và đang có kế hoạch đổ bộ bằng thiết bị robot và người. Tuy nhiên, điều bận tâm đối với các tổ chức không gian tư nhân của Hoa Kỳ, như trường hợp của nhà tỷ phú Robert Bigelow là trong khi Trung Quốc bận rộn chuẩn bị cho việc cắm cờ lên mặt Trăng thì Hoa Kỳ lại dậm chân tại chỗ. Như Bigelow cảnh báo:

> *Khi Trung Quốc bắt đầu làm việc này một cách có hệ thống tại những khu vực then chốt trên mặt Trăng, thì có thể đã là quá muộn để các nước khác cùng nhau tiến hành những cuộc viễn chinh để ngăn cản Trung*

Quốc chiếm hữu tất cả những nơi có nước, có băng và những khu vực có giá trị khác.

Lối thoát khỏi thuyết Darwin

Ngoài việc làm yếu tố xúc tác cho việc sáng tạo kỹ thuật và là nguồn cung cấp dồi dào năng lượng và các khoáng sản tự nhiên, thám hiểm không gian còn có tiềm năng là chiếc van thoát hiểm quan trọng trong kỷ nguyên nhân mãn và biến đổi khí hậu. Nếu bạn nghĩ rằng đây cũng lại là chuyện khoa học giả tưởng thì hãy nghĩ lại. Như Michael Griffin, người quản trị NASA đã nhận xét:

> *Mục đích này không chỉ là khảo sát khoa học... nó còn bao gồm việc mở rộng môi trường sống của loài người từ trái Đất vào trong hệ mặt trời trong tương lai... Trong dài hạn những loài chỉ sống được trên một hành tinh sẽ không thể tồn tại. Chúng ta đã có nhiều bằng chứng về điều này.*

Còn đây là một cảm nghĩ được chia sẻ bởi nhà vật lý Stephen Hawking khi ông đánh những dòng này trên máy điện toán của mình: "Cơ hội duy nhất để tồn tại lâu dài của chúng ta là không chỉ nhìn vào trái đất mà là phải nhìn rộng ra vào vũ trụ."

Tất nhiên, công cuộc chinh phục mặt Trăng, Hỏa tinh và những hành tinh khác sẽ phải mất nhiều thập niên nữa. Tuy nhiên, một trong những ưu thế mà Trung Quốc có hơn Hoa Kỳ là khả năng tập trung cho dài hạn và suy tính cho nhiều thế hệ thay vì cho các cá nhân. Do cách nhìn dài hạn này, vào thời điểm hiện tại, Trung Quốc có nhiều khả năng hơn bất cứ nước nào để chinh phục thành công những tài sản có giá trị nhất trong vũ trụ. Câu hỏi mà chúng ta phải quay lại là liệu việc Trung Quốc chiếm đoạt được những đỉnh cao tuyệt đối này có phải chỉ được dùng cho các mục đích hòa bình hay không, hay ngược lại sẽ giúp họ chinh phục các đối thủ. Đây là câu hỏi mà bây giờ chúng ta phải

202

quay lại khi nhìn thấy kho vũ khí phòng thủ của Trung Quốc đang gia tăng nhanh chóng cùng với những kế hoạch phát triển khả năng vũ khí tấn công của họ.

Nhận thức bộc phát về chiến tranh không gian của Trung Quốc – Thế thủ hay nhất là phòng thủ tốt

Vũ trụ sẽ trở thành vũ khí ngay trong thời đại của chúng ta.

*Đại tá **Diêu Vân Trúc**, Học viện Khoa học Quân sự, Quân đội Giải phóng Nhân dân Trung Quốc*

Có lẽ bằng chứng rõ nhất về những ý định quân sự hóa và vũ khí hoá vũ trụ của Trung Quốc có thể được tìm thấy trong vô số những nguồn tài liệu công khai về chiến tranh không gian của rất nhiều sĩ quan và những nhà chiến lược quân sự Trung Quốc. Từ "tấn công plasma tiêu diệt các vệ tinh quỹ đạo thấp"[71] và "xe tiêu diệt mục tiêu bằng động năng" cho tới "các vũ khí chùm tia" và "các tên lửa đạn đạo trên quỹ đạo". Nội dung chung của các tài liệu này – mà phần lớn đã được phân tích kỹ trong Ủy ban Hoa Kỳ - Trung Quốc - là phá hủy hoặc chinh phục các lực lượng quân sự của Hoa Kỳ bằng cách khai thác các điểm cao chế ngự từ vũ trụ.

Ví dụ, đây rõ ràng là quan điểm hiếu chiến của Đại tá Lý Đại Quang trong cuốn sách của ông ta *Vũ khí Không gian*. Ngoài việc biện hộ cho chương trình không gian của Trung Quốc kết hợp sử dụng cho cả dân sự và quân sự vì các lý do kinh tế, Lý cho rằng chiến lược quân sự tối ưu là chiến lược phải làm được các việc sau:

Phá hủy hay làm vô hiệu hóa tạm thời mọi vệ tinh của kẻ thù bên trên lãnh thổ của chúng ta, [triển khai] các loại vũ khí chống vệ tinh trên mặt đất và trong

---

[71] Plasma attack against low-orbit satellite : Tấn công plasma tiêu diệt các vệ tinh quỹ đạo thấp

không gian, các hệ thống phòng thủ chống lại các tên lửa của Hoa Kỳ, duy trì hình ảnh quốc tế tốt của chúng ta [bằng cách che giấu việc triển khai và cất giữ] các loại vũ khí tấn công không gian được giấu kín và chỉ tung ra vào thời điểm xảy ra khủng hoảng.

Những bài viết như thế này mà được phổ biến trong một xã hội được kiểm duyệt chặt chẽ bởi Đảng Cộng sản thì quả là một điều lạ lùng. Chúng không chỉ công khai mâu thuẫn với luận điểm chính thức của giới lãnh đạo dân sự Trung Quốc mà chúng còn gây hoang mang cho các chuyên gia phân tích của Ngũ Giác Đài trong việc hình dung ra chính xác những điều gì đang diễn ra đằng sau tấm màn tre – và Hoa Kỳ cần có phản ứng như thế nào.

Có thể là cả khối lớn tài liệu mô tả các phương thức để khuất phục chú Sam này đơn giản chỉ là âm mưu nhằm kích động Hoa Kỳ lao vào cuộc chạy đua vũ trang không gian tốn kém. Cũng có thể là những nguy cơ tương tự như điều mà đại tá Lý nói là có thực, và nếu không có những biện pháp đáp ứng đầy đủ thì Hoa Kỳ sẽ phải chịu nguy cơ bị một trận tấn công không gian kiểu Trân Châu Cảng nữa, hoặc sẽ là kẻ thua cuộc trước một sự đã rồi.

Dù theo cách nào đi chăng nữa thì cũng có một điều rõ ràng là: Hoa Kỳ hiển nhiên vẫn còn giữ vị trí chiến lược cao trong không gian vào thời điểm hiện tại. Tuy nhiên, nhiều người sẽ hỏi rằng, vậy thì ai sẽ nắm giữ vị trí chiến lược cao này sau nhiều lần "ngày mai" nữa?

Từ vị trí chiến lược cao này, cả nền kinh tế và quân sự của Hoa Kỳ phụ thuộc nặng nề vào hệ thống phức tạp gồm hơn 400 vệ tinh trên quỹ đạo cung cấp tất cả các loại tin tức, từ do thám và dẫn đường cho tới viễn thông và đo đạc từ xa. Đây thực sự là một mạng lưới hùng hậu giúp cho sức mạnh của Hoa Kỳ trở nên gần như siêu phàm trong con mắt của các đối thủ.

Sử dụng lợi điểm trong không gian và hàng loạt ưu thế về vũ khí kỹ thuật cao, Hoa Kỳ đã có thể tham gia vào hàng loạt các cuộc chiến tranh với tỷ lệ chênh lệch về thương vong rất lớn. Trong khi chỉ có 150 người Mỹ tử thương trong cuộc chiến tranh vùng Vịnh lần thứ nhất, thì đã có tới khoảng 30,000 – 56,000 lính Iraq bị tiêu diệt. Tỷ lệ chênh lệch về thương vong tương tự như vậy cũng xảy ra trong cuộc tấn công của NATO do Hoa Kỳ điều hợp vào năm 1999 trong cuộc chiến tại Kosovo cũng như trong giai đoạn đầu chiến dịch chiếm lại Iraq vào năm 2003.

Bất kể bạn có quan điểm thế nào về những hành động quân sự này của Hoa Kỳ, sự thống trị không gian "làm thay đổi cuộc chơi" của người Mỹ đã được Trung Quốc để ý. Thực vậy, cuộc chiến tranh vùng Vịnh năm 1991 đã thường xuyên được Ngũ Giác Đài coi như những tiếng chuông báo động cho Bắc Kinh rằng ngay cả một đội quân lớn nhất thế giới, ở đây là Trung Quốc, cũng có thể bị chinh phục bởi một đối thủ có số lượng ít hơn nhiều lần.

Tiêu diệt hay làm lóa mắt, đó là câu hỏi của Trung Quốc

Khi chương trình không gian của Trung Quốc được giao phó cho các tướng lĩnh, nó sẽ phản ánh phần lớn những nhu cầu chiến lược của Quân đội Giải phóng Nhân dân Trung Quốc. Đây là trường hợp đã từng xảy ra ở Liên bang Xô Viết cũ, nơi mà lực lượng quân sự cũng kiểm soát chương trình không gian của Liên Xô. Quan sát sự phát triển của các hệ thống vũ khí chống vệ tinh đa dạng với việc sẵn sàng đưa các ứng dụng quân sự vào trong chương trình không gian có người điều khiển, cùng với những hành động dối trá cho thấy Trung Quốc ngày càng theo đuổi mạnh hơn phương thức của Liên Xô cũ trong việc tìm ưu thế thống trị về quân sự trong vũ trụ.

Theo quan điểm của Trung Quốc, có ít nhất hai biện pháp có thể sử dụng để đối phó với ưu thế không gian của Hoa Kỳ. Cách thứ nhất là phá hủy một phần hay toàn bộ các chùm vệ tinh của chúng ta. Cách thứ hai – cũng đạt được mục đích như vậy mà không cần phá hủy – đơn giản là làm mù mắt những con chim giám sát của chúng ta. Đối với những ai quan tâm lo ngại thì sẽ có nhiều bằng chứng cho họ tìm hiểu về việc Trung Quốc đang phát triển các năng lực trên cả hai phương diện này.

Trong lãnh vực phá hủy các vệ tinh, Trung Quốc đã thực hiện thử nghiệm một số phương pháp làm nổ tung – hay bắt cóc – các vệ tinh của Hoa Kỳ. Thử nghiệm này được bắt đầu với một vụ nổ lớn tung tóe mảnh vụn vào tháng 1 năm 2007, khi quân đội Trung Quốc đã bắn hạ một vệ tinh cũ của chính họ.

Hình như đây là một vệ tinh thời tiết "đã đến hạn về hưu" đã từng bay mỗi ngày vài vòng quanh trái đất trong hơn một thập niên; nhưng đây cũng là một miếng mồi ngon cho loại hoả tiễn đạn đạo xuyên lục địa cải tiến DF-21 được phóng từ căn cứ ở Tây Xương (Xichang) thuộc tỉnh Tứ Xuyên. Hoả tiễn này phóng ra một thiết bị tiêu diệt mục tiêu bằng động năng được điều khiển vào quỹ đạo nhằm đụng với mục tiêu vô hại; và khi đụng, tất cả những thứ như đinh ốc, bù loong, các tấm bảng, dây điện ... của vệ tinh cùng với hàng ngàn mảnh vụn của hoả tiễn tiêu diệt sẽ tạo thành một đống rác vũ trụ lớn nhất dải Thiên hà.

Ngày nay, bãi rác thải vũ trụ do vụ phá hủy đó của Trung Quốc vẫn còn là mối hiểm họa lớn cho các chuyến bay; Trung Quốc hiển nhiên là luôn sẵn lòng gây ô nhiễm cho vũ trụ giống như họ đã làm cho các sông ngòi và bầu khí quyển của họ. Hơn 2/3 trong số gần 3,000 vệ tinh và thiết bị bay trong quỹ đạo có nguy cơ va chạm với đám rác vũ trụ của Trung Quốc. Thực vậy, những thiết bị và người có thể là nạn nhân bao gồm cả Trạm Vũ trụ Quốc tế cùng phi hành đoàn, họ đã từng phải điều chỉnh quỹ đạo ít nhất một lần để tránh va phải phần dày đặc nhất của đám rác vũ trụ Trung Quốc.

Đây không phải là dấu hiệu duy nhất cho thấy việc Trung Quốc đang phát triển các loại vũ khí chống vệ tinh (gọi tắt là "ASAT") để bắn hạ hệ thống GPS của Hoa Kỳ. Tháng 1 năm 2010, vũ khí vũ trụ của Trung Quốc đã bắn hạ một mục tiêu ở quỹ đạo thấp với độ cao khoảng 150 dặm bằng một loại hỏa tiễn dùng nhiên liệu rắn đặt trên xe cơ động và một thiết bị tiêu diệt bằng động năng va chạm kiểu mới được gọi là KT2. Cần lưu ý rằng KT2 là kỹ thuật có hai công dụng đe dọa – vừa là phương tiện phòng thủ chống hoả tiễn đạn đạo lại vừa có thể phá hủy các hệ thống trên quỹ đạo.

Ngoài những vũ khí này dùng để phá tan các vệ tinh Hoa Kỳ trên bầu trời đêm, Trung Quốc còn có loại vũ khí mới mang tên "Kẻ bắt cóc không gian[72]". Loại vũ khí này được thử nghiệm vào tháng 8 năm 2010 khi hai vệ tinh của Trung Quốc có cuộc gặp nhau bí mật trong vũ trụ. Mục đích của thử nghiệm là để tìm hiểu xem liệu một vệ tinh có thể thực hiện cái được gọi giản dị là "cuộc gặp gỡ robot không hợp tác" với một vệ tinh khác không. Thế giới vẫn còn chờ đợi để nghe từ Trung Quốc xem cuộc gặp gỡ có thành công không - mặc dù các quan sát từ mặt đất cho thấy nó đã thành công. Và nếu kỹ thuật này được ứng dụng thành công, bạn chỉ cần tưởng tượng ra viễn cảnh một phi đội những kẻ bắt cóc này được tung ra để tóm gọn toàn bộ gia đình các vệ tinh của Hoa Kỳ.

---

[72] Space kidnapper: Kẻ bắt cóc không gian

Mù vì ánh sáng chói chang - Các vệ tinh của chúng ta cần dụng cụ che mắt trong một tương lai quá nhiều ánh sáng

Họ cho chúng ta thấy laser của họ. Dường như họ đang đe dọa chúng ta.

Gary Payton, *Phó trợ lý Bộ trưởng về Không lực Hoa Kỳ phụ trách các Chương trình Không gian.*

Tất nhiên, bạn không nhất thiết phải phá hủy hay bắt cóc một vệ tinh của Hoa Kỳ để vô hiệu hóa nó. Có một cách khác vừa lịch sự hơn và vừa bớt khiêu khích hơn là tạm thời "làm chói mắt" hay đơn giản là làm mù vệ tinh. Trên đấu trường này, dường như Trung Quốc đang phát triển những năng lực khủng khiếp của mình.

Thực vậy, cuộc trình diễn mang tính khiêu khích kiểu này của Trung quốc đã bắt đầu vào mùa thu năm 2006. Như được đưa tin trong tạp chí *Jane's Defence Weekly*, trong thời gian này, các vệ tinh gián điệp của Hoa Kỳ đã "bất ngờ bị suy giảm hiệu quả" khi chúng "bay ngang qua Trung Quốc". Cũng vào thời điểm đó, các kính viễn vọng đặt tại bãi thử Reagan tại quần đảo san hô Kwajelein, vùng Nam Thái Bình Dương, đã phát hiện được ánh phản xạ từ các tia sáng laser để xác nhận nguyên nhân và nguồn gốc từ Trung Quốc.

Ở mức độ rộng hơn, tạp chí *The Economist* đã viết, "Trung Quốc thường xuyên chiếu tia laser cường độ mạnh lên trời để trình diễn khả năng làm lóa mắt hay làm mù vĩnh viễn các vệ tinh gián điệp". Tuy nhiên, phản ứng của Hoa Kỳ lại là im lặng - chủ yếu là do phải đối mặt với những giới hạn về ngân sách khi lực lượng quân sự Hoa Kỳ đang vướng vào các cuộc chiến tranh trên các chiến trường khác.

Tất nhiên, đối với những nước láng giềng của Trung Quốc như Nhật Bản và Đài Loan thì khả năng bị mất cơ sở hạ tầng không gian để hỗ trợ cho hải quân Hoa Kỳ tiếp cận không hạn chế vùng Tây Thái Bình Dương sẽ rất đáng quan ngại.

Từ Buck Rogers[73] đến hệ thống hạt nhân quỹ đạo của Bắc Kinh

Trung Quốc tìm cách vượt lên trong cuộc chạy đua không gian tại châu Á hướng tới mặt Trăng, đưa một phi thuyền vào quỹ đạo mặt Trăng vào ngày 6/10 với mục tiêu chuẩn bị cho một cuộc hạ cánh xuống mặt Trăng trong vòng 2-3 năm tới... Chuyến bay được gọi là Thường Nga[74] 2 (Chang'e 2) đánh dấu sự phát triển nhanh chóng của kỹ thuật vũ trụ Trung Quốc... Chuyến bay lên mặt Trăng của Trung Quốc, giống như mọi chương trình không gian khác, có tiềm ẩn những ý đồ quân sự. Chương trình không gian của Trung Quốc được kiểm soát bởi quân đội, vẫn liên tục tích lũy ngày càng nhiều kinh nghiệm về viễn thông và đo đạc tầm xa, kỹ thuật hoả tiễn, và vũ khí chống vệ tinh thông qua các chuyến bay như Thường Nga 2.

The Christian Science Monitor

Trong khi sử dụng vũ trụ làm điểm quan sát các hoạt động quân sự của Hoa Kỳ và vô hiệu hóa các hệ thống vệ tinh của Hoa Kỳ là những mục tiêu phòng thủ quan trọng trong chương trình không gian của Trung Quốc, thì giá trị thực tế có thể lại là sử dụng không gian làm căn cứ cho vũ khí tấn công quân sự. Các phương án bao gồm toàn bộ

---

[73] Buck Rogers: Tên nhân vật chính trong loạt truyện tranh, phim, truyền hình nhiều tập khoa học giả tưởng nổi tiếng của Philip Francis Nowlan sáng tác từ năm 1928. Rogers bị chìm vào giấc ngủ 492 năm. Khi tỉnh dậy vào năm 2,419 đã thấy có phi thuyền và đang trong cuộc kháng chiến chống lại người Hans chiếm đóng Hoa Kỳ.

[74] Chang'e : Thường Nga - theo tên nhân vật nữ trong truyện dân gian Trung Quốc đã đi lên mặt Trăng cùng với một con thỏ - Việt ngữ là Hằng Nga

những thứ có thể, từ việc ném những hòn đá từ mặt trăng với sức mạnh đủ để tiêu hủy cả một trung tâm đô thị trên trái Đất, các loại bom xung điện tử[75] trường được thiết kế để vô hiệu hóa cơ sở hạ tầng điện tử của chúng ta, và các loại vũ khí năng lượng được định hướng bắn từ không gian, cho tới những quả bom-H được đặt trên quỹ đạo và những phi thuyền có khả năng rải thảm hạt nhân xuống bất kỳ thành phố nào trên trái Đất.

Thực vậy, nếu Trung Quốc có thể ném một quả bom hạt nhân từ quỹ đạo thì điều đó chắc chắn sẽ hiệu quả hơn nhiều so với việc phóng một đầu đạn giống như vậy từ sa mạc Gô-bi. Đó là vì những hỏa tiễn phóng từ mặt đất phát ra những dấu hiệu về nhiệt rõ ràng để có thể phát hiện sớm và do hành trình dài nên có thể theo dõi và đánh chặn được. Mặt khác, một quả bom hạt nhân từ quỹ đạo chỉ cần một động cơ dùng không khí nén không thể phát hiện được để phóng xuống từ không gian yên lặng. Sau đó, nhờ trọng lực nó có thể dễ dàng vượt qua khoảng cách khoảng 200 dặm để rơi xuống tới bề mặt trái Đất trong khi đường đi của nó hầu như không thể phát hiện được – cho tới khi biết thì đã quá muộn.

Để hỗ trợ cho các năng lực tấn công trong chương trình không gian của mình, Trung Quốc đang xây dựng một cơ sở hạ tầng không gian khổng lồ. Cơ sở này bao gồm: một phi đội với số lượng ngày càng tăng các phi thuyền lớn có nhiệm vụ theo dõi; những giàn phóng vũ trụ và trạm mặt đất mới; hàng chục vệ tinh mới làm nhiệm vụ thông tin, chuyển tiếp tín hiệu, và giám sát; và cuối cùng, nhưng chắc chưa phải là hết, là một hệ thống GPS cực kỳ đắt tiền của riêng họ.

Hệ thống GPS của Trung Quốc có tên gọi là Bắc Đẩu, được đặt theo tên gọi của chòm sao Đại Hùng Tinh có đuôi

---

75 EMP electromagnetic pulse bomb: Bom xung điện tử.

kéo dài để làm dấu cho các thủy thủ biết hướng đi tới phương Bắc. Việc Trung Quốc tung ra hệ thống GPS của riêng mình đối chọi lại với hệ thống của Hoa Kỳ là dấu hiệu rõ ràng cho thấy những ý định quân sự của Trung Quốc. Hiện tại, Hoa Kỳ đang cung cấp việc sử dụng GPS miễn phí cho toàn thế giới và không có lý do gì để bất kỳ một quốc gia nào tiêu một khoản tiền lớn khủng khiếp xây dựng một hệ thống cho riêng mình - trừ phi nước đó có ý định phá hủy hệ thống GPS của Hoa Kỳ hay nói cách khác có hành động quân sự chống lại Hoa Kỳ.

Dường như không phải là chúng ta đã không được báo trước về các mối đe dọa của các vũ khí phóng từ vũ trụ của Trung Quốc. Vào tháng 1 năm 2001, Ủy ban An ninh Không gian được bổ nhiệm bởi các Ủy ban các Binh chủng của Hạ và Thượng viện đã kết luận rằng Hoa Kỳ đang đứng trước nguy cơ nghiêm trọng của một trận "Trân Châu Cảng không gian" và cần phải có hoạch định chiến lược gấp để cân bằng lại với sự phát triển các năng lực tấn công của Trung Quốc (và cả nước Nga). Cùng chung số phận với nhiều lời cảnh báo khác, các đề nghị của báo cáo này đã không được xem xét đến một cách đầy đủ do sự kiện 9/11 khi lực lượng quân sự Hoa Kỳ và các hoạt động tình báo đã phải chuyển hướng tập trung vào những nguy cơ cấp chiến thuật với những kẻ thù võ trang thô sơ.

Tàn cuộc trong ván cờ Đài Loan: Chặn tiếp cận / Chống xâm nhập

"Mục đích của đòn đánh bất ngờ và gieo kinh hoàng từ vũ trụ là nhằm ngăn chặn kẻ thù chứ không phải khiêu khích kẻ thù lao vào các trận chiến. Vì lý do này, những mục tiêu được lựa chọn của một đòn đánh cần phải ít và chính xác... Điều này sẽ làm đảo lộn cơ cấu hệ thống tổ chức vận hành của đối thủ và sẽ tạo ra tác

động tâm lý lớn trong số những người quyết định chính sách của đối thủ".

— Đại tá **Viên Trạch Lộ**, Quân đội Giải phóng Nhân dân

Đại tá Viên đã hùng hổ vẽ ra viễn cảnh Trung Quốc về một trận Trân Châu Cảng không gian đối với chúng ta. Ông ta và nhiều lãnh đạo diều hâu của Trung Quốc coi những loại vũ khí chống vệ tinh, hệ thống laser làm mù GPS và các hệ thống bom hạt nhân trong quỹ đạo, cùng hệ thống hoả tiễn đạn đạo chống chiến hạm, một đội tàu ngầm lớn, các vũ khí tin học kỹ thuật cao, cũng như các dạng thức khác nhau của chiến tranh kinh tế sẽ là những quân cờ linh hoạt trong ván cờ được sắp đặt để giành nước chiếu bí bất ngờ về chính trị đối với Hoa Kỳ trong khi tránh được sự trả đũa do ưu thế vượt trội về chất lượng của lực lượng quân đội và vũ khí của Hoa Kỳ.

Nói chung, năm loại vũ khí đang phát triển của Trung Quốc - trên mặt đất, trên không, trên biển, trên mạng tin học, và trong không gian - đều hỗ trợ cho chiến lược được các giới trong Ngũ Giác Đài gọi là chiến lược chặn tiếp cận/chống xâm nhập, gọi tắt là A2/AD (anti-access/area denial). Mục đích là ngăn chặn hải quân Hoa Kỳ tiếp cận tới các vùng gần bờ biển Trung Quốc để từ đó Trung Quốc có thể bành trướng sức mạnh của mình ra khu vực.

Tất nhiên, nếu bộ máy chiến tranh năm chiều của Trung Quốc có thể đẩy lực lượng hải quân Hoa Kỳ ra ngoài vùng được gọi là "chuỗi đảo thứ hai" - một đường tưởng tượng chạy từ Nhật Bản qua Guam xuống tới Indonesia, thì chính phủ dân sự của Trung Quốc có thể sẽ dễ dàng bảo Nhật Bản, Đại Hàn, Đài Loan và Việt Nam phải làm như thế nào và các nguồn tài nguyên sẽ phải được chia ra sao. Đây là một sự phát triển lạnh gáy, đặc biệt là đối với Đài Loan, vì một khi chiến lược A2/AD của Trung Quốc được phát triển đầy đủ, hòn đảo nhỏ của những người Trung Quốc tự do khi đó sẽ chỉ còn rất ít hy vọng được tồn tại độc lập đối với Trung quốc lục địa.

Vì sao? Vì chiến lược hiện nay của Hoa Kỳ là chỉ là ngăn ngừa quân đội Trung Quốc chiếm Đài Loan bằng cách sử dụng những hàng không mẫu hạm của chúng ta. Nếu hạm đội Thái Bình Dương của Hoa Kỳ thực tế bị đẩy ra ngoài chuỗi đảo thứ hai, quân đội Trung Quốc sẽ dễ dàng áp đảo sức phòng ngự của Đài Loan bằng hàng ngàn hoả tiễn và đội quân hùng hậu. Sau đó, Hoa Kỳ thực tế sẽ không thể có kế hoạch nào hay một giải pháp có tính thuyết phục nào để tái chiếm lại hòn đảo từ một đội quân của Trung Quốc đã cố thủ lẫn lộn trong những dân thường. Đây là loại tình huống mà thuyền trưởng James T. Kirk mô tả một cách hài hước của người sắp bị treo cổ với câu nói nổi tiếng: "Chúng ta tìm thấy họ ở chính tại nơi họ bắt được chúng ta!"

Những nhận xét này đưa chúng ta quay lại với câu hỏi: Liệu sự vươn ra vũ trụ của Trung Quốc có thực sự vì mục đích hòa bình không? Xem xét chi tiết hơn những gì Trung Quốc thực sự đưa lên vũ trụ sẽ cho thấy thậm chí còn có nhiều chất đốt hơn nữa cho ngọn lửa của chủ nghĩa quân phiệt.

Hãy khóa cửa trạm Vũ trụ! Người Trung Quốc đang đến

Vào ngày 27 tháng 9, phi thuyền Thần Châu của Trung Quốc đã tiến đến khoảng cách 45 km gần trạm Vũ trụ Quốc tế, và hai trong số ba phi hành gia đã thực hiện cuộc đi bộ ra ngoài vũ trụ lần đầu tiên của Trung Quốc (bước ra ngoài phi thuyền trong bộ quần áo bảo vệ). Sau đó, một vệ tinh nhỏ nặng 40 kg (BX-1) đã được phóng từ phi thuyền Thần Châu. Có vẻ đây là một thí nghiệm khoa học, nhưng vấn đề là phi thuyền Thần Châu đã tiến đến quá gần trạm Vũ trụ Quốc tế, và sau đó phóng ra một vệ tinh cơ động nhỏ BX-1 có thể lái được (nhờ những tia khí nén), đã cho thấy đó một vụ tập dượt phá hủy vệ tinh khác. Vệ tinh BX-1 đã có thể dễ dàng được điều khiển đến một trạm không gian gần nó để phá hủy.

James Dunnigan, *StrategyPage.com*

Mỗi lần Trung Quốc phóng một phi thuyền Thần Châu có người điều khiển của mình, họ cũng đều đặt vào quỹ đạo một mô-đun[76] hình trụ lớn tự hoạt động. Các mô-đun có kích thước khoảng 2,7m x 3,0m; và do hoàn toàn không có sự minh bạch trong chương trình không gian của Trung Quốc nên thế giới tuyệt đối không biết có những gì trong các mô-đun đó. Bom hạt nhân? Thiết bị gián điệp? Hay có khi chỉ là loại khoai tây tím vũ trụ hay một thí nghiệm trồng nhân sâm vô hại? Ai biết được?

Còn đây là những gì chúng ta biết, ít nhất là về một trong số những chuyến bay Thần Châu này. Sự kiện này một lần nữa cho chúng ta thấy những chiến thuật thô bạo trắng trợn của một quốc gia có thể dùng xe tăng cán lên cả Gandhi - và cán thêm lần nữa để cho biết tay.

Chuyến bay Thần Châu 7 không chỉ đưa lên vũ trụ ba phi hành gia; nó cũng còn mang theo một "vệ tinh siêu nhỏ" có tên gọi BX-1. Theo kế hoạch được lập cẩn thận nhưng vô cùng nguy hiểm, phi thuyền Thần Châu 7 - Thần Châu có nghĩa là "phi thuyền thần kỳ" – thực hiện một nhiệm vụ không được công bố đặc trưng cho những cái đầu diều hâu chiến tranh của Trung Quốc. Đó là cú lượn sát "ngang qua" trạm Vũ trụ Quốc tế của cả một phi thuyền đang bay trên quỹ đạo.

Táo bạo hơn nữa, các phi hành gia Trung Quốc cũng phóng vệ tinh nhỏ BX-1 trước khi nó bay ngang qua trạm Vũ trụ, có thể nó muốn thử làm một cuộc do thám nhỏ - hay có thể, theo ý kiến của nhà phân tích James Dunnigan,

---

[76] module - mô-dun.

214

một cuộc thực tập mô phỏng vũ khí chống vệ tinh. Trong quá trình này, Trung Quốc đã vi phạm khoảng cách gọi là "khu vực tiếp cận" mà theo đó những người điều khiển các chuyến bay của NASA có thể thấy cần chuyển dịch trạm vũ trụ - nếu họ biết có vật lạ đang tiến đến.

Để hiểu được sự kinh ngạc gây ra tại NASA, cần biết rằng các phi hành gia Trung Quốc đi qua ngay phía dưới trạm Vũ trụ với khoảng cách chỉ 25 dặm, và vệ tinh bí mật tí hon BX-1 có thể đã tiến tới gần đến khoảng cách chỉ 15 dặm. Khi bạn ở trong quỹ đạo với chiều dài hơn 26,000 dặm trong không gian rộng lớn ba chiều và bay với vận tốc 18,000 dặm / giờ, thì đây là khoảng cách rất gần và cực kỳ nguy hiểm.

Để tăng thêm vẻ gây cấn về sự nguy hiểm có thể xảy ra, đài Truyền hình Trung Quốc thậm chí còn thông báo là trong chuyến bay vệ tinh nhỏ 40 kg đã "bắt đầu đi chệch ra ngoài quỹ đạo định trước". Điều này khó có thể làm yên tâm các phi hành gia vũ trụ châu Âu và Hoa Kỳ đang ngồi trong chiếc thùng nhôm trị giá 100 tỷ đô-la nhìn vệ tinh gián điệp của Trung Quốc và một "đàn" phi hành gia Trung quốc đang tiến lại gần nhòm ngó.

Đương đầu bất cân xứng với sức mạnh quân sự Hoa Kỳ

Một kẻ thù mạnh với ưu thế tuyệt đối không hẳn là không có những điểm yếu... Những sự chuẩn bị quân sự của chúng ta cần nhắm vào việc tìm kiếm những chiến thuật để khai thác những điểm yếu của một kẻ thù mạnh.

Nhật báo Quân đội Giải phóng Nhân dân

Trước khi ngưng nói về đề tài Trung Quốc nổi lên thành mối nguy cơ trong vũ trụ, cũng cần xem xét các năng lực vũ khí phòng thủ và tấn công đang lớn mạnh của họ trong một bối cảnh chiến lược rộng lớn hơn. Thực vậy, cái bảo

215

vật quý giá nhất của kế hoạch quân sự tinh vi Trung Quốc chính là tập trung vào cái gọi là "chiến tranh bất cân xứng."

Các kỹ thuật chiến tranh bất cân xứng điển hình là đóng vai trò chàng David yếu hơn nhưng khôn hơn đấu với gã Goliath khổng lồ về sức mạnh hay kỹ thuật. Trong trường hợp của Trung Quốc, khi phải đối mặt với sự yếu thế rõ ràng về kỹ thuật - mặc dầu có một đội quân hùng hậu – các nhà chiến lược Trung Quốc thường xuyên tìm kiếm những phương thức bất ngờ và không tốn kém để vô hiệu hóa, phá hủy, hay đánh bại bằng cách nào đó những sức mạnh kỹ thuật lớn nhất của Hoa Kỳ.

Ví dụ, chúng ta đã thấy một loại vũ khí chiến tranh bất cân xứng điển hình trong chương 8, "Chết bởi hải quân viễn dương". Đây là một loại hỏa tiễn đạn đạo chống chiến hạm không đắt tiền lắm có khả năng đánh chìm hàng không mẫu hạm của Hoa Kỳ - hay ít nhất làm cho nó phải khiếp sợ và chạy ra ngoài chuỗi đảo thứ hai. Một ví dụ khác trong chương này là các loại vũ khí chống vệ tinh có khả năng làm hỏng mạng lưới vệ tinh GPS và viễn thông của Hoa Kỳ. Như Clausewitz, nhà chiến lược quân sự lớn nước Phổ, đã từng nói, "Nếu ta cố thủ trong thành trì kiên cố thì ta bắt buộc kẻ thù phải tìm ra giải pháp ở một chỗ nào khác".

Để hiểu được ý tưởng bằng cách nào mà các vũ khí rẻ tiền của Trung Quốc lại có thể đương đầu trong tương lai với các kỹ thuật đắt tiền hơn nhiều của Hoa Kỳ, hãy xem xét thế cờ thí quân (gambit) sau được nêu ra trong Sách Trắng Quốc phòng Trung Quốc với tiêu đề "Những phương pháp đánh bại GPS":

> *Một hỏa tiễn thời tiết thông thường không đắt tiền lắm có thể mang lên một quỹ đạo dự tính trước một quả bom chứa một lượng lớn các viên đạn chì nhỏ. Khi bom nổ, những viên đạn chì nhỏ sẽ bay ra*

với tốc độ tới 6,4 km/giây và phá hủy bất cứ vật gì nó tiếp xúc. Khi vài ki-lô sỏi được ném vào quỹ đạo, chúng sẽ tấn công các vệ tinh giống như những trận mưa sao băng và vô hiệu hóa những chòm sao GPS đắt tiền.

Chính những loại vũ khí và kịch bản này, mà Trung Quốc đang phát triển, lột trần sự dối trá trong các tuyên bố của Trung quốc về chương trình vũ trụ vì hòa bình. Tất cả chúng ta đang sống ở bên ngoài Trung Quốc cần luôn nhớ rằng cái mỹ từ "vũ trụ vì hòa bình" này nhằm che đậy những ý định quân sự thực sự của Trung Quốc. Đại tá Cổ Tuấn Minh đã nói trắng những điều này khi viết rằng:

Trong tương lai chương trình vũ khí không gian của chúng ta cần ít gây chú ý, mạnh bên trong nhưng nhẹ nhàng bên ngoài, để duy trì ấn tượng và vị thế quốc tế tốt đẹp.

Vào năm 2001, Ủy ban Không gian Hoa Kỳ đã cảnh báo: "Chúng ta đã được báo – nhưng chẳng ai để ý".

217

Phần IV

Tài liệu hướng dẫn
cho người đi quá giang đến trại tù
cưỡng bách lao động Trung Quốc

Chương 12

Ngày mệnh chung cho Hành tinh lớn: Bạn có muốn bị chiên vào ngày tận thế không?

Các vấn đề môi trường của Trung Quốc đang gia tăng. Sự ô nhiễm nước và khan hiếm nước sạch đang đè nặng lên nền kinh tế, mức độ ô nhiễm không khí gia tăng đe dọa sức khỏe của hàng triệu người Trung Quốc, và nhiều vùng đất đang nhanh chóng biến thành sa mạc.

Foreign Affairs

So với thành phố đầy muội khói Lâm Phần thuộc tỉnh Sơn Tây nội địa Trung Quốc, thì thành phố Luân Đôn u tối trong truyện của Dickens trông trong sáng như một công viên thiên nhiên. Sơn Tây là trung tâm của vành đai than đá nước này, những ngọn đồi xung quanh Lâm Phần lỗ chỗ các mỏ than - cả mỏ lậu lẫn hợp pháp, không khí đầy muội than. Đừng có tính chuyện phơi quần áo vì quần áo sẽ đen thui trước khi kịp khô.

Time

Dân Trung Quốc vốn không phải là ngu ngốc. Nhưng những gì giới lãnh đạo chính quyền và giới kinh doanh Trung Quốc đang tác động tới bầu không khí, nguồn nước và đất đai trên đất nước họ - với sự chấp nhận ngầm của phần lớn dân chúng – hẳn phải là hành vi bạo lực sâu rộng nhằm tự hủy hoại một cách xuẩn ngốc nhất, thiển cận nhất chống lại Mẹ Thiên nhiên mà thế giới từng chứng kiến. Cho dù đó là nhức mắt, ngứa ngáy cổ họng, tức ngực khi tiếp xúc phải không khí nhiễm độc phun ra từ các khu nhà máy của Trung Quốc, hay các cơn sóng thần tsunami hóa chất gây ung thư, phân và chất thải chưa xử lý tràn ngập các dòng sông lớn nhất như Hoàng Hà và Dương Tử, hay ô nhiễm kim loại nặng khắp nơi, dư lượng thuốc trừ sâu và các chất thải điện tử chết người đang ngấm vào đất nông nghiệp màu mỡ, hay là cuộc Vạn Lý Trường Chinh phá rừng và sa mạc hóa từ vùng cực tây Tân Cương đến tận cổng thành Bắc Kinh, tất cả càng ngày càng trở thành một "Mùa xuân thầm lặng"[77] hầu như suốt năm.

Tất nhiên, các quan chức Đảng Cộng sản Trung Quốc thường có thói biện bạch cho tội ác chống Mẹ Thiên nhiên rằng đế chế non trẻ của họ vẫn đang trong giai đoạn đầu của phát triển kinh tế. Họ khẳng định ít nhất còn phải trải qua một số tổn hại về môi trường trước khi Trung Quốc Đỏ tạo nên một quá trình chuyển đổi 'không thể tránh được' thành Trung Quốc Xanh. Và một số người lãnh đạo đảng theo chủ trương "việc làm trước, môi trường sau" hẳn nhanh chóng chỉ ra rằng khi Hoa Kỳ công nghiệp bắt đầu phát triển từ hơn một thế kỷ trước, Pittsburgh đã bị bọc trong tấm vải liệm đầy than và Cleveland là thành phố mà ở đó nếu bạn không đi bộ trên mặt nước, thì ít nhất cũng có thể đốt cháy nước.

Vâng, thưa Trung Quốc chúng tôi xin lĩnh hội. Nhưng xin Trung Quốc hãy nghe điều này: Bất kỳ điều gì Hoa Kỳ đã từng làm trong lịch sử môi trường của nó hay việc nước Anh thời Victoria đã làm trong suốt cuộc Cách mạng Công nghiệp, hay Brazil hoặc Indonesia, Mexico hoặc thậm chí bất kỳ các nước lớn nào khác hôm nay đang làm tại bất kể nơi đâu đều không đáng kể gì so với sự xúc phạm môi trường từ nhỏ đến lớn đang diễn ra ở Trung Quốc. Và ta

---

[77] Silence Spring - Mùa xuân thầm lặng (1962): Tác phẩm nổi tiếng của Rachel Louise Carson (1907 – 1964).

không cần phải là cựu Phó Tổng thống Al Gore mới hiểu cái sự thật tệ hại này: Phần lớn các thiệt hại môi trường đang gây ra là không thể đảo ngược; hiệu ứng "đốn và đốt" quy mô công nghiệp của Trung Quốc đang lan tràn như một căn bệnh ung thư ra khắp thế giới.

Chính bởi điều đó mà tất cả mọi người ở bên ngoài Trung Quốc rốt cục phải băn khoăn về sự hăng say thiển cận của việc chính phủ Trung Quốc phóng túng đánh đổi không khí, nước và đất trồng trọt lấy 30 đồng bạc và phần lớn hơn của thị trường toàn cầu. Bởi vì, không giống như ở Las Vegas, "Cái gì xảy ra ở Trung Quốc không ở lại Trung Quốc". Khẩu hiệu này đã đến ngay trước thềm nhà chúng ta: khí độc hại gia tăng như đàn châu chấu từ các nhà máy Trung Quốc nay đang làm bẩn bầu không khí không chỉ của Nhật Bản, Đài Loan và bán đảo Triều Tiên mà còn của Los Angeles, San Francisco và Denver.

Như trong Chương 2 "Chết vì chất độc Trung Quốc" đã mô tả khá sinh động, tất cả các vi khuẩn, chất độc dioxin, kim loại nặng, dư lượng thuốc trừ sâu độc hại làm ô nhiễm nguồn nước và đất đai Trung Quốc đang luẩn quẩn đâu đó trong sản phẩm nước táo, thịt gà, cá, tỏi, mật ong, vitamin, và các loại thực - dược phẩm khác Hoa Kỳ nhập cảng từ Trung Quốc.

Nhìn vào tương lai con cháu chúng ta, khi sự ô nhiễm nước và không khí, sa mạc hóa, phát triển thái quá, nhiễm độc đất gia tăng và sự biến đổi khí hậu đang dần làm giảm và phá hoại việc thu hoạch những loại cây lương thực chính như lúa mì, gạo và đậu nành tại nước này, Trung Quốc sẽ gia tăng cạnh tranh tìm nguồn cung cấp thực phẩm từ khắp thế giới – và hệ quả là giá cả sẽ tăng đột biến suốt từ các làng xóm tận châu Phi cho đến các siêu thị ở châu Âu hay vào tận các khu vực bán thực phẩm trong siêu thị Walmart trên đất Hoa Kỳ.

Vì tất cả các lý do đó và nhiều lý do khác nữa – bao gồm cả vai trò quan trọng nhất của Trung Quốc trong sự hâm nóng toàn cầu – tất cả chúng ta trên khắp thế giới cần hiểu rõ cái "Thảm kịch của cư dân toàn cầu" đang dần diễn ra và cần đối phó với Trung Quốc một cách tương xứng.

Đừng để họ nhuộm nâu bầu trời xanh của chúng ta

Ở Hoa Kỳ, chúng ta đưa các trẻ em thành thị đến các nông trại để chỉ cho chúng xem con bò và biết sữa lấy từ đâu. Ở Trung Quốc, theo cùng một cách dã ngoại như vậy, những người lớn lên ở các thành phố công nghiệp như Bắc Kinh, Trùng Khánh và Thành Đô đi [về miền quê] để nhận ra bầu trời thực sự có màu xanh vào ban ngày và có các ngôi sao lúc ban đêm.

Tôi đã trực tiếp nhận được bài học này trong một công tác nhân đạo khi giúp các bác sĩ Trung Quốc ở thành phố đi kiểm tra bệnh khuyết tật tim bẩm sinh ở trẻ em và bệnh cao huyết áp ở người trưởng thành vùng nông thôn. Khi những chú chuột thành thị này ra vùng thôn quê, họ thực sự ngạc nhiên khi nhìn thấy các ngôi sao.

Điều khôi hài là ngay cả tại vùng núi Vân Nam bầu không khí vẫn bị ô nhiễm đến mức thay vì được chứng kiến cảnh tượng tuyệt vời của hai nghìn ngôi sao lấp lánh thường làm choáng ngợp bọn trẻ Hoa Kỳ trong chuyến cắm trại đến Joshua Tree hay Ngọn núi Washington, chúng tôi chỉ thấy những dấu nhòe lấp lánh mà bạn có thể thấy vào bất kỳ đêm nào ở Los Angeles.

Greg Autry

Ai đã từng đến Trung Quốc để xem Tử Cấm Thành, Vạn Lý Trường Thành hay nghĩa trang lớn của nền dân chủ có tên Quảng trường Thiên An Môn đều biết chính xác vấn đề là: Bạn đáng lẽ không phải nhìn thấy không khí, nếm thấy không khí - hay bị nghẹt thở trong bầu không khí bạn đang phải hít thở. Nhưng đó là cuộc sống hàng ngày của hàng trăm triệu dân Trung Quốc với bệnh ho mãn tính, hầu hết trong số họ thực sự không biết rằng bầu trời có lúc xanh lơ vào ban ngày và lấp lánh hàng tỷ ngôi sao vào ban đêm.

Tuy nhiên, người Trung Quốc không chỉ bận tâm về bầu trời mờ mịt mà còn lo ngại về tác động độc hại của ô nhiễm không khí. Theo một nghiên cứu có ảnh hưởng sâu rộng của Ngân hàng Thế giới, ô nhiễm như vậy hằng năm giết chết tới 700,000 người Trung Quốc. Nó gần tương đương với việc làm ngạt thở toàn bộ dân số thành phố San Francisco, các tiểu bang Wyoming hay Delaware, vùng dân cư Canada của New Brunswick, hay thậm chí toàn bộ quốc gia Bahrain mỗi năm.

Giờ hãy phân tích việc này: đúng theo tinh túy của chế độ độc tài toàn trị kiểu Orwell, khi nghiên cứu đó của Ngân hàng Thế giới lần đầu tiên xuất hiện, những nhân viên kiểm duyệt của Bắc kinh đòi phải cắt bỏ con số thống kê 700,000 xác chết trong bản in cuối cùng của báo cáo này; những đầy tớ trung thành của Đảng Cộng sản đã không nói là điều đó không đúng sự thật mà chỉ nói là họ sợ con số ghê gớm này có thể tạo bất ổn xã hội. Thật vậy - và liệu đã đến thời điểm bất ổn chưa?

Và đây nữa, một thống kê lạnh gáy khác dù không phải là một bí mật quốc gia gì cả. Đất nước đông dân nhất thế giới này có tới hơn 100 thành phố có hơn 1 triệu dân; và hầu hết các nơi đông đúc này đều bị che phủ dưới một đám mây mù độc hại khí dioxite lưu huỳnh (SO2) và các hạt bụi làm hư phổi. Hơn nữa, trong số 20 thành phố lớn nhất thế giới bị ô nhiễm không khí tồi tệ nhất – hai thành phố mà người ta khổ tâm nghĩ ngay tới là Mexico City (thủ đô của

225

Mexico) và Jakarta (thủ đô của Indonesia) – thì có tới 16 đô thị "cần đeo mặt nạ dưỡng khí" đó ở Trung Quốc.

Vậy tại sao không khí ở Trung Quốc dơ bẩn thế? Chỉ vì 75% nhu cầu năng lượng của Trung Quốc lệ thuộc vào than đá – trong khi đó chỉ có ít nỗ lực để sử dụng than một cách giảm thiểu ô nhiễm. Thực vậy, hàng ngày trên khắp đất nước này, than được vận chuyển, đốt cháy, xử lý chỉ với kỹ thuật kiểm soát ô nhiễm sơ sài và chẳng ai buồn quan tâm đến tác động của các quy trình đó đến đời sống con người hay động vật. (Một người trong số chúng tôi thậm chí đã tận mắt chứng kiến nhiều nơi hàng tấn hàng tấn than đã tuột xuống sông Dương Tử từ các bãi chứa được xây dựng cẩu thả ngay trên vách đá - rồi sau lại được vá víu qua loa như không có gì là quan trọng).

Than không chỉ được dùng để sản xuất điện. Ở nhiều gia đình nông thôn Trung Quốc, than thô vẫn còn được dùng để nấu ăn và sưởi ấm - mà lại hầu như không có hệ thống thông gió trong nhà. Than được thông dụng trong nền kinh tế Trung Quốc gây ra tới 90% khí thải SO2 - thành phần chính trong lớp sương khói ở nước này. Sự lệ thuộc vào than đá cũng là lý do không khí Trung Quốc đọng đầy các hạt bụi độc hại có thể xâm nhập sâu và xé rách mô phổi.

Vậy tại sao ai cũng phải quan tâm việc người dân Trung Quốc cứ muốn chết ngạt như thế? Hãy nhớ rằng: cứ với 100 tấn SO2 hay bụi hoặc hơi thủy ngân chết người từ các nhà máy của con Rồng này phun lên bầu trời Trung Quốc, hàng trăm kilogram chất thải ô nhiễm cuối cùng sẽ gây tổn thương mắt, phổi, họng và hệ thần kinh cho dân cư ở Nhật Bản, Đại Hàn, Đài Loan và sau đó cả ở Bắc Mỹ. Không phải là vô cớ mà bạn có thể thức dậy ở Carson, tiểu bang California hay Seattle, tiểu bang Washington rồi kêu lên: "Tôi ghét phải ngửi cái mùi Trung Quốc này vào buổi sáng".

Nước, chỗ nào cũng có nước mà chẳng có giọt nào để uống

Ba con sông lớn nhất Hoa Kỳ - Colorado, Mississippi và Ohio bẩn đến mức rất nguy hiểm nếu bơi lội hay ăn tôm cá đánh bắt ở đó. Những đoạn sông Ohio chảy qua Pittsburgh cũng đặc và, đen ngòm như cháo đến nỗi hầu như có thể bước đi trên đó.

FactsandDetails.com

Chẳng cần phải là người có thẻ hội viên *Câu lạc bộ Sierra*[78] để biết đoạn trích dẫn trên là thiếu căn cứ. Nhưng ngay khi ta thay thế các từ "Hoa Kỳ" bằng "Trung Quốc", "Dương Tử, Châu Giang và Hoàng Hà" thay cho "Colorado, Mississippi và Ohio", "Quảng Châu" đổi thành "Pittsburgh", bức tranh môi trường mà trang mạng FactsandDetails.com đó mô tả thật trung thực.

Cũng chẳng cần phải là hội viên *Hiệp hội Súng trường Quốc gia*[79] để biết nếu các con sông và thủy lộ ở Hoa Kỳ nhiễm bẩn dù chỉ bằng một phần mười sông ngòi ở Trung Quốc, cả Hiệp Chủng Quốc Hoa Kỳ sẽ thực sự cầm súng nổi dậy. Tuy nhiên, ở Trung Quốc người ta hầu như chẳng làm gì để bảo vệ nước - nguồn tài nguyên quý giá nhất.

Thực lòng mà nói, tình trạng thiếu quản lý môi trường ở Trung Quốc làm chúng tôi ngạc nhiên nhất. Chiếm tới 20% dân số thế giới nhưng Trung Quốc chỉ có 7% nước ngọt thế giới; nhiều vùng đất rộng lớn ở nước này – bao gồm hơn 100 thành phố - phải chịu hạn hán triền miên. Bất chấp thực tế thiếu nước, các chuyên gia cố vấn của chính phủ và giới kinh doanh Trung Quốc vẫn để mặc 70%

---

[78] Sierra Club: Tổ chức môi trường lớn nhất, lâu đời nhất và có ảnh hưởng rộng rãi nhất ở Hoa Kỳ, được thành lập từ năm 1892 ở San Francisco.

[79] National Rifle Association – NRA là tổ chức ủng hộ cho việc bảo vệ và thúc đẩy quyền sở hữu súng, nhóm vận động hành lang có ảnh hưởng nhất với gần bốn triệu thành viên.

toàn bộ sông suối, ao hồ và 90% nước ngầm nước họ bị ô nhiễm nghiêm trọng. Thậm chí, ở các thành trì công nghiệp như Sơn Tây, phần lớn nước sông độc hại tới mức không thể nhúng tay xuống. Jeffrey Hayes cung cấp một vài cảnh tóm tắt bộ phim thực tế đang diễn ra trên các sông hồ ở khắp Trung Quốc:

> *Những vùng nước đáng lẽ đầy cá tôm và đón mời những người thích bơi lội thì nay là mặt nước váng đen và ngầu bọt, bốc mùi hôi thối. Các con kênh lớp lớp rác rưởi lềnh bềnh, rác dày hai bờ kênh. Phần lớn là các chai lọ nhựa đủ màu đã bạc do phơi nắng.*

Sự nguy hại ấy gây ra bởi lũ lượt hàng tỷ tấn chất thải công nghiệp chưa được giải quyết thích đáng, phân hóa học, nước thải chưa qua phân giải của người và động vật thải ra từ khắp mọi nơi, từ các nhà máy hóa chất, sản xuất dược phẩm và sản xuất phân bón, từ nhà máy thuộc da, sản xuất giấy hay những trại nuôi heo. Chính vì hàng loạt khối chất thải chưa giải quyết đó được thải ra, hàng tỷ dân Trung Quốc phải uống nước ô nhiễm hàng ngày, trong đó ít nhất 700 triệu người phải quen với loại nước uống "có hương vị" chất thải của người và động vật.

Trong khi đó, sông Liêu lớn nhất miền nam Mãn Châu là biểu tượng cho câu châm ngôn: Trung Quốc càng tiến nhanh thì càng tụt hậu trong việc bảo vệ môi trường. Vì ngay cả khi hai bờ con sông này được trang bị nhiều cơ sở chế biến nước mới, những cơ sở này hoàn toàn bị bất lực trước tải lượng ô nhiễm ngày càng gia tăng.

Để giải thích tại sao ô nhiễm lại đổ vào các sông ở Trung Quốc nhiều như vậy, hãy lấy một trường hợp làm ăn bất chính điển hình của một trong những "Vua T-shirt" ở tỉnh Quảng Đông – Công ty dệt may Phúc An. Bị cáo giác trong phóng sự của tờ *Washington Post*, nhà máy của công ty Dệt may Phúc An đã phải đóng cửa vì đổ trái phép 20,000 tấn chất thải nhuộm đỏ dòng sông trong vùng. Thế nhưng, trước nạn thất nghiệp gia tăng, các quan chức của chính quyền địa phương âm thầm khuyến khích Phúc An chỉ cần đổi tên và chuyển đến địa điểm mới.

Thực vậy, nạn ô nhiễm nước ghê gớm của Trung Quốc đã thêm vào kho từ vựng về các thảm họa môi trường một thuật ngữ mới – "làng ung thư". Chỉ tính dọc theo sông Hoài đã có hơn 100 làng ung thư; các nông dân khốn khó sống trong vùng nước đọng quanh dòng sông này có tỷ lệ chết vì bệnh ung thư thực quản, ruột và dạ dày cao không kém tỷ lệ tử vong của lực lượng bộ binh Hoa Kỳ đổ bộ xuống bờ biển Normandy.

Hãy thử nghĩ xem, gần đây nhất vào thời Mao Trạch Đông, người Trung Quốc rất gắn bó với các nguồn nước. Tuy nhiên, ngày nay thậm chí nếu Mao Chủ tịch – người thích bơi qua sông Dương Tử – có sống lại thì chắc ngài cũng chẳng dám nhảy xuống. Với cùng kiểu nói màu mè như thế, cho dù ở gần nhiều sông suối vùng núi, các cư dân thành thị như Thành Đô và Trùng Khánh cũng không dám đi câu cá giải trí ở chỗ nào khác ngoài các ao nhân tạo trong các khu "công viên câu cá". Trong khi ấy, hàng triệu người dân Thượng Hải sinh sống ngay vùng bờ biển và cửa sông, nhưng chẳng ai dám liều tắm hoặc bơi lội trong các vùng nước nguy hiểm chết người quanh thành phố đó.

Để thấy nỗi hổ thẹn môi trường này từ quan điểm Hoa Kỳ, hãy xét cảnh ngộ của hồ Thái. Đây là thắng cảnh tương đương hồ Placid tuyệt đẹp ở Adirondacks, Hoa Kỳ, hồ này lớn thứ ba ở Trung Quốc và là nơi có hơn 90 hòn đảo, nổi tiếng với các tuyệt tác đá vôi thiên tạo. Nhưng ngày nay, quần thể hồ Thái lâm nguy lại nổi danh do có khuynh hướng đổi sang màu xanh lục sáng vì tảo sinh sôi mạnh đang làm cạn kiệt ô-xy, giết chết tôm cá trong hồ, làm cho nước hồ hoàn toàn không uống được.

Số phận của một tài nguyên thiên nhiên Trung Quốc đang bị hủy diệt như trường hợp hồ Thái sẽ ra sao khi một nhà bảo vệ môi trường đã bị tra tấn vì cố bảo vệ nó? Ngô Lập Hồng đã kiên gan [không chịu nhận 'tội'] trong năm ngày trước khi bị công an buộc "thú nhận tội lỗi" và ném vào tù – ở Trung Quốc là trại trừng trị.

Tai họa vô hình của Trung Quốc - Đất nhiễm độc

Ông Chu Sanh Hiền, Giám đốc Cơ quan Bảo vệ Môi trường Chính phủ (SEPA) cảnh báo: Đất canh tác của Trung Quốc – nơi nuôi dưỡng cho 22% dân số thế giới này – đang đối mặt với sự ô nhiễm và thoái hóa tồi tệ... Sự thoái hóa chất lượng đất trở thành một vấn đề đáng lo ngại nhất trong số các tác dụng phụ của tăng trưởng kinh tế bất chấp hậu quả kiểu Trung Quốc. Kim loại nặng tích tụ trong đất, làm cứng bề mặt đất và giảm màu mỡ của đất và dư lượng phân hóa học và thuốc trừ sâu thấy rõ trong các nông sản, gây ngộ độc cho cả con người và thú vật nuôi. Gần đây, có khoảng 10 triệu hec-ta đất trồng trọt – tương đương 10% đất trồng nước này - bị ô nhiễm và hủy hoại.

Worldwatch Institute

Tờ *Thời báo Môi trường Trung Quốc* gọi nhiễm độc đất là "sự ô nhiễm vô hình" bởi vì nó không thể thấy rõ bằng mắt thường như sự ô nhiễm nước và không khí. Ngày nay, ở bất cứ nơi nào tại Trung Quốc nào, thực sự là bạn đang "lựa chất độc để chết".

Ví dụ, ở các trung tâm sản xuất đồ điện tử ở đồng bằng sông Châu, vấn đề nghiêm trọng nhất là kim loại nặng trong đất gồm thủy ngân, chì và nickel. Tuy nhiên, ở vựa lúa mì miền Bắc, đất đai ngập trong thuốc trừ sâu, còn các vùng trồng rau chính của Trung Quốc tràn lan chất nitrate gây ung thư do bón quá nhiều phân hóa học. Trong khi đó, các vùng trồng cây ăn quả và vườn cây trái trên cả nước lại sử dụng quá nhiều "các chất diệt trùng và thuốc trừ sâu có thành phần sulfate đồng dẫn đến nhiễm độc trái cây tràn lan có thể gây ngộ độc mãn tính". Bất chấp lệnh cấm DDT trên cả nước, hóa chất này vẫn được sử dụng thường xuyên và những tác hại dài hạn thấy hiển nhiên ở các khu vực tuyệt nhiên không còn côn trùng lẫn chim chóc ở các vùng nông nghiệp phía Tây Trung Quốc.

Điều thiển cận gây ra sự ô nhiễm độc hại đó phát xuất từ cái triết lý điên rồ bệnh hoạn "càng nhiều càng tốt" được hàng triệu nông dân Trung Quốc tán đồng. Dù là phân bón hay thuốc trừ sâu cho mùa màng, chất kháng sinh cho gia súc (hay chì trong đồ chơi và sơn của chúng ta), ở Trung Quốc chẳng có khái niệm sử dụng khéo léo hóa chất nào ngoài cái tâm lý "cứ đổ vào" hay "cứ tô lên", chẳng khác gì dùng plutonium làm gia vị cho khoai tây chiên.

Bệnh dịch bón quá nhiều phân của Trung Quốc trầm trọng như sau: Các nông dân nước này sử dụng hơn 30 triệu tấn phân đạm mỗi năm và thường xuyên dùng gấp đôi hay gấp ba lượng cần thiết. Theo chuyên gia về đất Trương Phúc Tỏa ở Đại học Nông nghiệp Trung Quốc, bón phân quá lượng làm độ pH trong đất giảm mạnh, kết quả đất bị a-xít hóa sẽ làm giảm sản lượng cây trồng từ 30-50% ở một số khu vực.

Tương tự như vậy, việc ham dùng thuốc trừ sâu đến bệnh hoạn - đi đôi với việc dùng thuốc không đúng cách - làm ô nhiễm hơn 5% đất trồng Trung Quốc. Như đã nói trên, tổng cộng đất canh tác bị mất do nhiễm độc lên tới 10%. Cụ thể hơn, đó là hơn 10 triệu hecta đất nhiễm độc; tương đương với phá hủy hoàn toàn hơn 80% đất nông nghiệp ở tiểu bang Iowa.

Tuy nhiên, câu chuyện này vẫn chưa hết. Một vấn đề nữa là Trung Quốc sẵn sàng – quả thực còn vô cùng háo hức – trở thành bãi rác thải cho những hợp chất độc hại nhất mà thế giới hiện đại tạo ra – cái gọi là "chất thải điện tử".

Chất thải điện tử gồm những thứ còn lại của các máy điện toán hỏng bị vứt bỏ, điện thoại di động lỗi thời và các đồ điện tử khác; quả là một buổi trình diễn nhạc heavy metal thực sự 'không giống ai hết'. Tờ *Science Daily* kể: "Mỗi năm có tới 50 triệu tấn chất thải điện tử được tạo ra trên toàn cầu - đủ để chất đầy đoàn xe tải thu gom rác xếp hàng dài tới nửa vòng trái Đất"; và đương nhiên, Trung Quốc sẵn sàng có đủ xe tải chở rác để thu gom tới 70% số rác thải điện tử đó.

Đây không chỉ là Tây phương xả rác sang Đông phương. Đó còn là nơi thế kỷ 15 hội ngộ thế kỷ 21. Trong thế giới chất thải điện tử bẩn thỉu đó, nông dân Trung Quốc ngồi xổm trước lò than củi bé tẹo để hơ chảy mối hàn chứa chì ở các bảng mạch và cũng chỉ dùng chiếc quạt cầm tay nhỏ để quạt làn khói độc hại trong khi họ dùng các ngón tay trần tách các con chip máy điện toán, các tụ điện và điốt để bán lại cho các nhà máy sản xuất đồ dùng điện.

Đó đúng là một quá trình tái chế vô cùng thô sơ ngay trong cuộc sống đầy dẫy các dụng cụ hiện đại. Điều đó cho các nhà máy Trung Quốc có thêm một mũi nhọn cạnh tranh đối với các nước như Brazil, Mexico hay Pháp, Hoa Kỳ là nơi sẵn lòng đối xử với công dân nước họ như những con người chứ không phải những vật hy sinh cho cái mục tiêu vô thần của sản xuất giá rẻ.

Sự thật đáng ghê tởm ấy đã và vẫn tiếp diễn, và thậm chí còn tệ hơn thế bởi vì bụi độc hại từ quá trình tái chế sẽ bay xa nhiều dặm đến tận các vùng nông thôn Trung Quốc. Thực vậy, ở tại và xung quanh khu ổ chuột của quá trình tái chế chất thải điện tử đó, như vùng Quý Tự ở tỉnh Quảng Đông, mức độ ô nhiễm đồng, chì, nickel và nhiều loại kim loại nặng khác cao gấp 100, 200 và tới 300 lần mức an toàn.

Vậy thì phí tổn tổng cộng của tất cả mọi nguồn nhiễm độc đất - từ hóa chất, phân bón và thuốc trừ sâu cho tới chất thải điện tử - sẽ là bao nhiêu? Theo các nhà khoa học của chính Trung Quốc, mức giá phải trả là hơn 10 triệu tấn ngũ cốc mất đi hằng năm - con số tương đương một phần sáu tổng thu hoạch lúa mì của Hoa Kỳ, một nửa sản lượng bắp của Mexico, và gần như toàn bộ sản lượng lúa gạo hằng năm của Nhật Bản. Do đó nhìn cái bảng giá này theo cách khác, khi đến chỗ trả tiền của hiệu thực phẩm nơi mình cư ngụ chúng ta sẽ đau lòng nhận ra [số tiền cao phải trả] chính là vì 10 triệu tấn ngũ cốc bị Trung Quốc hằng năm cướp từ nguồn cung lương thực của các quốc gia khác do thiếu sự quản lý môi trường ở trong nước họ.

Hoàng Đế hâm nóng toàn cầu

Thế giới chưa bao giờ phải đối mặt với mối đe dọa dự đoán đến sản xuất lương thực có quy mô lớn như mối đe dọa khi các núi băng châu Á tan chảy. Trung Quốc và Ấn Độ là hai nước hàng đầu thế giới về sản xuất lúa mì và gạo - loại cây lương thực chính của nhân loại. Sản lượng thu hoạch lúa mì của Trung Quốc gần gấp đôi Hoa Kỳ, nước đứng thứ ba sau Ấn Độ. Còn với lúa gạo, hai nước này bỏ xa các nước sản xuất hàng đầu khác, tổng sản lượng lúa gạo hai nước chiếm phân nửa sản lượng toàn cầu.

Friends of the Earth

Đến lúc này, chúng tôi nghĩ bạn đã nhìn rõ bức tranh về sự ô nhiễm và việc Trung Quốc không đếm xỉa đến nguồn tài nguyên thiên nhiên có tác động đến tất cả chúng ta. Tuy thế, vẫn còn một vấn đề môi trường khác chúng ta cần đặt lên bàn thảo luận cấp hành tinh. Đó là vấn đề trầm trọng về sự góp phần khủng khiếp của các nhà máy của Trung Quốc vào việc biến đổi khí hậu.

Trước khi chúng ta đi sâu vào vấn đề này, chúng tôi biết rằng nhiều người Mỹ không tin vấn đề biến đổi khí hậu là có thật, càng không tin đó là một nguy cơ chính đáng. Chúng tôi chỉ muốn nói điều này với các bạn ở đây:

Cái giá phải trả cho hậu quả việc không ngăn chặn biến đổi khí hậu nếu nó đúng là có thật sẽ cao hơn nhiều bất kỳ số chi phí nào chúng ta cần bỏ ra để ngăn ngừa biến đổi khí hậu nếu hóa ra đó chỉ là lời cảnh báo sai. Nhìn dưới khía cạnh này, hành động đối với việc biến đổi khí hậu dường như là một hợp đồng bảo hiểm thận trọng chống lại một hiện tượng chúng ta vẫn chưa biết đến một cách đầy đủ.

Vì vậy, trong bối cảnh của những quan sát này, chúng tôi nhận thấy thêm rằng ngay từ năm 2006 – nhiều năm trước khi bất kỳ chuyên gia nào thực sự nghĩ điều đó có thể xảy ra - Trung Quốc đã nhảy vọt qua mặt Hoa Kỳ trong việc trở thành quốc gia thải khí gây hiệu ứng nhà kính lớn nhất. Hơn nữa, sau vài thập niên tới, nếu không ngăn chặn, mô hình tăng trưởng nhờ-đốt-than của Trung Quốc, đi đôi với sự có mặt tất yếu của hàng trăm triệu xe hơi mới chen chúc trên đường phố Trung Quốc, sẽ dẫn đến sự gia tăng các loại khí gây hiệu ứng nhà kính theo cấp số nhân – mức độ tăng mà mọi quốc gia khác kể cả Hoa Kỳ cộng lại cũng không so sánh kịp.

Đương nhiên, phái biện hộ cho Trung Quốc sẽ lập luận rằng nước này có "quyền" gây ô nhiễm thế giới tương ứng với mức độ đông dân của nó. Nhưng xin đặt ra câu hỏi rằng đúng ra thì ai chịu trách nhiệm trước hết về việc Trung Quốc quá đông dân đến mức trầm trọng như vậy? Trung Quốc chắc chắn không thể đổ trách nhiệm này cho bất kỳ ai nữa.

Sự trớ trêu lớn nhất của tất cả việc này là Trung Quốc thực ra cũng là một trong số các nạn nhân lớn nhất của biến đổi khí hậu. Để hiểu tại sao, nên biết rằng các dòng nước mạnh chảy vào hai con sông lớn nhất Trung Quốc là Hoàng Hà và Dương Tử phần lớn bắt nguồn từ vùng phủ

234

tuyết và các dòng băng của cao nguyên Tây Tạng - Thanh Hải. Vùng đóng băng này mỗi năm đã tan ra khoảng 7%, nếu hành tinh trái Đất thực sự tiếp tục nóng lên, các sông băng này sẽ tan nhanh hơn nhiều. Hậu quả là Trung Quốc sẽ là nước đầu tiên phải đối mặt với những trận lũ lịch sử trong nhiều thập niên - sau đó là hạn hán và đói kém triền miên khi cả hai con sông lớn nhất này cạn kiệt.

Trong khi đó, các mỏm băng vùng cực trái Đất tiếp tục tan và mực nước biển dâng lên, các thành phố ven biển như Thượng Hải và Thiên Tân sẽ ngập nước. Đây là một sự kiện rõ ràng có thể xảy ra được xác nhận bằng một cảnh báo cực kỳ nghiêm trọng của tiến sĩ Peter Walker ở Hội Hồng Thập Tự: "Trong vòng 80 năm, vùng đất hiện có 30 triệu người Trung Quốc sẽ chìm dưới biển, chúng ta biết điều đó sắp xảy ra, vì vậy chúng ta phải tìm cách để bảo vệ khu vực đó".

Vậy đấy, Trung Quốc, sao quý vị không bắt đầu bảo vệ chính quý vị và người hàng xóm Ấn Độ cùng các người khác – thay vì đổ lỗi cho các nước khác về vấn đề này và yêu sách châu Âu hay Hoa Kỳ trả tiền cho giải pháp nào đó?

Tại sao Trung Quốc lại tự đưa mình - và cả hành tinh này - đến chỗ chết

Một thành phố kỹ nghệ như Điền Doanh – dù Trung Quốc chưa thật sự có loại thành phố nào khác – sản xuất hơn nửa sản lượng chì nước này. Vì kỹ thuật sản xuất thấp kém, qui định sản xuất an toàn còn lỏng lẻo hơn, nhiều kim loại độc hại đọng lại trong đất và nguồn nước của Điền Doanh, rồi đi vào máu trẻ em vùng này.

Time

Để kết thúc chương này, chúng ta cần phải trả lời một câu hỏi bây giờ đã trở nên rất rõ ràng. Tại sao chính quyền

235

độc tài toàn trị Trung Quốc – cái bộ máy có thể kiểm soát bất cứ cái gì nó muốn trong phạm vi biên giới của nó – lại để nước mình biến thành bãi rác của thế giới?

Lời giải thích cho câu hỏi này rất quan trọng – không chỉ đối với nhân dân Trung Quốc. Bởi vì chắc chắn là sự đối xử với Mẹ Thiên nhiên của Trung Quốc sẽ gây ra sự đau khổ kinh hoàng hơn bất kỳ điều gì người dân Trung Quốc đã từng chịu đựng trong vụ Cưỡng hiếp Nam Kinh khủng khiếp những năm 30 do quân Nhật hoàng gây ra, hoặc hơn cả "cuộc chiến tranh nha phiến" tàn nhẫn của Đế quốc Anh vào thế kỷ 19. Thật vậy, những vụ "sỉ nhục do ngoại bang gây ra" mà Đảng Cộng sản Trung Quốc thích rêu rao với thế giới đó, dù đã vô cùng tàn bạo và gây xúc động sâu rộng thời điểm ấy, không thấm vào đâu so với nỗi nhục nhã về môi trường mà Đảng Cộng sản Trung Quốc bây giờ đang gây ra cho người dân.

Vậy chính xác thì tại sao Thảm kịch vĩ đại của dân chúng này lại xảy ra? Chắc chắn, một phần lỗi cũng nằm đâu đó trong phòng Hội đồng quản trị của các công ty nước ngoài như BASF, DuPont, GE, Intel và Volkswagen, những kẻ xuất cảng ô nhiễm một cách chiến lược sang Trung Quốc. Ngoài việc bị cám dỗ bởi nhiều biện pháp trợ giá bất hợp pháp mà chính quyền Trung Quốc dùng để khuyến khích chuyển sản xuất về nước mình, các lãnh đạo công ty nước ngoài hẳn cũng thích các quy định lỏng lẻo sơ sài của "Cơ quan Phá hoại Môi trường" Trung Quốc hơn nhiều so với qui định của các Cơ quan Bảo vệ Môi trường Hoa Kỳ, Nhật hay Liên minh Âu châu.

Tuy vậy, suy cho cùng, kẻ chịu trách nhiệm về sự "Mệnh chung của Hành tinh lớn" phải là chính Đảng Cộng sản Trung Quốc vì nó không chỉ chấp nhận sự hủy hoại môi trường nhục nhã mà còn trợ giúp kỹ thuật lẫn tài chính cho việc đó. Thực vậy, cái kiểu sốt sắng chưa từng thấy của một "Trung Quốc màu-gì-cũng-được-trừ-màu-

Xanh" cho phép gây ô nhiễm quy mô lớn cho không khí, nước và hệ sinh thái đất trồng được qui về ba yếu tố đơn giản phối hợp nhuần nhuyễn một cách chết người với sự hoàn toàn chẳng có chút tầm nhìn nào cho tương lai.

Yếu tố thứ nhất được thể hiện trong nguyên tắc bất thành văn của Đảng Cộng sản "ô nhiễm và tăng trưởng trước, bảo vệ môi trường sau". Từ góc nhìn thiển cận đó, họ thà đánh đổi một phần môi trường Trung Quốc để cướp đi vài triệu việc làm của Tây phương – và nhờ đó để giữ ổn định chính trị trong nước – hơn là trả chi phí bảo vệ môi trường.

Yếu tố thứ hai bắt nguồn từ việc rất nhiều doanh nghiệp ở Trung Quốc là xí nghiệp quốc doanh, con cáo không chỉ canh chừng cái chuồng gà môi trường; nó còn nắm toàn bộ việc điều khiển cả gà lẫn trứng gà. Thực vậy, các xí nghiệp quốc doanh cũng nằm trong đám tội đồ tệ hại nhất xả cả đống chất thải vào các nguồn nước và lên mảnh đất Trung Quốc.

Còn yếu tố thứ ba tạo ra sự dửng dưng trước môi trường nằm trong tư tưởng Khổng giáo, theo đó, con người đóng vai trò chinh phục thiên nhiên chứ không phải thích nghi và sống cộng sinh cùng môi trường. Một trong những minh họa bi thảm nhất về ảo tưởng lập dị này bắt nguồn từ thời Mao Trạch Đông và Đại nhảy vọt vào những năm 60. Cái chiến dịch "Giết chim sẻ" tai tiếng của Mao – kẻ độc tài Trung Quốc nhằm làm cho nông thôn sạch bóng chuột, muỗi và kẻ thù số 1 của công chúng là con chim sẻ tầm thường.

Cái trọng tội ngu xuẩn chống lại thiên nhiên ấy cứ như một vở nhạc kịch cách mạng Trung Quốc khi Chủ tịch Mao huy động hàng triệu nông dân hát hò, la hét và đập xoong chảo beng beng để xua đuổi lũ chim sẻ ra khỏi các cánh đồng. Mục tiêu của Mao là ngăn lũ sẻ không ăn hạt ngũ cốc.

Nhưng điều vị Chủ tịch không tính đến là lũ chim sẻ ăn số côn trùng còn nhiều gấp mấy lần số hạt ngũ cốc.

Cho nên ngay sau khi Trung Quốc đàn áp được số lượng chim sẻ, các vùng đất nông nghiệp chính của Trung Quốc đã bị đám châu chấu đói tàn phá. Tuy hậu quả nạn đói, theo đúng nghĩa đen, cướp đi sinh mạng hàng chục triệu người Trung Quốc nhưng điều bi thảm vẫn còn tiếp diễn vì Đảng Cộng sản vẫn chưa học được tí gì để quản trị môi trường một cách khôn ngoan.

Chương 13

Chết vì tàn sát kiểu Trung Quốc: Khi Mao gặp Orwell và Đặng Tiểu Bình tại quảng trường Thiên An Môn

Chủ nghĩa Cộng sản không phải là tình yêu. Chủ nghĩa Cộng sản là cái búa tạ để ta nghiền nát kẻ thù.

Mao Trạch Đông

Trong "thiên đường của công nhân" Trung Quốc, đáng buồn là chính người dân Trung Quốc lại thường là "kẻ thù" của chính quyền Cộng sản. Những công dân - kẻ thù này là những người lao động chăm chỉ thực thụ ở chính nước Cộng hòa của "Nhân dân" - những người mong muốn có mức lương cao hơn và điều kiện làm việc tốt hơn, những người khao khát được có nước sạch và bầu không khí trong lành, những người phấn đấu để được nhận những khoản trợ cấp hưu trí và chăm sóc sức khỏe khiêm nhường, những người đang tuyệt vọng và thiết tha tìm kiếm quyền tự do được bày tỏ quan điểm chính trị và tôn giáo của mình.

Còn trên những lãnh thổ đã bị thôn tính như Tây Tạng, Nội Mông, và Tân Cương, những "kẻ thù" này của Đảng Cộng sản Trung Quốc cũng lại là người bản địa – những người dám cả gan tìm cách thoát khỏi tầm ảnh hưởng của Bắc Kinh, những người đòi phải phân chia công bằng những thành quả thu được trong quá trình khai thác tài nguyên trên quê hương mình, những người đang nhói đau và phẫn uất trước việc nhập cư ồ ạt của người Hán, một sắc tộc chiếm ưu thế được Bắc Kinh "nhập về" với ý đồ rõ ràng là pha loãng và "tẩy" bộ gien của họ.

Đối với hàng trăm triệu nạn nhân này của Cộng hòa Nhân dân Trung Quốc, đó là bộ ba yếu tố không thể tách rời theo thứ tự sau:

- Việc trấn áp ngay trong nước đi kèm với một mô hình tăng trưởng kinh tế gây ô nhiễm tràn lan và sử dụng nhân công rẻ mạt;

- Chế độ thần quyền của Đảng Cộng sản vừa mang tính giai cấp vừa cứng nhắc, giới hạn khắt khe việc tiến thân; và

- Một thứ chủ nghĩa toàn trị mạnh và cực đoan hơn thứ đã được Orwell miêu tả[80] – nó theo dõi từng cử động nhỏ của bạn, bóp nghẹt từng hơi thở của bạn, và tuyệt đối không cho phép có bất kỳ sự đối kháng nào.

Trên thực tế, cái gọi đầy mỉa mai là "Cộng hòa Nhân dân" vừa không phải là một nền dân chủ đại diện với các lãnh đạo được người dân bỏ phiếu bầu đúng cách, cũng không phải là một nền "cộng hòa" nơi người dân theo bất kỳ cách thức, hình thức, hay hình thái nào giữ quyền kiểm soát cốt yếu đối với chính quyền. Thay vào đó, các cuộc họp và quá trình ra quyết định của Đảng Cộng sản cầm quyền Trung Quốc hoàn toàn không minh bạch và được giới truyền thông sàng lọc với bàn tay sắt của đảng kiểm soát.

---

[80] Tác phẩm "1984" của nhà văn George Orwell, mô tả chế độ toàn trị tàn bạo.

Sự dối trá vĩ đại bắt đầu từ tên gọi của nước Trung Quốc và được nêu trong hiến pháp

Công dân nước Cộng hòa Nhân dân Trung Quốc có quyền tự do ngôn luận, báo chí, hội họp, lập hội, tuần hành và biểu tình.

Điều 35, Hiến pháp Trung Quốc

Cũng giống như tên "Cộng Hòa Nhân dân" đầy dối trá nực cười của đất nước Trung Quốc, Hiến pháp của đất nước "Cộng hòa Nhân dân" cũng là một trò chơi chữ đầy phi lý. Điều 35 cho phép các quyền tự do ngôn luận, lập hội, tụ họp và biểu tình, nhưng nếu bạn thực hiện bất cứ quyền nào trong các quyền này - nhất là biểu tình thì chẳng khác nào khích người ta đánh bạn nhừ tử hoặc tống bạn vào tù, hoặc cả hai.

Về khía cạnh tự do báo chí, điều kiện tiên quyết để duy trì một chính phủ công-an-trị là khả năng vừa kiểm soát các nguồn thông tin vừa nặn ra những nhận thức từ trong nước lẫn ngoài nước bằng cách quản trị những tin tức nhận vào và phát ra.

Đây là một quá trình gồm hai bước nhằm ngăn chặn tin tức thật và thay thế bằng tin dối trá đầy thuyết phục; Trung Quốc đang sử dụng báo chí và các phương tiện truyền thông điện tử để thực hiện rất hiệu quả mục đích này. Trên thực tế, Chỉ số Tự do Báo chí gần đây nhất [năm 2010] do Tổ chức Phóng viên Không biên giới công bố, đã xếp Trung Quốc ở hạng 171 trong số 178 quốc gia và Trung Quốc chỉ đứng trên khoảng vài "hố đen" kiểm duyệt ngặt nghèo như Sudan, Bắc Hàn, và Iran.

Về Điều 40 Hiến pháp quy định "Quyền tự do và quyền riêng tư thư tín của công dân nước Cộng hòa Nhân dân Trung Quốc được pháp luật bảo vệ". Điều này cũng thật nực cười. Chỉ cần thử vào Internet ở Trung Quốc và gửi một thư điện tử cho một người bạn. Bức thư đương nhiên được coi là "riêng tư" của bạn sẽ được lọc ở Vạn lý Hỏa thành nơi có trên 50,000 công an mạng và nhân viên kiểm duyệt; chúng tôi đã trực tiếp thấy điều này khi công an ở Thẩm Quyến bắt giữ những người bất đồng chính kiến, những người chúng tôi đã hẹn gặp qua thư điện tử.

Để biết Vạn lý Hỏa thành hoạt động thế nào, bạn cũng có thể thử như sau: Hãy vào bất kỳ một quán cà-phê Internet ở một bất kỳ một thành phố nào ở Trung Quốc và thử đánh vào trình duyệt cụm từ như "freedom of speech" ("tự do ngôn luận") hay "Tiananmen Square demonstrations" ("biểu tình ở Quảng trường Thiên An Môn") các liên nối tìm được sẽ bị khóa. Hãy thử đánh lần nữa, máy điện toán bạn đang dùng sẽ bị tắt. Hãy thử lập lại nhiều lần nữa, rất có thể bạn sẽ được công an mạng Trung Quốc trực tiếp thăm hỏi - hoặc bị bắt quả tang bởi một người nào đó trong mạng lưới an ninh nghiệp dư. Những người này sẽ giao nộp công dân Internet của mình để lãnh tiền thưởng. Như Chủ tịch Hồ Cẩm Đào đã cảnh báo:

> *[Chúng ta phải] củng cố và kiện toàn hơn nữa việc kiểm soát trên các trang tin tức mạng, nâng cao mức độ kiểm soát xã hội ảo, và hoàn thiện các cơ chế của chúng ta trong việc định hướng trực tuyến ý kiến của công chúng.*

Ở đây thiết nghĩ cũng cần nói thêm rằng, giống như nhiều việc khác ở Trung Quốc, việc kiểm duyệt cũng được phối hợp một cách khéo léo trong chiến tranh kinh tế của Bắc Kinh chống các đối tác thương mại và đối thủ cạnh tranh của mình. Ví dụ, các rạp chiếu phim ở Trung Quốc bị cấm chiếu phim của Hollywood vì các phim này bị cho là đi ngược lại văn hóa và đạo đức trong khi chúng lại được phép ngấm ngầm sao chép lậu trên đường phố Thượng Hải – việc này chẳng khác nào một rào chắn mậu dịch khổng lồ được dựng lên nhằm vào một trong những ngành công nghiệp to lớn của Hoa Kỳ.

Tương tự như vậy, việc chặn không cho các công ty Hoa Kỳ như Google, YouTube, và Facebook tham gia thị trường Trung Quốc trong khi vẫn nuôi dưỡng các hãng bắt chước theo như Baidu, Youku, và RenRen rõ ràng là sự vi phạm trắng trợn quy định của Tổ chức Mậu dịch Thế giới lại được ngụy trang bằng thứ lập luận quái đản rằng kiểm duyệt là lý do có căn cứ chứ không phải là một hành vi xấu xa được dàn xếp. Như tuần báo *Businessweek* đã bình luận "Nếu Facebook là công ty trồng bắp hay sản xuất xe hơi thì người ta lại sẽ gào lên với thế giới rằng Trung Quốc đang dựng lên các rào cản mậu dịch".

Và đây là một dòng khác tiếp theo trong tài liệu đầy mỉa mai đó: Một thực tế là rất nhiều công dân Trung Quốc bị tống giam vì cố gắng thực hiện thực những tự do được quy định trong các Điều 35 và 40 đã mặc nhiên cho thấy rằng công an Trung Quốc chẳng bận tâm đọc Điều 37 của Hiến pháp. Điều 37 quy định rằng:

Tự do cá nhân của những công dân nước Cộng hòa Nhân dân Trung Quốc là bất khả xâm phạm.

Trên thực tế, hiện đã có đến hai triệu người dân Trung Quốc đang chết mòn trong hơn 300 cái gọi trại "cải tạo lao động"; và hàng chục nghìn người dân trong số này đang bị giam cầm vì tội là theo đạo Thiên chúa mà "không đăng ký" hoặc bị đuổi đi vì là thành viên của giáo phái Pháp Luân Công. Sự việc này cũng không kém phần kỳ lạ vì Điều 36 của Hiến pháp đã quy định rõ:

Công dân nước Cộng hòa Nhân dân Trung Quốc được tự do tín ngưỡng.

Tất nhiên, khi những công dân Trung Quốc bình thường buộc phải đối mặt với sự tương phản hoàn toàn giữa những lý tưởng được quy định trong Hiến pháp của họ và hiện thực cuộc sống diễn ra hàng ngày kiểu như nhà văn Orwell đã mô tả, họ sẽ thấy có tình trạng đối nghịch khắc nghiệt trong cảm nhận của mình. Sự đối nghịch này làm nảy sinh câu hỏi: Điều gì đã khiến một quốc gia với những con người siêng năng, thông minh, và một nền lịch sử kinh tế, văn hóa lâu đời và phong phú như vậy lại rơi vào địa ngục toàn trị như hôm nay? Để trả lời câu hỏi này, chúng ta nên nghiên cứu vắn tắt nhiều bước ngoặt then chốt trong lịch sử.

Một quốc gia đế quốc hùng mạnh tụt xuống thành nước đói nghèo trong cô lập

Một đội tàu biển khổng lồ của [Trung Quốc] rời cảng năm 1414 giong buồm đi về phía Tây với mục đích mậu dịch và thám hiểm. Nhiệm vụ của đội tàu vượt xa những gì Columbus có thể dự tính. Đội tàu có ít nhất 62 thương thuyền lớn kiểu Galilee, bất cứ chiếc nào trong số đó có thể chở ba tàu nhỏ của Columbus trên boong.

The Emperor's Giraffe

Phần lớn tính sáng kiến và năng động mà chúng ta gắn với Trung Quốc có nguồn gốc từ triều đại nhà Đường (khoảng năm 600 đến năm 900 sau Công nguyên) và đầu triều đại nhà Minh (khoảng năm 1370 -1450). Trong cả hai thời kỳ này, Trung Quốc - nước phát minh ra mọi thứ từ la bàn, thuốc súng, hỏa tiễn nhiều tầng đến tiền giấy, xe cút kít, rượu, cờ tướng - thực sự là nền văn minh thịnh vượng nhất, hùng mạnh nhất, ổn định và tiên tiến nhất trên trái Đất.

Đặc biệt vào triều nhà Minh, khi châu Âu còn ngủ vùi trong thời kỳ tăm tối, Trung Quốc đã phát triển một nền kinh tế tiêu dùng vững chắc được hỗ trợ bởi đổi mới kỹ thuật và một đế chế mậu dịch quy mô lớn. Cũng chính trong thời kỳ này hoàng đế thứ ba triều Minh đã hạ thủy đội tàu thám hiểm lớn nhất chưa từng thấy từ trước đến nay.

Theo sự biên khảo trong cuốn The Emperor's Giraffe của Samuel Wilson, đội tàu thám hiểm đầy uy quyền của Trung Quốc có hàng trăm "tàu chở kho báu" đồ sộ có chiều dài bằng khoảng nửa chiều dài của một con tàu biển hiện đại ngày nay. Các con tàu này chở hàng chục nghìn thủy thủ Trung Quốc đến Ấn Độ, châu Phi, và Trung Đông, và trở về mang theo đồ triều cống và các đại sứ từ phương xa. Nếu so sánh, tất cả đoàn của Christopher Columbus chỉ là một vài thuyền con lèo tèo, và nếu dự tính trên cơ sở những gì đội tàu uy quyền đã làm được, Trung Quốc đã đủ mạnh để trở thành một thế lực quốc tế có thể dễ dàng buộc Tây Ban Nha và Anh phải từ bỏ cuộc chinh phục địa vị bá chủ toàn cầu ở thế kỷ 16.

Tuy thế, giấc mơ đế quốc của Trung Quốc đã không thành hiện thực. Năm 1433, các vị quan thái giám của triều đình quyền lực này đã đột ngột dẹp bỏ các chuyến thám hiểm, phá hủy tàu bè, và thậm chí cố xóa sạch hồ sơ chuyến thám hiểm đó. Tiếp theo là một chính sách theo chủ nghĩa cô lập tai hại - từ đó khiến Trung Quốc, một dân tộc một thời vĩ đại dần chìm vào thời kỳ đen tối trong khi Tây phương phát triển rực rỡ.

Đến đầu những năm 1800, mặc dầu có chính sách cô lập, Trung Quốc vẫn chiếm một phần ba tổng sản lượng nội địa (GDP) của thế giới so với tỉ lệ 3% kém cỏi của Hoa Kỳ. Nhưng tại thời điểm lịch sử mấu chốt này Trung Quốc đã hoàn toàn từ bỏ cuộc Cách mạng Công nghiệp.

Một trong những vụ "gậy ông đập lưng ông" lớn của lịch sử là kỹ thuật của Trung Quốc như thuốc súng, địa bàn thay vì giúp Trung Quốc lại bị chính các nước châu Âu biến thành vũ khí để rốt cuộc đi cướp bóc "Vương quốc Trung tâm" một thời kiêu hãnh và hùng mạnh này. Chính trong thời kỳ dài mà người Trung Quốc gọi là thời kỳ "bị ngoại quốc sỉ nhục" này, các thế lực đang nổi lên của Tây phương đã thiết lập các căn cứ thuộc địa ven biển ở các thành phố cảng như Quảng Đông, Hạ Môn, Phúc Châu, Ninh Ba và Thượng Hải. Những thế lực thực dân này không đến trong hòa bình mà để chiếm đoạt của cải của Trung Quốc chất lên tàu chở về Anh, Hà Lan, và Bồ Đào Nha.

Tương tự vậy, trong thời kỳ này nước Anh gây ra những cuộc Chiến tranh Thuốc phiện buộc Trung Quốc phải chấp nhận nhập cảng từ Ấn Độ thứ thuốc phiện gây chết người để giúp Anh cân bằng thâm hụt thương mại khổng lồ với Trung Quốc đối với những mặt hàng như bông, tơ lụa, và trà. Cực điểm của những cuộc chiến tranh này là cuộc nổi dậy của Nghĩa Hòa Đoàn, một phong trào của người Trung Quốc chống lại người nước ngoài và đã bị các lực lượng viễn chinh của quân đội châu Âu và Hoa Kỳ dập tắt bằng vũ lực. Chính các đội quân nước ngoài này, diễu hành vào Tử Cấm Thành qua lăng tẩm của các hoàng đế triều Minh vĩ đại, đã xé nát mảnh cuối cùng của lòng tự trọng, kiên nhẫn, và quan trọng nhất, sự gắn kết của người Trung Quốc.

Ngay sau việc bị nước ngoài sỉ nhục này, đất nước Trung Quốc dần dần bị chia cách bởi những cuộc cách mạng diễn ra ở khắp nơi. Sau một tia hy vọng ngắn ngủi về một nền cộng hòa dưới sự lãnh đạo của Tôn Trung Sơn năm 1912, Trung Quốc nhanh chóng bị cuốn vào cuộc nội chiến đẫm máu, giữa nhiều phe phái gồm những người theo chủ nghĩa dân tộc, chủ nghĩa cộng sản, và các quân phiệt. Tình trạng hỗn loạn bạc nhược dẫn tới cuộc xâm lược tàn bạo của Nhật Bản và đỉnh điểm của nó là việc Mao Trạch Đông nổi lên thành lập nước Cộng hòa Nhân dân vào năm 1949, và cuộc tháo chạy sang bờ biển Đài Loan của những lực lượng Trung hoa Dân quốc.

Mao đã làm gì trong thời Woodstock[81]

Nam Kinh là một thành phố lớn có 500,000... con số người bị xử tử ở Nam Kinh là quá ít, cần phải giết nhiều người Nam Kinh hơn nữa.

Chỉ thị của Mao Trạch Đông đàn áp các phong trào phản cách mạng ở Nam Kinh và Thượng Hải

Mao Trạch Đông đã có công tái thống nhất Trung Quốc dưới sự cai trị của "Hán" tộc, trục xuất vô điều kiện tất cả người nước ngoài, khôi phục niềm kiêu hãnh của người Trung Quốc. Tuy nhiên, nhân dân Trung Quốc đã phải trả bằng cái giá quá lớn bằng máu, nước mắt, mồ hôi, lao động cưỡng bức, tù tội, và nạn hoang tưởng về sự giải phóng theo kiểu cộng sản chủ nghĩa của Mao.

Trong khi Hitler giết hay tiêu diệt khoảng 12 triệu và Stalin khoảng 23 triệu dân thường trong các nhà tù và cuộc thanh trừng và nạn đói thì số người chết dưới thời của Mao là khoảng từ 49 đến 78 triệu. Điều đó khiến Mao trở thành kẻ giết người hàng loạt ác độc nhất trong mọi thời đại – ít ra là theo *Piero Scaruffi*[82], người đã liệt kê phân loại những cuộc diệt chủng kinh hoàng nhất trong lịch sử.

Trên thực tế, trong suốt hai thập niên rưỡi cai trị của Mao, khi bản thân Mao chưa từng bơi qua sông Dương Tử vì mục đích thể thao, gã Chủ tịch cuồng tín này đã nhảy từ một chương trình điên rồ hay một cuộc thảm sát này sang một chương trình điên rồ khác. Chẳng hạn, chương trình "Đại nhảy vọt" của ông này gồm việc luyện tất cả sắt thép

---

[81] Đại nhạc hội Woodstock năm 1969 ở Hoa Kỳ có nửa triệu người tham dự, được coi là dấu mốc quan trọng của nhạc Rock and Roll. Woodstock là biểu tượng cho một phong trào văn hoá Tây phương vào những năm 1960-1970.

[82] Piero Scaruffi là người thống kê những cuộc chiến và số tử vong của thế kỷ 20 và 21. (Wars and Casualties of the 20th and 21st Centuries)

trong nước tại những xưởng rèn tự chế vô dụng và tận diệt chim sẻ. Thảm họa kinh tế và nạn đói lan tràn là hệ quả không thể tránh khỏi sau những bước cải cách thực sự là điên cuồng.

Không kém phần thê thảm - và khủng khiếp - là những cuộc thanh trừng định kỳ của Mao nhằm vào các phần tử phản cách mạng, trí thức, các đảng viên trong đảng của ông được ông dán cho cái nhãn "tẩu tư phái" (những kẻ theo con đường tư bản). Hiện tượng còn được gọi là "Cách mạng Văn hóa" của những năm 1960 cực kỳ tàn bạo; tất cả những ai sống qua thời kỳ đó đều bàng hoàng bởi những gì đã diễn ra trong cuộc cách mạng này.

Trong thời kỳ Cách mạng Văn hóa này, khi các ban nhạc Rolling Stones và Beatles đang nổi lên ở nước Anh làm sôi động thế giới âm nhạc và những người hip-py tìm kiếm hòa bình và tình yêu trên những cánh đồng ở Woodstock, những đội trật tự điên cuồng gọi là Hồng vệ binh sục sạo khắp mọi ngóc ngách tìm kiếm các đối tượng để thực hiện hành vi bạo lực chính trị khác thường của họ. Đồng thời, các thương gia, trí thức, giáo sư bị quy kết là loại cặn bã xấu xa của đất nước Trung Quốc và bị cưỡng bức lao động chân tay, còn những người thiếu nhiệt tình cách mạng thường bị truy lùng, bị hạ nhục công khai, đánh đập và giam giữ nhiều năm trong trại lao động. Trong khi nền kinh tế Trung Quốc tiếp tục rơi sâu vào trì trệ, người Trung Quốc vẫn được dạy nói dối để sống sót và nghe lời để tiến thân; và tấm màn tang Orwell bao trùm lên nước Cộng hòa Nhân dân này vẫn là di sản bền vững nhất của Mao.

Chủ nghĩa Tư bản Quốc gia trỗi dậy từ đống gạch vụn của "Chủ nghĩa Cộng sản Nhà nước"

Mèo trắng hay mèo đen không quan trọng, miễn là nó bắt chuột.

Đặng Tiểu Bình

Người đưa Trung Quốc thoát khỏi bãi lầy kinh tế kiểu Mao chính là Đặng Tiểu Bình. Ông Đặng từng là một nhân vật cách mạng, một lãnh đạo đảng đã bị thanh trừng và đưa về làm việc tại một nhà máy sản xuất máy kéo trong Cách mạng Văn hóa. Sau khi con trai ông Đặng bị Hồng vệ binh đánh đập và ném từ cửa sổ tầng tư, Đặng được Hoa Quốc Phong, người kế vị của Mao, ân xá và phục hồi.

Sau cái chết của Chủ tịch Mao, Đặng quỷ quyệt và cáo già đã hạ vợ góa của Mao và bọn Bốn tên và hạ luôn cả người đã cứu mạng Đặng. Tuy chưa bao giờ tự phong lấy một chức vị thống lĩnh trong đảng, nhưng một cách không chính thức Đặng đã nắm quyền lực, và ai cũng hiểu rằng Đặng là chủ chốt thực sự điều khiển các con múa rối.

Thực vậy, Đặng Tiểu Bình chính là nhân vật quan trọng nhất ở Trung Quốc ngày nay ít ra với hai lý do. Thứ nhất, khi nguyên thủ Liên Xô Mikhail Gorbachev nhượng bộ người biểu tình và chấp thuận sự tan rã của Cộng sản Liên Xô, thì chính Đặng là người đã ra lệnh cho quân đội Trung Quốc tàn sát những người biểu tình tại Quảng trường Thiên An Môn năm 1989 để bảo vệ chính phủ Cộng sản Trung Quốc tàn nhẫn và ưa chuộng trấn áp.

Một điều cũng không kém phần quan trọng khác, Đặng được tôn vinh là đã một mình thúc đẩy sự phát triển của cái nhãn chủ nghĩa tư bản con buôn được chính phủ bao cấp, là dấu hiệu đặc trưng của nền kinh tế "lợi mình, hại người" của Trung Quốc ngày nay. Cũng chính Đặng là người mở ra các đặc khu kinh tế cho người Tây phương và là người rốt cuộc đã tung ra một lực lượng nhân công khổng lồ trên thị trường thế giới được trang bị những vũ khí mạnh để phá hoại những công việc làm ăn như trợ cấp xuất cảng phi pháp và thao túng tiền tệ.

Đó là một Trung Quốc ngày nay được Mao và Đặng tạo ra, một đất nước vừa tàn nhẫn với nhân dân vừa chơi xấu với các đối tác mậu dịch. Trong chương kế, chúng tôi sẽ liệt kê và phân loại sự đàn áp và tàn bạo trong tất cả những cái chết do Trung Quốc trên đất nước Trung Quốc chẳng có gì là vinh quang. Khi chúng tôi thực hiện việc đó, bạn sẽ thấy di sản của cặp bài trùng Chủ tịch Mao và Đặng Tiểu Bình "sống mãi" như thế nào trong một chính quyền công-an-trị ngày càng tàn bạo trong lịch sử.

Chương 14

Chết dưới tay Trung Quốc ở Trung Quốc: Thượng Hải hóa bộ gien ở vùng nóc nhà thế giới và các câu chuyện trần tục

Dìm trong cống rãnh, rút móng tay, không cho ngủ, đốt bằng đầu thuốc lá và đánh đập bằng roi điện – trên đây là một số phương thức tra tấn mà công an và quản giáo Trung Quốc sử dụng để ép buộc nạn nhân nhận tội và đi vào khuôn phép, theo một kết quả điều tra của Liên Hiệp Quốc.

The Guardian of London

Vậy Đảng Cộng sản Trung Quốc ngày nay đánh đập, tra tấn, bòn rút sức lao động đến tận xương tủy, triệt sản, bỏ tù và giết hại chính công dân của họ và hàng triệu người Tây Tạng, Mông Cổ và Duy Ngô Nhĩ bằng cách nào? Ta hãy kể ra các phương thức đó trong chương này; chỉ cần đọc lướt về sự tàn bạo kiểu cườm tay sắt của giới cầm quyền Bắc Kinh bạn hẳn sẽ được thuyết phục rằng ở Trung Quốc vấn đề không thuộc về người dân Trung Quốc mà ở một chính phủ thường xuyên cho xe cán lên chính công dân của họ.

Không bỏ bé trai sơ sinh nào - trừ những bé bị vứt vào thùng rác

Dìm chết hoặc bỏ rơi bé gái sơ sinh là một tội ác nghiêm trọng

251

Lời cảnh báo trên bức tường một bệnh viện ở làng Đãi Bổ, tỉnh Vân Nam.

Chỉ riêng số lượng nam thanh niên chưa vợ – còn được gọi là "cành trơ trụi" ở Trung Quốc đã bằng toàn bộ số lượng nam thanh niên ở Hoa Kỳ. Dù là ở quốc gia nào thì nam thanh niên vô gia đình cũng thường báo hiệu rắc rối [xã hội]... Tỷ lệ tội phạm, nạn buôn bán cô dâu, bạo lực tình dục, thậm chí cả tình trạng tỷ lệ tự tử của nữ đang và còn tiếp tục gia tăng khi các thế hệ dân số mất cân bằng đang đến tuổi trưởng thành.

The Economist

Một sự thật đáng buồn là Trung Quốc vừa có mật độ dân số quá cao vừa có đông dân nhất hành tinh. Tuy nhiên cách "giải quyết" vấn đề nhân mãn mà Trung Quốc theo đuổi - "chính sách một con" – lại đã gây ra nhiều vấn đề rắc rối hơn là giải quyết. Thực vậy, trong lúc các quốc gia đang phát triển khác như Brazil, Ấn Độ và Mexico kiểm soát dân số có hiệu quả tốt hơn nhờ áp dụng những biện pháp có tính nhân đạo hơn, thì ở Trung Quốc việc chính phủ kiểm soát các quyền về sinh sản vẫn luôn làm người ta ớn lạnh về sự cưỡng bức, ép triệt sản, bắt buộc nạo phá thai, và giết trẻ sơ sinh.

Trọng tâm của chính sách ép buộc của Trung Quốc là áp dụng việc phạt tiền đối với trường hợp có con thứ hai, một khoản phạt nặng gần như vượt quá lợi tức hàng năm của một gia đình. Phạt nặng như vậy có nghĩa là phần lớn các cặp vợ chồng mang thai đứa con thứ hai sẽ rơi vào tình trạng khánh kiệt nếu họ quyết định sinh đứa con đó. Hệ quả là không có gì ngạc nhiên khi số trường hợp nạo phá thai ở Trung Quốc – gần 13 triệu ca một năm, lớn hơn tổng số ca nạo phá thai của tất cả các nước khác gộp lại, và đây mới chỉ là con số ước tính dè dặt của chính quyền.

Tuy nhiên, bạn nên lưu ý rằng một cặp vợ chồng nếu có đủ tiền nộp phạt hoặc được xếp vào trường hợp ngoại lệ thì rút cục vẫn không thể được sinh đứa con thứ hai. Các quan chức địa phương quá hăng hái vì cơ hội thăng tiến của họ tùy thuộc vào mức độ thi hành chính sách một con, thế nên họ chính là những người đã dùng vũ lực càn quét tập trung phụ nữ có thai.

Ví dụ, tạp chí *Time* mô tả trường hợp 61 phụ nữ có thai bị tống vào các bệnh viện ở Quảng Tây và bị tiêm thuốc kích thích phá thai. Hãng tin tiếng Arập Al Jeezera thân Trung Quốc, cũng đã đưa một tin tương tự về cô Tiểu Ái Anh, người bị ép phá thai ở tháng thứ tám vì cô đã có con gái 10 tuổi. Và đài Phát thanh Công cộng Quốc gia đã mô tả việc mục sư Thiên Chúa giáo Lương Nhã Cách và vợ ông, bà Vi Lâm Vinh bị bắt buộc đến bệnh viện mặc dù họ sẵn sàng chịu phạt để sinh con thứ hai. Khi cặp vợ chồng này từ chối ký đơn đồng ý phá thai, các quan chức đã mạo chữ ký của họ và tiêm thuốc cho người vợ đang có thai bảy tháng. Ngày hôm sau, bà Vi phải chịu đựng cơn co thắt dạ con kéo dài 16 tiếng trước khi sinh ra một bé trai đã chết, thi thể bé sau đó bị nhân viên bệnh viện ném vào túi đựng rác bằng nhựa.

Bà Vi Lâm Vinh thì mất con trai, nhưng hầu hết các bé gái mới là nạn nhân của chính sách một con của Trung Quốc. Thực tế phần lớn số thai nhi bị phá bỏ là các bé gái, rất nhiều ca nạo phá thai là hậu quả của quyết định lựa chọn giới tính, và việc loại bỏ bé gái mới sinh vẫn còn phổ biến và cần có những cuộc giáo dục quần chúng để chống lại nạn này. Vì pháp luật Trung Quốc không cho phép các cặp vợ chồng dưới 35 tuổi và những cặp đã có con được nhận con nuôi, nên không có gì ngạc nhiên khi hàng ngàn bé gái Trung Quốc bị bỏ rơi lại may mắn tìm thấy gia đình ở Hoa Kỳ, Úc và châu Âu – trong lúc hoạt động mua bán con nuôi do chính phủ điều hành lại đem về nhiều ngoại tệ hơn.

Ít nhất là đối với nhà báo Joseph Farah, chính sách loại bỏ trẻ sơ sinh căn cứ theo giới tính của Trung Quốc được coi là "cuộc tàn sát khủng khiếp lớn nhất trong lịch sử nhân loại". Dù bạn có đồng ý hay không thì vẫn có một sự thật là việc giết thai nhi theo giới tính kiểu Trung Quốc đã dẫn đến tình trạng mất cân bằng giới tính đang gây bất ổn xã hội. Trên thực tế, tại Trung Quốc ngày nay tỷ lệ sinh là 119 bé trai so với 100 bé gái trong khi ở một số tỉnh tỷ lệ này còn lên đến 130 so với 100.

Ngày nay, hậu quả tai hại của chính sách một con của Trung Quốc là hơn 100 triệu đàn ông Trung Quốc không tìm được vợ. Những "cành trơ trụi" này, như người ta vẫn gọi ở Trung Quốc, còn nhiều hơn tổng số đàn ông Nhật Bản và Đại Hàn cộng lại hay nhiều hơn tổng số nam thanh niên của Hoa Kỳ.

Một hậu quả không tránh khỏi là sự gia tăng ghê gớm về nạn mại dâm (và những tệ nạn liên quan), nô lệ tình dục và thậm chí là bắt cóc phụ nữ ở các nước khác. Thực vậy, tờ *Washington Post* đưa ra một con số là hơn 100,000 phụ nữ Bắc Hàn bị đưa vào Trung Quốc làm nô lệ tình dục. Những gì xảy ra ở Trung Quốc không chỉ dừng lại ở Trung Quốc.

Ba tỉnh tự trị chờ đợi ngày tận thế

Chúng tôi đã bị lừa, sát hại, hãm hiếp, quấy phá, cưỡng đoạt, phản bội, chối bỏ, bán và bị tra tấn trong thời gian quá dài!

Kekenus Sidik, *một người Duy Ngô Nhĩ biểu tình.*

Triệt sản bắt buộc không chỉ giới hạn trong số phụ nữ Trung Quốc muốn có hai con. Đó còn là một quy trình chuẩn thực sự được áp dụng ở Tây Tạng, Nội Mông, và Đông Turkestan (hay Tân Cương) – đây là ba tỉnh được gọi đầy mỉa mai là "tự trị" của Trung Quốc. Dưới đây là một bức tranh rộng hơn về việc thanh lọc sắc tộc.

254

Mặc dù Bắc Kinh tuyên bố rằng Tây Tạng, Nội Mông, và Đông Turkestan trên danh nghĩa đã thuộc quyền cai trị của Trung Quốc trong nhiều năm, trên thực tế những vùng này vẫn tự hào duy trì những nền văn hóa riêng biệt, và nói chung đã có quyền tự trị cho đến khi những chiếc xe tăng Cộng sản tiến vào trong những năm 50. Trong suốt thời gian này, Hồng quân đã xua đuổi Đức Đạt Lai Lạt Ma khỏi Tây Tạng và Mao Trạch Đông đã cùng Liên Xô phân chia Mông Cổ. Với sự trợ giúp của Stalin, Mao đã khéo léo đạo diễn thành công vụ tai nạn máy bay sát hại các lãnh đạo chính trị của Đông Turkestan và nhờ đó đã dễ dàng thay thế nội các chính phủ này bằng những tay sai của Trung Quốc.

Ngày nay, hơn 50 năm đã qua, cả ba vùng lãnh thổ từng một thời độc lập này vẫn còn bị dưới gót giầy thống trị của Đảng Cộng sản. Họ đã chịu đau khổ dưới chiến dịch thanh lọc sắc tộc tàn nhẫn với mục đích thay thế người dân bản địa bằng người Hán. Chiến dịch "Hán hóa" Tây Tạng, Nội Mông và Đông Turkestan, bao gồm từ các hành động đem xe chở hàng triệu người Hán vào và bắt đi (hoặc giết chết) người địa phương cho đến việc triệt sản phụ nữ hoặc pha loãng bộ gen của họ bằng chính sách phát động kết hôn với đàn ông Hán.

Cho tới nay, việc thanh lọc sắc tộc thành công nhất là ở Nội Mông, nơi hơn 80% dân số giờ là người Hán. Theo Đảng Nhân dân Nội Mông, để đạt được tỷ lệ Hán hóa cao này, hơn 250,000 người Nội Mông đã bị sát hại trong khi 15 triệu người Trung Quốc được chuyển vào Nội Mông để xóa nhòa nền văn hóa Nội Mông.

Còn Đông Turkestan, nay gọi là tỉnh Tân Cương trên bản đồ Trung Quốc, Rebiya Kadeer, một lãnh đạo người Duy Ngô Nhĩ, quê ở Tân Cương bị trục xuất sang Hoa Kỳ đã xác nhận với Quốc hội Hoa Kỳ rằng có 240,000 đồng hương của bà, hầu hết là phụ nữ bị cưỡng bách rời bỏ quê hương. Nhiều người trong số họ bị ép kết hôn với đàn ông Hán để lại giống, trong khi nhiều người khác bị sử dụng để làm các công việc nặng nhọc với giá rẻ mạt và làm gái mại dâm. Thêm vào đó, mặc dù người dân tộc ít người được miễn chấp hành chính sách một con nhưng hàng ngàn phụ nữ Duy Ngô Nhĩ vẫn "bị ép nạo phá thai, triệt sản, và đặt vòng tránh thai".

Lòng oán hận ở Tân Cương lên đến cao điểm vào năm 2009 khi những hành vi, thái độ chống đối căng thẳng ngày càng gia tăng dẫn đến đụng độ giữa người Duy Ngô Nhĩ và người Hán. Trước sự việc đó, phản ứng cứng rắn vốn có của công an Trung Quốc là vây bắt và đánh đập hàng trăm người chống đối – cùng lúc công an đã khiến hàng chục đàn ông Duy Ngô Nhĩ "biến mất". Một người dân Urumqi đã mô tả cuộc đàn áp tàn bạo với Tổ chức Giám sát Nhân quyền:

> *Họ bảo mọi người ra khỏi nhà. Phụ nữ và người có tuổi đứng sang một bên, tất cả đàn ông [con trai] từ 12 đến 45 tuổi đứng dựa vào tường. Họ đánh bất kỳ người đàn ông nào, kể cả những người già – ông hàng xóm 70 tuổi của chúng tôi đã bị đấm và đá nhiều lần. Chúng tôi không thể làm gì để ngăn họ lại - họ không nghe chúng tôi.*

Những gì mà Tây Tạng đã trải qua cũng không hề khả quan hơn Nội Mông hoặc Tân Cương. Thực vậy, việc xây đường xe lửa cao tốc từ các thành phố như Bắc Kinh, Thành Đô, Quảng Châu và Thượng Hải đến Tây Tạng chỉ góp phần gia tăng dòng người Hán dường như bất tận vào vùng núi Himalayas.

Ở Tây Tạng ngày nay, người Hán sở hữu hầu hết các cửa hiệu ở thủ đô Lhasa và gần như chiếm phần lớn dân số của thủ đô này. Trong khi đó, tiếng Tây Tạng được dạy như ngôn ngữ thứ yếu, còn "ngoại ngữ" như tiếng Phổ thông lại là ngôn ngữ duy nhất được phép sử dụng ở bậc trung học.

Vùng nông thôn Tây Tạng cũng nằm trong vòng kiềm tỏa Hán hóa như vậy. Trong một số vùng, toàn bộ các làng bị dời đi nơi khác và sau đó bị ngập dưới nước bởi các đập do Trung Quốc xây dựng, còn những người du mục thì bị dồn vào các trại xây bằng bê-tông và gia súc của họ thì bị sung công. Một người ở trại nói rõ về số phận của người đồng cảnh: "Họ không có việc làm, không đất đai. Cách duy nhất để kiếm ăn là ăn cắp".

Và đây là cái vòng khốn quẫn không lối thoát của người dân Tây Tạng: Một số nông dân địa phương rơi vào cảnh phải cho người Hán thuê đất của họ để lấy tiền trả góp khoản vay mua nhà mới khi họ bị bắt buộc phải chuyển đến chỗ ở mới... Dĩ nhiên, các ngân hàng Trung Quốc thực hiện các hợp đồng cho thuê đất này.

Các lý do trên và nhiều lý do khác nữa khiến nỗi uất hận chất chứa của người Tây Tạng từ nhiều năm trước đã bùng lên khi đám người nổi loạn ném đá vào công an, tấn công người Hán đang đi xe đạp và taxi, và đốt cháy các cơ sở kinh doanh của người Hán. Không ngoài dự đoán, những người nổi loạn đã bị trấn áp một cách tàn bạo - trong khi hàng trăm vị sư sãi, những người khởi xướng phong trào chống đối bằng cách biểu tình hòa bình, cũng bị bố ráp và đánh đập.

Cùng lúc đó, để che dấu hành vi đàn áp, Bắc Kinh đã hạn chế nghiêm ngặt các phóng viên đến Tây Tạng. Hơn thế nữa, bất cứ khách tham quan nước ngoài nào muốn đến đều phải có giấy phép đặc biệt, và trong những năm gần đây những giấp phép này cũng bị cấm hoàn toàn khi gần đến dịp kỷ niệm những cuộc biểu tình. Những ai lén vào được thì lấy làm kinh hãi, như nhà làm phim người Anh, Jezza Neumann cảm thấy khi đang làm cuốn phim tài liệu "Bí mật ở Tây Tạng[83]". Phóng viên này nhận xét, "Tôi không thấy ai đã bị bắt mà lại không bị tra tấn dã man".

Những nhà làm phim cũng phổ biến lại các báo cáo về việc người Trung Quốc đã tràn vào Tây Tạng đi cùng với những xe triệt sản lưu động và họ đang cưỡng bách đặt vòng tránh thai vĩnh viễn cho phụ nữ Tây Tạng cũng như thực hiện thắt ống dẫn trứng mà không gây mê. Một nạn nhân mô tả như sau:

> *Tôi bị cưỡng ép bắt đi. Tôi thấy mệt, chóng mặt và không thể nhìn lên. Hình như họ đã cắt ống dẫn trứng rồi khâu lại. Đau muốn chết. Họ không dùng thuốc mê, chỉ bôi một chất trơn dính gì đó lên bụng và làm công việc triệt sản.*

Trong lúc đó Đức Đạt Lai Lạt Ma tại nơi lưu vong ở Ấn Độ đành chịu bó tay không thể giúp người dân mình thoát khỏi sự cai trị của Trung Quốc và lập lại quyền tự chủ thực sự. Trong một công viên gần điện Potala tôn nghiêm, trước kia là nơi Đức Đạt Lai Lạt Ma cư ngụ trong mùa đông, các thần dân của ông, dấu trong túi bức ảnh bị cấm của ông và cầu nguyện trong khi loa đài của chính quyền phát oang oang những luận điệu tuyên truyền kiểu như: "Chúng ta là một phần của dân tộc Trung Quốc đang góp sức cho một tương lai tươi sáng – chúng ta là người Trung Quốc".

Và đây là bài ngợi ca cho tinh thần nhiệt tình cũng như sự thấu đáo của chế độ cai trị Bắc Kinh: Họ thực hiện được hai bước để Đức Đạt Lai Lạt Ma tương lai sẽ trở thành một trong những con rối của họ chứ không có tiếng nói độc lập như Đức Đạt Lai Lạt Ma hiện tại. Trước hết, từ lâu họ đã "làm biến mất" một cậu bé sáu tuổi được coi là hiện thân của Ban Thiền Lạt Ma, vị Lạt Ma này là nhân vật tôn giáo có đứng hàng thứ nhì trong giới Phật giáo Tây Tạng.

---

83 Undercover in Tibet: phim tài liệu Bí mật ở Tây Tạng.

Không ai còn thấy tù nhân chính trị nhỏ tuổi nhất thế giới này kể từ năm 1996.

Thứ hai, và đây là điều đáng cười nhiều hơn là đáng phẫn nộ, Bắc kinh cấm các vị sư sãi Tây Tạng tái sinh nếu không được phép của chính quyền. Tờ *Huffington Post* đã giải thích cái ẩn ý đằng sau cái luật lố bịch này: "Cấm các vị sư cư trú ở nước ngoài không được tái sinh, tức là luật này đã cho nhà cầm quyền Trung Quốc quyền được chọn người kế vị cho Đức Đạt Lai Lạt Ma; theo truyền thống linh hồn của vị Lạt Ma này sẽ được tái sinh trong thể xác một người mới để tiếp tục sứ mệnh cứu độ chúng sinh".

Đông Quản quay về thời của Charles Dickens

Các doanh nhân Trung Quốc có các nhà máy loại năm sao đáp ứng tiêu chuẩn đạo đức của các công ty lớn mà họ phục vụ. [Alexandra] Harney [trong cuốn Mức Giá Trung Quốc[84] của bà] đã dẫn ra một ví dụ của một giám đốc của tập đoàn Walmart khi đến thăm một nhà máy cung cấp hàng hóa cho Walmart. "Công việc của bà này là quyết định xem nhà máy có sản xuất theo đúng tiêu chuẩn đạo đức [kinh doanh] của Walmart không – các tiêu chuẩn này gồm cấm tuyệt đối không sử dụng nhân công trẻ em hoặc nô lệ, cùng những qui định về rủi ro nghề nghiệp, giờ làm việc và mức lương tối thiểu". Nơi mà vị giám đốc Walmart này đến kiểm tra là một nhà máy loại năm sao... [Nhưng] hoạt động sản xuất thực thì lại được tiến hành ở một nhà máy bí mật khác..."Nằm dấu mình trong một khu kinh doanh có hàng rào bảo vệ, nhà máy [bí mật] này không ghi danh với chính quyền Trung Quốc. Nhà máy này có 500 công nhân làm việc trên một mặt bằng, không được

---

84 The China Price: sách Mức giá Trung Quốc của tác giả Alexandra Harney.

*trang bị thiết bị an toàn lao động hoặc bảo hiểm và
làm việc quá số giờ được pháp luật cho phép. Họ được
trả lương hàng ngày chứ không được nhận lương
tháng. Không có vị nào từ tập đoàn Walmart được
thấy nhà máy này mặc dù Walmart mua rất nhiều sản
phẩm sản xuất ra từ đây".*

Daily News & Analysis

Trong khi người Tây Tạng, Nội Mông, và Duy Ngô Nhĩ
chịu cực khổ dưới chế độ cai trị tàn bạo của của Đảng Cộng
sản Trung Quốc, thì những gì người công nhân trải qua
cũng không có gì khá hơn. Trên thực tế, trong khi các
quan chức Trung Quốc thích dẫn những người Tây phương
đến thăm cái gọi là các nhà máy "năm sao" với mục đích
phô trương là chính, nơi có các chuyến tham quan được
hướng dẫn đến các cơ sở sản xuất sạch sẽ với các trang
thiết bị an toàn và bảo vệ môi trường ở mức tiên tiến nhất
vào thời điểm đó thì những người Tây phương này hiếm
khi được phép thấy những điều kiện làm việc không thể tệ
hơn trong các xưởng sản xuất bí mật nằm phía bên kia
những cánh cửa điện tử và đằng sau những chòi bảo vệ có
mặt gần như là khắp nơi xung quanh các nhà máy của
Trung Quốc. Như công nhân một nhà máy lắp ráp Xbox
của Microsoft ở phía Nam Trung Quốc đã giải thích: "Chỉ
đến khi có khách hàng nước ngoài đến thăm, cán bộ quản
lý mới cho bật máy điều hòa không khí".

Làm trong nhà xưởng khổ sai nóng nực khó chịu cũng
chỉ là một trong nhiều điều kiện lao động nô lệ trá hình mà
hàng triệu công nhân Trung Quốc đang phải đối mặt; điều
này cũng đúng ngay cả trong các nhà máy có vẻ như là
đang được lãnh đạo bởi các tập đoàn lớn của Hoa Kỳ như
Microsoft và Walmart. Bạn hãy xem xét một ví dụ của
công ty Yuwei ở thành phố Đông Quản ở miền nam Trung
Quốc. Công ty này sản xuất linh kiện kim loại và nhựa cho
các bộ phận trong xe hơi như thắng, cửa, và cần số, và

công ty Motor Ford mua đến 80% sản phẩm của công ty này. Ngoài ra, công ty này còn làm sản phẩm cho các công ty khác như General Motors, Chrysler, Honda, và Volkswagen; và để kết nối với thị trường Hoa Kỳ công ty Yuwei còn đặt văn phòng ở Hoa Kỳ và có nhà kho ở Ann Arbor, tiểu bang Michigan.

Và đây là cuộc sống thực của công nhân làm việc trong các xưởng của Yuwei theo một báo cáo điều tra năm 2011 có tên là "Những phụ tùng dơ bẩn/Nơi các ngón tay bị cắt cụt một cách quá rẻ mạt: Ford tại Trung Quốc". Như báo cáo này tiết lộ: Công nhân của Yuwei làm việc quần quật 7 ngày một tuần với ca làm việc kéo dài 14 tiếng, và vận hành các thiết bị sản xuất trong lúc các thiết bị an toàn bị tê liệt một cách có chủ ý. Một mặt, kết quả là năng suất lao động rất cao; nhưng mặt khác là tỷ lệ cắt, xẻo, đứt lìa tay, chân, cánh tay và cẳng chân cũng cao không kém. Như báo cáo "Ford tại Trung Quốc" miêu tả sự tàn ác này:

> Công nhân "A" 21 tuổi bị mất 3 ngón tay và nhiều khớp tay bị đứt ở tay trái khi cái tay này bị mắc kẹt trong một máy đục lỗ cường độ cao, hoặc máy dập. Người công nhân này đang dập "Ống RT" để nhập cảng cho hãng Ford tại thời điểm bị tai nạn. Giới quản trị chủ ý hướng dẫn người này tắt các thiết bị tia hồng ngoại dùng để giám sát an toàn để có thể làm việc nhanh hơn hơn. "Chúng tôi đã phải tắt nó đi. Xếp của tôi không cho tôi bật lên," Công nhân A nói. Người này đã dập 3600 "ống RT" một ngày, 12 giây cho mỗi ống.

Thế thì mất ba ngón tay được trả bao nhiêu tiền ở Trung Quốc? Được bồi thường một khoản chừng 7,000 đô-la - và người đã bị thương đó còn mất luôn cả việc làm cũng như cơ hội nghề nghiệp tương lai. Và, tiện đây cũng xin nói thêm, bất cứ công nhân nào nghỉ hay bỏ một ngày làm việc tại bất kỳ nhà máy nào của Yuwei sẽ bị trừ ba ngày lương. Trên thực tế, bị đuổi việc sau khi mang thương tật là một thực tế lao động phổ biến ở Trung Quốc. Một người bạn của chúng tôi bán vật liệu cho một nhà máy ở Thượng Hải kể với chúng tôi rằng, "Nếu xảy ra tai nạn, thậm chí là xảy ra chết người, cũng không có điều tra gì hết. Tai nạn lần hai xảy ra cũng với công việc đó vẫn không điều tra. Lần ba thì có lẽ sẽ điều tra". Bạn làm ơn hãy ghi nhớ tất cả những điều này nếu có lúc nào đó bạn cân nhắc mua một sản phẩm của Ford được coi là "Sản xuất ở Hoa Kỳ" nhưng được lắp ráp với phần lớn phụ tùng của Trung Quốc.

Không phải là "gần như" nhân công nô lệ

Tỷ lệ trẻ em trong độ tuổi từ 10 đến 14 ở Trung Quốc làm việc là 11,6%. Rất nhiều công ty thích nhân công trẻ em vì chúng rẻ, ngoan, nghe lời và khá lanh lợi khi phải đi lại làm việc trong những diện tích làm việc chật hẹp chất đầy máy móc.

IHS Child Slave News

Họ lợi dụng em trai tôi vì em tôi bị tâm thần. Họ bắt em tôi làm việc, đánh đập và tra tấn em tôi, khi em tôi sức tàn lực kiệt không làm được nữa, họ ném em tôi ra đường.

Lưu Tiểu Vi

Không có gì đáng ngạc nhiên khi khó mà tuyển đủ nhân công cho những công việc, nhất là việc kinh khủng như làm gạch và những việc kỹ năng thô sơ, lập đi lập lại đơn điệu như làm đồ chơi. Trong những ngành làm việc đó, nhiều quản đốc xưởng đồ chơi xem việc thiếu hụt nhân công như là một cơ hội mời chào cho nạn buôn bán người; và cả trẻ em lẫn người bị tâm thần luôn đứng đầu danh sách của bọn buôn người.

Trong một số trường hợp, bản thân trẻ em hoặc người bị tâm thần bị những người tuyển dụng trá hình lừa gạt hoặc ép bán cho các nhà máy. Hoặc có trường hợp họ bị chính chủ nhà máy bắt cóc. Dù bị lừa, ép buộc hay bắt cóc thì rốt cục những người này cũng phải làm việc trong điều kiện không lời nào tả xiết.

Đó cũng chính là số phận của một người nghèo tên là Lưu Tiểu Bình, một người bị tâm thần 30 tuổi. Anh bị một trong những người buôn bán nô lệ thời đại mới của Trung Quốc đưa ra khỏi gia đình và bán cho một lò nung gạch khét tiếng là tàn bạo nhất trong nhiều địa ngục lao động của Trung Quốc.

Khi lò gạch không cần dùng Lưu nữa, họ ném người đàn ông bệnh tật nhưng vẫn còn sống sót này ra đường với đôi bàn tay mà tờ *Los Angeles Times* mô tả là "đỏ như tôm hùm mới luộc do phải bê những viên gạch nung đỏ từ trong lò ra mà không hề có găng bảo vệ thích hợp". Cùng với bàn tay tôm hùm, cậu bé to xác ở cái xứ sở toàn lời hứa hão còn có vết xích ở cổ tay và vết bỏng ở cẳng chân, những chỗ mà viên quản đốc áp những viên gạch nóng bỏng làm hình phạt dành cho họ Lưu. Đâu còn Charles Dickens để viết về thân phận của các người này?

Và, nhân tiện cũng nói thêm là ở các nhà máy có điều kiện làm việc tốt nhất ở Trung Quốc người ta cũng tạo ra những sức ép hay căng thẳng không thể nào chịu nổi, từ việc phải sống hàng trăm dặm xa nhà cùng với những người xa lạ trong khi phải làm việc nhiều giờ liên tục và mòn mỏi đờ đẫn vì sự đơn điệu của công việc lắp ráp. Một người trong chúng tôi (Autry) đã chứng kiến tình trạng này trong một chuyến thăm nhà máy có tên là thành phố Foxconn rất kín đáo ở Thâm Quyến. Đây là nhà máy lớn nhất thế giới với 350,000 công nhân sản xuất những sản phẩm như máy iPad rất phổ biến của hãng Apple.

Có thể nói là so với hầu hết các nhà máy Trung Quốc, các xưởng của Foxconn do Đài Loan điều hành khá hơn nhiều. Trong lúc đi thăm, Autry có nhìn thấy các khu nhà ở của công nhân, nhà bếp, và các khu vực làm việc thuộc vào hạng nhất, ít ra là theo tiêu chuẩn của Trung Quốc. Thậm chí có phòng chơi trò chơi, phòng tập thể dục, và hồ bơi. Tuy nhiên, thứ "tiện nghi" xuất hiện rất nhiều tại Foxconn là hàng loạt lưới an toàn nhô ra từ tầng hai của mỗi toà nhà. Những lưới này được lắp vào để ngăn các vụ tự tử tràn lan của công nhân. Và đây là bằng chứng thật buồn, tiêu biểu cho giải pháp kiểu Trung Quốc để giải quyết vấn đề điều kiện làm việc tồi tệ - không phải theo hướng cải thiện điều kiện tốt hơn mà chỉ khiến việc nhảy lầu tìm đến cái chết trở nên khó hơn mà thôi.

Đừng mất công tìm cái nhãn công đoàn

Tất nhiên, một lý do chính khiến các công ty Trung Quốc có thể bóc lột công nhân của họ một cách toàn diện, triệt để là vì việc tổ chức một công đoàn thực thụ trong "thiên đường của công nhân" Trung Quốc là trái luật. Trong khi đó, Liên đoàn các Công đoàn Toàn Trung Quốc chính thống được chính phủ hậu thuẫn lại vừa là bù nhìn phục vụ cho các công ty và vừa là một công cụ rình rập và kiểm soát công nhân giúp cho ban quản lý doanh nghiệp.

Tình hình nhân công nô lệ tại Trung Quốc sẽ còn tiếp tục xấu đi do một thực tế kinh niên trong các mối quan hệ nhân công kiểu Trung Quốc: Hầu hết các hoạt động có tổ chức của công nhân đều bị công an hoặc côn đồ được thuê tàn nhẫn phá tan - việc thuê côn đồ đánh đập và đe dọa là một hành động phổ biến ở Trung Quốc.

Một hình ảnh minh họa được cung cấp bởi số phận của 2,000 công nhân tại nhà máy Cơ khí KOK bên ngoài Thượng Hải. Họ đã dám liều lĩnh tổ chức một cuộc đình công để phản đối các điều kiện khắc nghiệt không thể chịu đựng nổi, bao gồm làm việc với cao su nóng khi nhiệt độ trong phòng lên đến 50 độ C. Một nữ nhân viên mô tả những gì đã xảy ra khi phong trào phản đối của họ tràn ra đường phố: "Công an đã đánh chúng tôi một cách bừa bãi. Họ đá và đạp lên tất cả mọi người, không cần biết là nam hay nữ."

Ngay cả nộp đơn khiếu nại theo đúng các quy tắc của hệ thống cũng có thể bị rắc rối nghiêm trọng. Ví dụ, Lý Quốc Hoành, một công nhân dầu mỏ ở Hà Nam, bị 18 tháng "cải tạo lao động" tại một trong các trại cưỡng bách lao động khét tiếng của Trung Quốc. Tội của ông? Nộp đơn khiếu nại và khởi kiện để phản đối bị sa thải.

Tất nhiên, bị gửi đến một trại cưỡng bách lao động là một điều không đúng như những gì mà ông Lý hình dung trước đó. Dù muốn hay không, ông đã tham gia vào đội ngũ hơn 50 triệu công dân Trung Quốc trong 50 năm qua, những người đã đi qua (hoặc chết) tại hơn 1,000 trại cưỡng bách lao động của Trung Quốc. Ngày nay, các trại tai tiếng này, gọi là Lao Cải, chứa tới 7 triệu công dân Trung Quốc, nhiều người trong số họ không có tội gì hơn là cố gắng thực hiện một số quyền tự do trong ngôn luận, thờ cúng, tụ tập, hoặc lập ra tổ chức.

Và đây là một nhận xét cuối cùng về quyền đình công ở Trung Quốc: các trường hợp duy nhất mà chính quyền cho phép các cuộc đình công như vậy bùng nổ là khi họ muốn giúp doanh nghiệp Trung Quốc đánh bại các đối thủ cạnh tranh nước ngoài.

Một trường hợp là hàng loạt các cuộc đình công và biểu tình rộng rãi đã xảy ra để đóng cửa nhiều nhà máy xe hơi Honda. Thay vì can thiệp, công an chống bạo động chỉ đứng nhìn và cuối cùng bỏ đi. Sự việc đó khiến Honda sản xuất thiếu hàng nghìn xe hơi so với mục tiêu đặt ra. Việc công an chống đình công không can thiệp buộc Honda phải thương lượng mức lương cao hơn cho các công nhân Trung Quốc bất mãn. Tất nhiên, điều này làm giảm tính cạnh tranh của Honda Nhật Bản với các công ty xe hơi của Trung Quốc như Chery và Geely.

Công an Trung Quốc khuất phục giáo dân Trung Quốc như thế nào

Mong muốn duy trì kiểm soát lãnh vực riêng tư nhất trong đời sống của công dân, cụ thể là lương tâm của họ, và can thiệp vào đời sống nội bộ của Giáo hội Thiên chúa giáo không tạo ra sự tin cậy đối với Trung Quốc. Ngược lại, nó có vẻ là một dấu hiệu của sự sợ hãi và yếu hèn hơn là sức mạnh.

Thông cáo của Tòa thánh Vatican

Cộng sản là một đức tin thế tục không cho phép có bất đồng chính kiến, và Đảng Cộng sản Trung Quốc làm hết sức mình theo di huấn của Karl Marx để xoá bỏ tôn giáo. Để làm việc này, đảng yêu cầu tất cả các hoạt động tôn giáo phải được thực hiện thông qua các nhà thờ được chính phủ chấp thuận, còn hoạt động tôn giáo không đăng ký có thể dẫn đến trừng phạt nặng nề.

Chỉ cần xem xét trường hợp của ông Dương Toàn. Mục sư của Giáo Hội Lâm Phần không đăng ký tại Phù San bị kết án ba năm tù vì xây dựng một nhà thờ bất hợp pháp. Sau đó, vợ của ông, Dương Vinh Lệ, đầu tiên bị đánh đập dã man vì tổ chức một cuộc biểu tình chống việc giam giữ chồng và sau đó bị trừng phạt nặng với bảy năm tù. Khi bạn đọc những dòng này về những gì đã xảy ra tại nhà thờ của Lâm Phần, hãy tưởng tượng lúc đó, Lâm Phần là một nhà thờ trong khu phố của chính bạn:

Lúc còn sáng sớm ngày Chủ nhật 13 tháng 9, các thành viên Nhà thờ Lâm Phần giật mình tỉnh dậy bởi những kẻ thâm nhập đang la hét ầm ĩ. Một đám đông hỗn hợp 400 công an, quan chức chính quyền địa phương, và côn đồ đánh thuê đã đánh đập các tín đồ nhà thờ đang ngủ tại công trường xây dựng nhà thờ mới của họ. Hơn 20 thành viên đã bị thương nặng, chảy nhiều máu và phải đưa tới bệnh viện viện. Các quan chức địa phương chỉ thị cho các bệnh viện không

266

truyền máu cho các nạn nhân, buộc họ phải chuyển
đến chữa trị tại bệnh viện khu vực.

Về việc tiếp cận với Kinh Thánh, các bản sao chỉ có thể được in chính thức khi được phê duyệt bởi "Hội đồng Ki-tô giáo Trung Quốc"; và số lượng bị chính phủ giới hạn. Hơn nữa, in không phép và phân phối Kinh Thánh hay tài liệu Ki-tô Giáo có thể dẫn đến bị bắt giữ.

Tất nhiên, nó không phải chỉ là giáo dân Ki-tô và "Hội kín Thiên chúa giáo" phải luôn đối mặt với sự giận dữ của Đảng Cộng sản Trung Quốc. Cùng chung số phận tương tự là các nhóm tương tự tôn giáo như Pháp Luân Công, mà các thành viên thường xuyên phải chịu mũi kiếm đàn áp của Trung Quốc.

Dưới nhiều hình thức, ác cảm cực đoan của Đảng Cộng sản đối với Pháp Luân Công là khó hiểu. Các học viên Pháp Luân Công theo một triết lý hòa bình dựa trên Phật giáo và Lão giáo, và họ thực hành các bài tập thể dục có nguồn gốc từ truyền thống khí công Trung Quốc. Những bài tập được sắp xếp không phải để lật đổ chính phủ Cộng sản Trung Quốc mà là để điều chỉnh hơi thở, bản chất cơ thể, và ý thức của một người với chân lý của Chân, Thiện, và Nhẫn.

Vào cuối những năm 1990, giáo phái phát triển nhanh chóng này đã thu hút sự chú ý của bộ máy an ninh Cộng sản và hệ thống tuyên truyền, hệ thống này ngay lập tức liệt giáo phái vào loại "nguy hiểm". Phản ứng với Pháp Luân Công là một tính toán sai lầm chính trị lớn. Khi 10,000 môn đồ tụ tập để phản đối im lặng bên ngoài các bức tường kiên cố của các nhà lãnh đạo cộng sản ở Trung Nam Hải, điều này đã làm Chủ tịch Giang Trạch Dân sợ hãi, và ông đã ra lệnh Đảng Cộng sản đàn áp cứng rắn.

Trong nhiều tháng sau vụ phản đối, Phó Thủ tướng Lý Lam Thanh báo cáo có trên 35,000 học viên Pháp Luân

Công đã bị vây bắt; và kể từ thời điểm đó, cuộc đàn áp của các thành viên diễn ra tàn bạo không ngừng.

Tất nhiên, phản ứng thô bạo của Đảng Cộng sản đã tạo nên chiến dịch phản kháng chống Đảng Cộng sản thể hiện qua chiến dịch phản đối Đảng Cộng sản do Pháp Luân Công lãnh đạo và đã được đăng lên trang chính của các tờ báo và dịch vụ truyền hình vệ tinh trên toàn thế giới. Ở Trung Quốc, tuy nhiên, việc trấn áp những giáo phái này vẫn tiếp tục không khoan nhượng; và hàng ngàn môn đồ đã bị chuyển đến trại tù cưỡng bách lao động Lao Cải để đánh đập và tra tấn.

Học viên Pháp Luân Công cũng thường xuyên bị cô lập trong khu mở rộng được gọi là khu "tâm thần" của các trại Lao Cải nơi họ bị tẩy não bằng mọi cách. Theo các lời điều trần trước Quốc hội của Ethan Gutmann : "Pháp Luân Công chiếm khoảng 15 đến 20% trong hệ thống Lao Cải. Có nghĩa là trung bình nửa triệu đến một triệu thành viên Pháp Luân Công bị giam giữ, được coi là hành động an ninh lớn nhất của Trung Quốc kể từ thời Mao cầm quyền".

Cũng như với các hình thức khác của nhân công nô lệ gây ra thiệt hại liên đới cho người lao động trên toàn thế giới, đàn áp Pháp Luân Công gây ảnh hưởng tương tự lên thị trường nhân dụng toàn cầu. Để thấy những ảnh hưởng đó, chúng ta kết thúc chương này với việc mô tả một ngày bình thường trong đời sống của một tù nhân Pháp Luân Công từ Trung tâm Thông tin Pháp Luân Đại Pháp:

Ông Vương Kiến Bình bị khuyết tật và không đan nhanh như những người khác. Đã gần 2 giờ sáng và tù nhân khu Sáu làm việc từ buổi bình minh. Họ phải làm đúng hạn. Các bạn đồng đạo Pháp Luân Công của ông ngủ gật và bị cai tù đâm bằng kéo. Ông Vương bị kiệt sức. Các lính gác ném gạch vào ngực ông. Trại lao động Cát Lợi phải hoàn thành chỉ tiêu của công ty Thiên Sơn Wooltex về áo len Kashmir, nếu không cai tù sẽ không nhận được tiền thưởng. Trại "cải tạo lao động" Trung Quốc đã được tư nhân hóa. Họ là các doanh nghiệp nhỏ ký hợp đồng với các công ty lớn và xuất cảng các sản phẩm ra các trung tâm mua sắm ở nước ngoài.

Đó là một nơi mà kẻ tra tấn làm giàu, và nơi học viên Pháp Luân làm việc như nô lệ để trả tiền cho việc mua dùi cui điện nhằm chích điện họ nếu họ làm chậm. Đây là nơi mà sự đàn áp đem lại lợi nhuận. Đây là nơi mà giấc ngủ và thực phẩm luôn thiếu thốn, còn rác rưởi, mùi hôi thối, đánh đập, nóng, lạnh, và mùi độc hại là thứ thừa thãi hàng ngày. Những nơi này là nơi các sản phẩm nhập cảng được thực hiện bởi nhân công nô lệ của tù nhân lương tâm: bác sĩ, giáo viên và học sinh bị bắt cóc từ nhà của họ vì tội tập Pháp Luân Công.

Phần V

Tài liệu hướng dẫn để sống còn và lời kêu gọi hành động

Chương 15

Chết bởi kẻ ủng hộ
Trung Quốc: Fareed Zakaria
tan theo mây khói

Sự tăng trưởng của Trung Quốc mang lại lợi ích rõ ràng và ngạc nhiên đối với thế giới và đặc biệt đối với Hoa Kỳ.

Fareed Zakaria

Này Fareed, ông có muốn một chút mù tạt cho lời tâng bốc đó thêm hương vị không? Và sau khi ông hết lời khen Trung Quốc, xin ông làm ơn hãy trả lời câu hỏi này:

Làm sao mà một nhà báo, nhà điều hành thương nghiệp, người tiêu dùng, nhà chính trị, chuyên gia, hay học giả Mỹ nào đó có thể biện hộ cho một chế độ toàn trị chuyên bán sản phẩm độc hại gây thương tật và chết người, tấn công máy điện toán của chúng ta để đánh cắp tài sản trí tuệ, tiến hành các cuộc tấn công kiểu con buôn vào nền kinh tế chúng ta để đánh cắp công việc, sử dụng trái Đất như cái gạt tàn thuốc lá khổng lồ, đối xử với công nhân của chính họ như một lũ nô lệ, và đang tiến hành vũ trang tận răng để có thể đánh chìm hạm đội của chúng ta, bắn hạ các vệ tinh của chúng ta để họ mặc sức thao túng thế giới?

Đó là một câu hỏi rất hay. Và không hề có một câu trả lời nào thuyết phục cả. Dù vậy hàng ngày trên khắp Hoa Kỳ vẫn có một số lượng lớn đến mức đáng kinh ngạc những người Ủng hộ, những người Nhân nhượng - từ những

273

người như Fareed Zakaria, James Fallows, Tom Friedman, và Fred Hiatt đến Nicholas Kristof, David Leonhardt và Joseph Stiglitz - bảo vệ kịch liệt Trung Quốc chống lại những người muốn gây áp lực đòi thực hiện những cải cách đáng lẽ phải làm từ lâu rồi.

Thực vậy, chính sự hiện diện của Liên minh Ủng hộ Trung Quốc không chính thức này trong lãnh thổ Hoa Kỳ có một ý nghĩa quan trọng về mặt chính trị: chúng ta với tư cách là một quốc gia không thể đương đầu một cách hiệu quả với chính phủ Trung Quốc khi nào chúng ta chưa xác định rõ những người biện hộ này để bác bỏ những luận điệu đánh hỏa mù bằng ngôn ngữ tháp Babel chống lại sự thay đổi có ý nghĩa trong quan hệ Hoa Kỳ - Trung Quốc này.

Đó là mục đích bao trùm của chương này, và để bắt đầu, đây là bản liệt kê của sáu nhóm chính trong Liên minh Ủng hộ Trung Quốc. Họ bao gồm những nhóm sau, không theo một thứ tự nhất định:

- Những người theo khuynh hướng Tự do hy vọng "Dân chủ hóa và thuần hóa con Rồng Trung Quốc";
- Những người theo khuynh hướng Bảo thủ "Mặc kệ những đợt tấn công của bọn con buôn, cứ hướng đến tự do mậu dịch bằng mọi giá";
- Những người uốn nắn dư luận có lợi cho các chủ ngân hàng Wall Street[85];
- Những kẻ nhân nhượng trong giới lãnh đạo tại Washington;
- Những người [mệnh danh] là bậc thầy toàn cầu hóa trong "Thế giới phẳng";
- Những "tập đoàn tư vấn" muốn lấy lòng gấu Trúc.

---

[85] The Wall Street Banker Expat Spin Doctors.

Những người theo khuynh hướng Tự do hy vọng "Dân chủ hóa và thuần hóa con Rồng Trung Quốc"

Tổng thống Clinton sẽ chấm dứt hàng năm dài tranh luận về chính trị và kinh tế vào ngày thứ Ba và đánh dấu một thành tựu lớn của chính phủ thời ông ta bằng việc phê chuẩn việc bình thường hóa mậu dịch với Trung Quốc... Nước cờ này nhắm mở cửa thị trường Trung Quốc rộng lớn cho doanh nghiệp Hoa Kỳ và mở đường cho Trung Quốc gia nhập Tổ chức Mậu dịch Thế giới... Tổng thống Clinton lập luận rằng đưa Trung Quốc gia nhập vào cơ chế mậu dịch toàn cầu sẽ giúp Trung Quốc trở thành một thành viên đáng tin cậy và có trách nhiệm hơn trong cộng đồng quốc tế.

CNN

Điểm chính yếu trong lập luận của những người theo khuynh hướng Tự do "Dân chủ hóa Rồng" cho việc ủng hộ sự nổi lên của Trung Quốc là: chúng ta phải "đưa Rồng Trung Quốc vào cuộc chơi" để thuần hóa nó.

Trong cách nhìn này, tất cả những gì mà một Trung Quốc toàn trị thật sự cần để trở thành một Trung Quốc dân chủ là thời gian và một liều thuốc mạnh của kinh tế thịnh vượng. Bằng việc trở nên giàu có hơn, lập luận tiếp tục, "họ" sẽ trở thành như "chúng ta", có nghĩa là một nền dân chủ dân sự tôn trọng tự do ngôn luận, quyền con người, sở hữu trí tuệ, luật lệ của tự do mậu dịch và tính thiêng liêng của thùng phiếu tự do.

Chính lập luận sai lầm này là gốc rễ của những vấn đề kinh tế hiện nay của Hoa Kỳ với Trung Quốc. Đó là vì chính phủ Clinton lợi dụng nó triệt để trong những năm cuối thập niên 1990 để hỗ trợ cho chính sách "đưa Trung Quốc vào cuộc chơi" và áp lực Quốc hội thông qua các dự luật để đưa Trung Quốc vào Tổ chức Mậu dịch Thế giới trong năm 2000.

Tất nhiên, lịch sử đã cho thấy đây là một 'người tình' chẳng có gì là khả ái của Tổng thống Clinton. Trong thập niên qua, Hoa Kỳ đã chỉ nhận được kết quả ngược lại lời hứa hẹn từ chính sách "đưa Trung Quốc vào cuộc chơi" của chính quyền ông ta.

Thật vậy, nền kinh tế Trung Quốc càng tạo ra nhiều của cải cho tầng lớp trung lưu đang gia tăng thì lại càng nhiều người dân Trung Quốc sẵn sàng chấp nhận ý tưởng rằng chủ nghĩa toàn trị vừa là cần thiết vừa là điều nên có để giữ cho [sự tăng trưởng] kỳ diệu này được tiếp tục. Giáo sư Hạ Minh (Ming Xia) đã mô tả nhận định hoàn toàn sai lầm của nhóm khuynh hướng Tự do Hoa Kỳ đã về trường phái Tân Bảo thủ Á châu như sau:

> *Ở Tây phương, những nhà dân chủ tự do thường mong đợi rằng nền kinh tế thị trường mới nổi sẽ tạo ra một tầng lớp trung lưu đủ lớn, tầng lớp này sẽ trở thành xương sống của xã hội dân sự và là động lực thúc đẩy quá trình dân chủ. Nhưng nhiều chuyên gia về Á châu đã thấy rằng điều này không đúng ở Đông Á: dưới chủ nghĩa tư bản do chính phủ điều khiển ở Đông Á, tầng lớp trung lưu thường lệ thuộc vào chính phủ để có công ăn việc làm (chuyên viên và viên chức chính quyền) và nguồn tài lực (giới doanh nghiệp) và vì vậy không chủ động trong việc chống lại chính quyền. Đây cũng là tình trạng ở Trung Quốc. Không có gì là ngạc nhiên khi thấy tầng lớp trung lưu đã đứng về phe chủ nghĩa tân bảo thủ ở Trung Quốc từ những năm 1990.*

Một cách giản dị hơn, có quá nhiều người Trung Quốc dường như sẵn sàng từ bỏ các quyền tự do ngôn luận và quyền con người để đổi lấy quyền và tiền cần thiết để mua xe BMW và bánh *Big Mac*[86]. Đó là lý do tại sao giáo sư Đại

---

86 Big Mac: Một món hamburger - bánh mì tròn kẹp thịt và rau ở giữa - của hãng MacDonald.

học Harvard Samuel Huntington cảnh báo những người theo khuynh hướng Tự do giữa thập niên 1990 không nên tin hoàn toàn vào khái niệm đưa Trung Quốc vào cuộc chơi. Cảnh báo của Huntington được mô phỏng trong tờ *Taiwan Review*:

> *Tinh túy của nền văn minh Tây phương là Magna Carta*[87], *chứ không phải Magna Mac (tức Big Mac). Thực vậy, người Trung Quốc có thể ăn bánh Big Mac hay thậm chí lái xe hơi, nhưng vẫn không quan tâm đến việc đưa dân chủ vào trong nền chính trị của họ, đặc biệt khi họ phát triển mạnh dưới sự lèo lái của chính quyền chủ nghĩa tư bản toàn trị.*

Khi suy nghĩ về vấn đề này, chúng tôi muốn làm sáng tỏ một điểm: Không có cái gọi là "đặc tính cố hữu của người Trung hoa" đối với chủ nghĩa toàn trị và không có gì khiến cho người Trung hoa không thể hưởng sự thịnh vượng trong một xã hội tự do. Thực vậy, Đài Loan, Hồng Kông, Singapore và Hoa kiều khắp thế giới đã chứng minh điều này nhiều lần.

Thật ra, sự thành công của người Trung Quốc trong các chế độ khác dân chủ hơn là kết quả của lòng tự hào, đạo lý làm việc cần cù, và tinh thần coi trọng học vấn. Tuy vậy, thật buồn là bộ máy tuyên truyền của Đảng Cộng sản đã thuyết phục một cách dối trá một bộ phận quan trọng người Trung Quốc và nhiều người trên thế giới rằng "sự lãnh đạo sáng suốt" của Đảng Cộng sản đã tạo ra sự giàu có cho Trung Quốc.

Vì vậy lần tới khi bạn nghe những người theo khuynh hướng Tự do khăng khăng đòi chúng ta phải đưa Rồng Trung Quốc vào cuộc chơi và thuần hóa nó, hãy nhắc nhở

---

[87] Magna Carta: Hiến pháp nước Anh năm 1215, đặt nền móng cho chế độ pháp quyền ngay trong chế độ quân chủ khi lần đầu tiên khẳng định Vua cũng phải tuân theo luật pháp. Magna tiếng Latin nghĩa là lớn, là big. Magna Mac nghĩa là Big Mac.

họ rằng khái niệm vào cuộc chơi chỉ đúng nếu Trung Quốc sẵn sàng chơi theo luật Tây phương – không phải tạo ra một luật của riêng mình.

Những người theo khuynh hướng Bảo thủ "Mặc kệ những đợt tấn công của nhóm Ủng hộ Thương mại, cứ hướng đến tự do mậu dịch bằng mọi giá"

Như thể nền kinh tế thế giới chưa đủ yếu ớt, các chính trị gia ở Hoa Kỳ và Trung Quốc dường như dự tính tiến hành một cuộc chiến tranh tiền tệ kiểu cũ. Trong vấn đề này Hoa Kỳ sai nhiều hơn Trung Quốc, và điều quan trọng là tìm hiểu lý do tại sao, để hai quốc gia này đừng đưa thế giới quay về thời kỳ đen tối của chủ nghĩa bảo hộ theo kiểu lợi mình hại người.

The Wall Street Journal

Sợ có người nghĩ chúng tôi đang phê phán nhóm khuynh Tả một cách quá khích. Nhưng quý vị có biết không? Ít ra có một bộ phận trong nhóm khuynh Hữu ở Hoa Kỳ cũng bị phê phán như vậy.

Đặc trưng của phái bảo thủ "Mặc kệ những đợt tấn công của nhóm Ủng hộ Thương mại, cứ hướng đến tự do mậu dịch bằng mọi giá" là một niềm tin mù quáng vào nguyên lý của tự do mậu dịch bất kể các chính sách ủng hộ thương mại và bảo hộ mà đối tác thương mại của Hoa Kỳ áp dụng. Tuy nhiên, như chúng ta đã được biết một cách đau đớn trong Chương 4 "Cái chết của nền sản xuất Hoa Kỳ", mậu dịch tự do chỉ mang lại lợi ích cho cả hai nếu cả hai chơi theo luật. Nếu không, và trường hợp điển hình là quan hệ thương mại bất cân xứng Hoa Kỳ - Trung Quốc, quốc gia này sẽ được lợi do sự mất lợi tức, việc làm, nền tảng sản xuất và sự thịnh vượng của quốc gia kia.

Có lẽ điều đáng bận tâm nhất về những người theo khuynh hướng Bảo thủ "Hướng đến tự do mậu dịch bằng mọi giá" là gần như không thể trình bầy hơn thiệt với họ.

Những người không tưởng luôn tự cho mình đúng này hình như bỏ qua mọi vi phạm luật lệ tự do mậu dịch của Trung Quốc trong khi nhất định cho rằng Hoa Kỳ cần tiếp tục tuân thủ những luật lệ này. Thật vậy, trong cách suy nghĩ nặng về ý thức hệ này không hề có sự minh mẫn để phân biệt, ví dụ, giữa các loại thuế bảo hộ và các hạn ngạch xấu nhằm đóng cửa không cho người nước ngoài vào thị trường, với các biện pháp tự vệ chính đáng như các sắc thuế để chống trả những trợ cấp trái luật của chính phủ Trung Quốc.

Vậy thì ai là người mà chúng ta muốn nói đến đây? Điểm khởi đầu có ích là những trang xã luận của tờ *The Wall Street Journal*. Bởi vì như đoạn trích dẫn mở đầu của mục này cho thấy, bất cứ khi nào chủ đề cải cách thương mại xuất hiện, tờ *The Wall Street Journal* và cả bầy xã luận và bình luận của báo đều hăng hái công kích với các luận điệu tuyên truyền ăn khách thường lệ. Cách thức này luôn bắt đầu với việc quy kết bất cứ hành động phòng vệ nào chống lại Trung Quốc là "chủ nghĩa bảo hộ". Sau khi kích động bằng cách gán cho cái nhãn hiệu "bảo hộ", tờ *The Wall Street Journal* lại đưa ra một cảnh báo sẽ xảy ra cuộc chiến thương mại kinh khủng nếu Hoa Kỳ cố gắng bảo vệ chống lại thủ đoạn của Trung Quốc cạnh tranh để loại bỏ đối thủ.

Tất nhiên, nếu có thể có cải cách thật sự thì tờ *The Wall Street Journal* sẽ hết sức cố gắng hù dọa chúng ta bằng việc nhắc đến vai trò của sắc thuế *Smoot-Hawley*[88] trong việc gây ra cuộc Đại Khủng hoảng. Lập luận này thật khó ngửi nhưng phải công nhận nó lại là luận điệu tuyên truyền

---

[88] Hawley-Smoot Tariff Act, 1930, đặt mức thuế nhập cảng cao nhất trong lịch sử Mỹ và khiến cho các quốc gia khác cũng trả đũa bằng cách nâng cao mức thuế. Kết quả là ngoại thương của Mỹ đột ngột giảm sút, khiến cho khủng hoảng kinh tế thêm trầm trọng.

hiệu nghiệm rất tốt cho cái ẩn ý "Tự do mậu dịch bằng mọi giá" trong những năm qua của tờ báo này.

Nói như vậy không có nghĩa tờ *The Wall Street Journal* là thành viên đơn độc trong thành phần ưu tú của giới báo chí tài chính trong việc đả kích những người muốn cải cách quan hệ với Trung Quốc. Thật đáng tiếc, hai thành viên có tầm vóc quốc tế khác – nhật báo *Financial Times* và tạp chí *Economist* – cũng có tư tưởng thiên về phía bỏ qua các hành vi thương mại bất chính của Trung Quốc vì sợ rằng công kích những hành vi như vậy sẽ làm phương hại tới hệ thống mậu dịch tự do toàn cầu.

Chúng ta cũng sẽ bị thiếu sót nếu chúng ta không kể thêm vào tập đoàn trường phái Biện hộ này nhiều người bảo thủ trong giới kinh điển và các tổ chức tư vấn về chính sách. Ví dụ, Dan Griswold ở Viện Cato, và Ed Feulner của Hội Di sản cứ lải nhải với giai điệu tự do mậu dịch này. Và Greg Mankiw thuộc Đại học Harvard và Ronald McKinnon thuộc Đại học Standford cũng được liệt kê vào những người nêu cao lá cờ tự do mậu dịch ngay khi thấy dấu hiệu đầu tiên của những đạo luật Quốc hội về các vấn đề như cải cách tiền tệ. Tuy nhiên, những gì mà tất cả những nhà không tưởng lão hóa này dường như không nhận ra là:

> *Trung Quốc đang gây phương hại rất nhiều đến tự do mậu dịch trong triển vọng toàn cầu dài hạn hơn bất cứ một biện pháp tự vệ nào chống lại chủ nghĩa con buôn và bảo hộ Trung Quốc có thể gây ra.*

Những người uốn nắn dư luận có lợi cho các ngân hàng Wall Street

> *Tổng những nguồn lực của Goldman Sachs, GSGH và công ty Chứng khoán Cao Hoa là nhóm lớn nhất trong số các ngân hàng đầu tư quốc tế tại Trung Quốc.*
>
> *Trang mạng của Goldman Sachs*

280

Chúng ta không đặt dấu hỏi gì về cả tính chính trực lẫn động cơ của những người theo khuynh hướng Tự do "Dân chủ hóa và thuần hóa con Rồng Trung Quốc" hay những người theo khuynh hướng Bảo thủ "Hướng đến tự do mậu dịch bằng mọi giá" vì nhiệt tình giữ lập trường của họ dựa trên ý thức hệ. Tuy nhiên sự đánh giá khoan nhượng này không thể áp dụng cho thành phần thứ ba trong Liên minh Ủng hộ Trung Quốc.

Thành phần này gồm những người gốc ngoại quốc uốn nắn dư luận có lợi cho các ngân hàng Wall Street đại diện cho tất cả các ngân hàng lớn và các công ty dịch vụ tài chính đã trương bảng hiệu lớn tại Trung Quốc và hiện đang đua nhau hốt bạc – thường là thiệt hại cho Hoa Kỳ. Dĩ nhiên, chiến lược chính của nhóm này là sử dụng các lập luận được công chúng yêu thích để làm tăng lợi ích tài chính của bản thân họ.

Không thể chối cãi được, những người vi phạm tồi tệ nhất trong nhóm này là các tài phiệt khổng lồ như Goldman Sachs và Morgan Stanley. Họ đã thiết lập một số chi nhánh thuộc loại lớn nhất của Hoa Kỳ tại Trung Quốc, thường có mối quan hệ khăng khít với các quan chức Trung Quốc, và muốn giữ cho không gì có thể làm chao đảo con thuyền vàng của họ.

Theo chiều hướng này, họ đã thuê hai trong số những kẻ biện hộ nổi tiếng nhất trong cuộc tranh luận về Trung Quốc – Jim O'Neil, chủ tịch nhóm Quản trị Tích sản của Goldman Sachs, và Stephen Roach, cựu chủ tịch của Morgan Stanley Á châu. Cũng như các người bình luận của tờ *The Wall Street Journal*, hai người này nhanh chóng chụp mũ bất cứ ai có tư tưởng cải cách với Trung Quốc là "Kẻ bảo hộ" hay là "Kẻ đả kích Trung Quốc" – và cả hai đều được báo chí chính phủ Trung Quốc đề cao như những ngôi sao nhạc rock. Nhưng những điều khiến hai kẻ biện hộ nặng ký này nổi bật giữa đám đông là họ sử dụng tài tình các lập luận kinh tế và bóp méo những con số thống kê.

Hãy xem Jim O'Neil như một ví dụ. Trong thời gian trước khi có một quyết định cực kỳ quan trọng của Bộ Tài chính Hoa Kỳ về vấn đề Trung Quốc thao túng tiền tệ, tờ *Financial Times* đã dành cho O'Neil một cột báo để đưa ra một luận điệu không thể tin được là "đồng nhân-dân-tệ rất gần với giá trị thực của nó". Đúng vậy, Jim, [nói như ông] thì Mao Trạch Đông là một nhà tư bản.

Và đây là đoạn trích dẫn gây hoang mang từ tờ *China Daily* của chính quyền Bắc Kinh. Bằng nét mực dính máu, tờ báo này đã nhanh chóng tiếp lời cho Stephen Roach như sau:

> *Chủ tịch Morgan Stanley Á châu Stephen Roach nói vào hôm thứ Sáu rằng sẽ thật mỉa mai cho Hoa Kỳ khi quy kết tiền tệ của Trung Quốc gây nên tỷ lệ thất nghiệp cao và thâm thủng mậu dịch, và những trừng phạt thương mại chống Trung Quốc sẽ đưa đến một kết quả tai hại cho Hoa Kỳ... Thâm thủng mậu dịch song phương Hoa Kỳ - Trung Quốc hầu như không phải do đồng nhân-dân-tệ gây ra. Nó phản ảnh một sự thật rằng Hoa Kỳ không tiết kiệm và những quốc gia không tiết kiệm phải nhập cảng tiết kiệm thặng dư từ nước ngoài.*

Giỏi thật! Chỉ trong một đoạn văn, Roach đã hoàn toàn đổ lỗi cho Hoa Kỳ về vấn đề thâm thủng mậu dịch lớn với Trung Quốc, dùng luận điệu gây hoang mang sợ hãi để làm tăng nỗi ám ảnh của "kết quả tai hại" mơ hồ, và nhất là khẳng định một cách rất khó tin rằng đồng nhân-dân-tệ định giá thấp của Trung Quốc không thực sự là một yếu tố.

Roach cũng chẳng tế nhị gì hơn. Phản ứng lại một lời phê bình gay gắt của một người đoạt giải Nobel về vấn đề đồng nhân-dân-tệ bị định giá thấp, Roach hùng hổ nói: "Tôi nghĩ cần cho Paul Krugman một trận gậy bóng chày".

Tất nhiên, khi đọc những điều như thế này, chúng ta luôn tự hỏi tại sao Trung Quốc không sẵn lòng định giá đồng tiền của nó một cách hợp lý nếu, như Roach xác nhận, nó không thật sự là một lực đẩy lớn cho nền kinh tế của Trung Quốc. Về lời cáo buộc "Hoa Kỳ không tiết kiệm", Roach phủ nhận vai trò quan trọng mà quá trình thao túng đồng nhân-dân-tệ gây nên trong việc ép lãi suất của Hoa Kỳ thấp một cách giả tạo và do đó giảm tỷ lệ tiết kiệm của Hoa Kỳ.

Có lẽ điều làm cho người ta khó chịu nhất về những người như O'Neil và Roach là họ sẵn sàng nhào nặn số liệu thống kê theo chiều hướng họ muốn nói gì cũng được. Hãy xem lời xác nhận mà Roach đưa ra trong một cuộc phỏng vấn trên *Barron's*:

> *Năm ngoái, Hoa Kỳ bị thâm thủng mậu dịch với 90 quốc gia. Trung Quốc là lớn nhất, nhưng có 89 quốc gia khác cộng lại nhiều hơn số thâm thủng mậu dịch của chúng ta với Trung Quốc.*

Ồ, thật vậy sao ông Roach. Trên thực tế, một mình Trung Quốc góp vào 45% của tổng số thâm thủng mậu dịch về hàng hóa của Hoa Kỳ, 89 quốc gia khác của Roach chia nhau 55% còn lại, tức là mỗi quốc gia góp vào trung bình ít hơn 1% tổng số thâm thủng mậu dịch.

Cụ thể hơn nữa, Trung Quốc góp đến 75% trong tổng số thâm thủng mậu dịch hàng hóa khi không kể đến nhập cảng xăng dầu. Tuy nhiên với vai trò "cãi thuê đánh mướn" "Lee Atwater" cho "Kinh tế con Rồng", Roach còn thành công với việc cáo buộc - hoàn toàn không có cơ sở - các quốc gia khác chịu trách nhiệm "nhiều hơn" cho vấn đề thâm thủng mậu dịch của Hoa Kỳ.

Dĩ nhiên, nhìn rộng hơn là khi bạn thấy những người bênh vực Wall Street như O'Neil và Roach lập luận chống lại những cải cách có ý nghĩa với Trung Quốc, hãy nhớ rằng họ làm việc cho ai và nồi cơm của họ đến từ đâu.

Những kẻ nhân nhượng trong giới lãnh đạo của Washington

Tôi tin rằng đó là hòa bình trong thời đại chúng ta.

Neville Chamberlain

Tôi tuyệt đối tin rằng sự trỗi dậy hòa bình của Trung Quốc là tốt cho thế giới, và cũng tốt cho Hoa Kỳ.

Barack Obama

Trong thập niên qua, Trung Quốc áp đặt được lối chơi vào nền kinh tế Hoa Kỳ mà có vẻ như không phụ thuộc đến việc ai đang ngồi ở Tòa Bạch Ốc, đang điều hành Bộ Tài chính, hay đảng nào chiếm đa số trên đồi Capitol. Bất chấp đảng chính trị nào nắm chính quyền, sự đồng thuận trong giới lãnh đạo ở Washington luôn luôn là nhân nhượng thay vì đối đầu với con Rồng Trung Quốc.

Đối với Tổng thống George Bush, vấn đề chủ yếu thuộc về ý thức hệ – là một nhà theo môn phái mậu dịch tự do, ông ta đã lường được thiệt hại gây ra cho nền tảng sản xuất Hoa Kỳ bởi một Trung Quốc mang tư tưởng con buôn và bảo hộ. Thêm vào đó Bush lại bị bận tâm với cuộc chiến ở Iraq, cuộc chiến chống khủng bố, và sự ám ảnh của ông ta với bọn ma quỷ. Kết quả là chúng ta đã bị ảnh hưởng bởi tám năm của chính sách "không thấy tai họa Trung Quốc" từ người quyền lực nhất hành tinh.

Nhân đây chúng tôi phải thú nhận. Cả hai chúng tôi kỳ vọng rằng một khi chúng ta có một sự thay đổi chính thể ở Washington trong cuộc bầu cử 2008, Hoa Kỳ sẽ nhanh chóng chuyển sang đường lối có những cải cách có ý nghĩa với Trung Quốc. Tuy nhiên, với Tổng thống Barack Obama, cuối cùng quá rõ ràng rằng chúng ta đã đánh đổi một kẻ nhân nhượng trong giới lãnh đạo của Washington bằng một kẻ nhân nhượng khác.

Điều bận tâm nhất trong sự kiện này là Tổng thống Obama dường như hoàn toàn không đủ khả năng nhận ra những điểm đang ngày càng rõ ràng cho thấy mối liên hệ giữa sự khốn khó của nền kinh tế Hoa Kỳ với Vũ khí Hủy diệt Việc làm của Trung Quốc. Có lẽ bởi vì ông tin rằng ông cần tiếp tục vay tiền của Trung Quốc để tài trợ cho gói kích thích tài chính công và thâm hụt ngân sách khổng lồ. Có lẽ vì ông ta đã chọn các cố vấn và phụ tá thân cận gồm các thành viên nội các và cố vấn thân Trung Quốc như Jason Furman của Tòa Bạch Ốc, Bộ trưởng Thương mại Gary Locke, Giám đốc Cao cấp Hội đồng An ninh Quốc gia Jeffrey Bader, Lael Brainard của Bộ Tài chính, và các viên chức cao cấp tại Bộ Ngoại giao như James Steinbarg và Kurt Campbell.

Đáng ngại nhất, có lẽ là Tổng thống Obama thật sự không hiểu những rắc rối của kinh tế vĩ mô toàn cầu và, như Thủ tướng Anh Neville Chamberlain trước đây, ông "tuyệt đối tin" rằng "sự trỗi dậy" của Trung Quốc sẽ "hòa bình" và "tốt cho Hoa Kỳ". Dù sao đi nữa, về vấn đề Trung Quốc, hai ông chủ gần đây của Tòa Bạch Ốc đã không phục vụ tốt chúng ta, những người sống ở Hoa Kỳ.

Và với hai ngài tổng thống như vậy, không có gì ngạc nhiên khi chúng ta có những câu chuyện tương tự chuyện của hai Bộ trưởng Tài chính, Henry Paulson của Bush và Timothy Geithner của Obama. Dù đã có rất nhiều cơ hội - và những bằng chứng đầy rẫy! – cả hai đã từ chối nhiều lần làm một việc quan trọng nhất và trực tiếp nhất mà đất nước này có thể thực hiện trên con đường hướng đến cải cách thương mại có ý nghĩa với Trung Quốc, đó là quy cho Trung Quốc là quốc gia thao túng tiền tệ.

Dĩ nhiên, không ai thật sự mong đợi Hank Paulson dẹp nạn bom tiền tệ của Trung Quốc. Bởi vì, trước khi trở thành Bộ trưởng Tài chính, Paulson là một trong những người chủ chốt của "Những giới uốn nắn dư luận có lợi cho các ngân hàng Wall Street". Thực vậy, trong cương vị là Chủ tịch và Tổng Giám đốc Điều hành của Goldman Sachs, Paulson đã hơn 70 lần đi đến Trung Quốc. Mối liên lạc với Trung Quốc của Paulson đã giúp cho hãng của ông ta kiếm hàng trăm triệu đô-la; do đó không thể nào một tay trong như vậy của Wall Street lại cắn bàn tay Bắc Kinh vốn cho các đồng chí của Goldman Sachs những món béo bở.

Còn việc Timothy Geithner thay đổi một cách nhanh chóng thành một nhà ủng hộ Trung Quốc như thế nào còn hơn là một điều bí ẩn. Quả thực là nhanh một cách 'biến hiện khôn lường'. Trong một giây phút chớp nhoáng, Geithner đi từ một nhà ủng hộ cải cách [đối với] Trung Quốc, hứa hẹn sẽ quy kết Trung Quốc là một nước thao túng tiền tệ trong suốt cuộc điều trần của ông ta, đến một người nhân nhượng Trung Quốc ngay khi ông ta ngồi vào văn phòng Bộ Tài chính.

Những bậc thầy toàn cầu hóa "Thế giới phẳng"

Cho đến giờ, mối quan hệ kinh tế với Trung Quốc của Hoa Kỳ đã thành công và có lợi – và có lợi cho cả hai phía...

Ca làm việc trong nhà máy [ở Trung Quốc] thường là 12 giờ, và thường với hai lần nghỉ để ăn (có trợ cấp hay miễn phí), sáu hay bảy ngày một tuần. Mỗi khi công việc ít đi một chút - nếu dây chuyền bị dừng lại vì lý do nào đó, nếu một công nhân có dư được chút thời gian sau giờ ăn – nhiều người gục đầu vào cái bàn trước mặt họ và có vẻ ngủ ngay lập tức.

James Fallows

Làm thế nào mà một trí thức Hoa Kỳ như James Fallows lại có thể hòa hợp được [sự mâu thuẫn giữa] phát

286

biểu đầu tiên của ông ta với quan sát thứ hai của ông ta? Điều này cũng là một câu hỏi hay; nhưng nếu những bậc thầy toàn cầu hóa của Hoa Kỳ giỏi một thứ gì đó, thì đó là khả năng quét những mâu thuẫn xuống dưới tấm thảm của những câu chuyện thần tiên [cho rằng] việc các công xưởng Trung Quốc bóc lột mồ hôi nước mắt của người công nhân lại mang lợi ích đến cho Hoa Kỳ và những công nhân Hoa Kỳ.

Những bậc thầy toàn cầu hóa là ai, họ là những ông (đôi khi là bà) vốn viết những bài ca tụng khéo léo đăng lên những trang tạp chí và báo uy tín như *Atlantic Monthly*, *The New York Times*, và *Time*. Ngoài Fallows, họ còn có những cái tên như Tom Friedman, Nicholas Kristof, và vâng, Fareed Zakaria đã đề cập trước đây.

Điểm chung của những người đưa ra những luận điệu mê hoặc về "Thế giới phẳng" tuyệt vọng là họ tin tưởng một cách thiếu cơ sở rằng các công nhân Hoa kỳ và các công ty tuyển dụng họ không còn khả năng cạnh tranh về mặt giá thành với các quốc gia đang phát triển như Trung Quốc.

Cái hội đồng của các vị tuyệt vọng này vừa kỳ dị vừa phản thực tế bởi vì trong lịch sử, Hoa Kỳ luôn có khả năng cạnh tranh với các nước lương thấp bằng ưu thế năng suất vượt trội của nó. Với ưu thế đó, thì không phải là điều quan trọng nếu những người công nhân ở Thâm Quyến hay Sài Gòn được trả lương 50 xu một giờ trong khi đó những người công nhân Hoa Kỳ được trả lương gấp 30 lần nếu những người công nhân Hoa Kỳ được trang bị kỹ thuật mới hơn và thiết bị sản xuất vượt trội có năng suất gấp 30 lần.

Dĩ nhiên, vấn đề hiện nay của Hoa Kỳ với Trung Quốc là Hoa Kỳ không chỉ cạnh tranh về lương thấp. Như chúng ta đã đề cập nhiều ở Chương 4, các công ty Hoa Kỳ và công nhân của họ phải vượt qua những trợ cấp xuất cảng phi pháp, thao túng tiền tệ, và hàng loạt Vũ khí Hủy diệt Việc làm khác của Trung Quốc. Tuy nhiên, đừng có một người Mỹ nào tỏ ý nghi ngờ một sự thật kinh tế lâu đời này:

> Cùng trên sân chơi bằng phẳng như nhau với Trung Quốc hay bất cứ quốc gia nào khác, các công ty Hoa Kỳ và công nhân của họ có thể cạnh tranh với bất cứ ai trên thế giới.

Chính vì sự thật kinh tế lâu đời này mà tại thời điểm chuyển tiếp này trong lịch sử chúng ta cần có những cải cách mậu dịch và tiền tệ thật sự đối với một Trung Quốc chơi xấu. Mặc dù vậy, các bậc thầy toàn cầu hóa từ chối ghi nhận sự thật này và thay vào đó cứ khăng khăng cho rằng những người công nhân Hoa Kỳ không cần xin làm những công việc sản xuất bởi vì những công việc này "tất yếu" chạy đến các nước như Trung Quốc.

Lời phàn nàn của chúng ta với những bậc thầy toàn cầu hóa không phải chỉ vì họ đã hoàn toàn sai lầm mà là vì họ sử dụng những đặc quyền và thế lực của họ tại những địa vị thống trị trong giới truyền thông để đưa ra những luận điệu sai lầm và có khi dối trá trắng trợn với công chúng Hoa Kỳ nhằm cổ động cho ẩn ý toàn cầu hóa của họ. Ví dụ hãy xem cái ông Fareed Zakaria lớn tiếng chống lại cải cách tiền tệ với Trung Quốc từ vị trí đặc quyền của ông ta trên tạp chí *Time*:

> *Vào ngày 29/9, Hạ viện đã thông qua một đạo luật [sẽ] trừng phạt Trung Quốc vì tội duy trì tiền tệ của họ dưới giá trị thật bằng việc đánh các sắc thuế vào hàng hóa Trung Quốc. Mọi người dường như đồng ý rằng đã đến lúc phải làm như vậy. Nhưng không phải thế. Đạo luật này hoàn toàn vô nghĩa và là một sự mỵ dân nguy hiểm nhất. Nó sẽ không giải quyết vấn đề mà nó muốn giải quyết. Đáng lo ngại hơn, nó là một phần của tâm lý chống Trung Quốc đang tăng lên ở Hoa Kỳ và bỏ qua*

sự thách thức thật sự của giai đoạn phát triển sắp tới của Trung Quốc.

Quả thật, bộ máy tuyên truyền của Bắc Kinh cũng không thể tung ra một mánh lới tránh né tài tình hơn. Lập luận rằng đạo luật cải cách tiền tệ sẽ "trừng phạt Trung Quốc", trước hết Zakaria đã mô tả Trung Quốc như là một nạn nhân đáng thương bị "đánh" bởi các sắc thuế hơn là một con buôn săn mồi mà Hoa Kỳ phải tự vệ chống lại. Xin Fareed hãy trở về với thực tế: định giá đồng tiền của bạn thấp hơn 40% chỉ nhằm bòn rút các đối tác mậu dịch của bạn mới là vi phạm các luật lệ mậu dịch tự do.

Sau đó Zakaria còn quả quyết rằng đánh thuế trả đũa để bù lại việc Trung Quốc định giá thấp đồng tiền "sẽ không giải quyết được vấn đề mà nó đang tìm cách giải quyết". Ồ thật không? Nếu vấn đề là đưa đồng tiền của Trung Quốc trở về giá trị thật, dĩ nhiên các biện pháp phản ứng sẽ công hiệu, và những sắc thuế như vậy sẽ tạo ra thu nhập đang vô cùng cần thiết cho chính phủ Hoa Kỳ cho đến khi Trung Quốc phải hoặc bỏ cuộc hoặc chơi một cách công bằng.

Cũng lưu ý rằng người "mèo chê mèo dài đuôi" như Zakaria đã khéo léo quy kết cho bất kỳ ai hỗ trợ cải cách mậu dịch như là một người theo đuổi chủ nghĩa "mỵ dân nguy hiểm". Thế còn luận điệu la lối của Zakaria thân Trung Quốc là gì nếu không đi đôi với luận điệu [gán cho người khác] là "đả kích Trung Quốc" và "tâm lý chống Trung Quốc ngày càng gia tăng".

Đây thật sự là một kiểu tuyên truyền bậc thầy mà nhờ vậy Time Warner đã thưởng cho Zakiria khá hậu hĩnh. Nhưng vấn đề lớn hơn với các "nhà bình luận thông thái" như Zakaria là họ đơn giản không hề tiến hành một cuộc nghiên cứu thật sự nào để bênh vực cho những lời khẳng định thân Trung Quốc của họ.

Ví dụ hãy xem Zakaria mô tả, trong cùng bài báo tạp chí *Time* ở trên, những đặc điểm của các yếu tố khiến cho

Trung Quốc có lợi thế về chi phí so với các nhà sản xuất Hoa Kỳ. Với Zakaria, vấn đề không chỉ là lương thấp. Nó còn là các yếu tố khác như "chính sách thân thiện cởi mở với giới kinh doanh, các công đoàn dễ bảo, và một lực lượng lao động chăm chỉ".

Dĩ nhiên, phân tích của Zakaria đầy rẫy những sai lầm nho nhỏ. Trong đặc điểm "thân thiện cởi mở với giới kinh doanh", Zakaria chắc phải tin rằng nạn tham nhũng lan tràn ở Trung Quốc bằng cách nào đó giúp cải thiện môi trường kinh doanh. Zakaria nói là "các công đoàn dễ bảo",thì cũng chẳng khác gì tô son trát phấn cho heo; các công đoàn lao động Trung Quốc chỉ có trên danh nghĩa và xin Thượng Đế (có một đội bác sĩ đi kèm) phù hộ cho người nào muốn đứng ra thành lập một công đoàn biết tranh đấu thật sự tại Trung Quốc. Còn "lực lượng lao động chăm chỉ" của Trung Quốc, nếu ông muốn nói là người Mỹ [lười biếng] không chịu làm việc 12 giờ một ngày, 6 ngày một tuần với giờ nghỉ đi vệ sinh theo quy định trong môi trường làm việc tệ hại của xưởng máy, thì thưa ông Fareed, chúng tôi xin nhận là ông nói đúng.

Nhưng những điều này chỉ là những điều bắt bẻ nhỏ nhặt về phân tích của Zakaria về lợi thế chi phí sản xuất của Trung Quốc. Vấn đề lớn thật sự trong lập luận của ông ta là ông không hề đề cập đến những nguồn gốc thật của lợi thế cạnh tranh của Trung Quốc. Tất nhiên những thứ này chính là những Vũ khí Hủy diệt Việc làm như đã nói trước đây vốn vi phạm hầu hết mọi luật lệ trong tự do mậu dịch. Một lần nữa như đã nêu ra trong Chương 4, chúng bao gồm các trợ cấp xuất cảng đại quy mô trái luật của Trung Quốc, hành động thao túng tiền tệ ngang ngược, việc ăn cắp bản quyền và làm hàng giả tràn lan, chính sách phi pháp trong việc bắt buộc chuyển giao kỹ thuật, vân vân. Trong cái 'vân vân' đó, chúng ta đừng quên lợi thế chi phí của các nhà máy của Con Rồng có được từ việc sử dụng các con sông, con suối và bầu khí quyển thế giới như là những địa điểm xả rác thải khổng lồ.

Vậy thì tại sao Zakaria cố tình bỏ sót những nguồn gốc quan trọng nhất của lợi thế cạnh tranh của con Rồng Trung Quốc ngoài lao động giá rẻ của nó? Thực ra có thể có hai lý do.

Lý do thứ nhất là Zakaria hiểu sức mạnh của những Vũ khí Hủy diệt Việc làm này nhưng cố tình bỏ qua chúng. Như vậy là có vấn đề về sự ngay thẳng của ông.

Lý do thứ hai là Zakaria thật sự không hiểu khía cạnh kinh tế của quan hệ mậu dịch Hoa Kỳ - Trung Quốc. Nó đưa đến vấn đề là ông ấy có đáng tin cậy hay không – và rất có thể vào một ngày nào đó nhà bình luận thông thái rỗng tuếch này hạng siêu này sẽ tan theo mây khói nên biến đi.

Dĩ nhiên, tới đây bạn có thể nghĩ chúng tôi chỉ trích Fareed Zakaria với ác ý, nhưng chúng tôi làm vậy chỉ vì chúng tôi tin rằng ông ta không chỉ là một trong số những người ảnh hưởng nhất của cái gọi là những bậc thầy toàn cầu hóa mà còn là nhân vật vô trách nhiệm nhất của đám người đó. Để chứng minh cho điểm này, cũng cần đánh giá lập luận cuối cùng của những bậc thầy toàn cầu hóa mà Zakaria đã tiếp tay phổ biến. Lập luận của ông Zakaria [dân Bombay] này cũng ngớ ngẩn, hoàn toàn xa vời thực tế chẳng khác gì câu bà Marie Antoinette [dân Pháp] - khi nghe nói dân chúng không có bánh mì ăn - đã nói "Vậy thì cho chúng có ăn bánh ngọt". Lập luận đó như sau: ngay cả khi Trung Quốc sẵn sàng từ bỏ đường lối con buôn của họ, sự tăng giá thành của hàng nhập cảng Trung Quốc sẽ không làm giảm thâm hụt thương mại của Hoa Kỳ hay làm tăng số lượng việc làm sản xuất ở Hoa Kỳ. Theo Zakaria, một sân chơi bằng phẳng như thế sẽ chỉ đơn thuần, "giúp các nền kinh tế lương thấp như Việt Nam, Ấn Độ và

Bangladesh, vốn làm ra các sản phẩm như của Trung Quốc".

Dĩ nhiên, dựa trên những phân tích kinh tế của chúng tôi, chúng tôi tin rằng Zakaria đã hoàn toàn sai về điều này. Như chúng tôi đã nói, chúng tôi tin tưởng rằng các công ty và công nhân Hoa Kỳ có thể cạnh tranh với bất cứ ai trên thế giới trên một sân chơi công bằng, đặc biệt trong lãnh vực sản xuất dùng máy tự động và kỹ thuật tinh xảo thường vượt hẳn lao động chân tay.

Nhưng hãy cứ giả sử Zakaria thật sự đúng. Điều ông ta nói là Hoa Kỳ không nên trừng phạt chủ nghĩa con buôn của Trung Quốc bởi vì làm vậy thật sự không giúp đỡ chúng ta. Nó chỉ giúp một số nước thế giới thứ ba khác mà không ai (hay ít ra là Fareed) quan tâm đến – đó là những nơi trên thế giới đang chịu ảnh hưởng tồi tệ từ chính sách lợi mình hại người của Trung Quốc, như nước láng giềng tốt của chúng ta Mexico và quê hương Ấn Độ của Zakaria. Ồ, Fareed, sao lại nhẫn tâm như vậy. Ông đã quên đi nguồn gốc của ông và các khu nhà ổ chuột ở Bombay rồi chăng?

Những ban tham mưu tư vấn[89] ve văn gấu Trúc

Những ai định xây dựng một Vạn Lý Trường Thành của Hoa Kỳ để đẩy lui ảnh hưởng của Trung Quốc có thể làm nguy hại đến hòa bình và thịnh vượng dài hạn của thế giới trong khi chỉ cải thiện được một chút triển vọng thay đổi chính sách ở Trung Quốc.

Albert Keidel, *Atlantic Council*

Là thành viên cuối cùng của Liên minh Ủng hộ Trung Quốc, có rất nhiều 'think tank' ve văn gấu Trúc trong và ngoài Beltway thường nhảy vào các cuộc tranh luận về Trung Quốc. Chúng tôi không biết chắc tại sao những think tank này lại lúc nào cũng quá thân Trung Quốc như

---

[89] Think tank: Ban tham mưu tư vấn.

vậy và chúng tôi không có ý muốn nghi ngờ gì về lòng chính trực của họ hay những động cơ của họ. Tuy nhiên, chúng tôi muốn nhận dạng những "đối tượng tình nghi thông thường" trong nhóm này, để trong trường hợp bạn gặp những luận điệu của họ trên phương tiện truyền thông, bạn có thể không đếm xỉa một cách thích đáng đến những dữ liệu và ý kiến do họ đưa ra.

Đây là một "danh sách ngắn", không theo thứ tự nào hết, của các think tank và nhà phân tích mà chúng tôi thấy những bài viết về Trung Quốc của họ thiếu sáng suốt và sâu sắc.

- Albert Keidel của Hội đồng Atlantic;
- Peter Bottelier và Doug Paal của Carnegie Endowment;
- Kenneth Lieberthal, Bob Rubin và John Thornton của (và bất cứ ai liên quan đến) Viện Brookings;
- Charles Freeman của (và bất cứ ai liên quan đến) Trung tâm Nghiên cứu Chiến lược và Quốc tế;
- Gần như bất cứ ai liên quan đến Hội đồng Quan hệ Quốc tế (Elizabeth Economy là một ngoại lệ đáng kể);
- Ed Gresser của Viện Chính sách Cấp tiến.

Lại một lần nữa, chúng tôi không muốn nghi ngờ động cơ của những nhà phân tích này hay viện của họ. Chúng tôi chỉ muốn nói là "Người đọc, hãy cẩn thận!"

Tóm lược các luận điệu và chiến thuật của Liên minh Ủng hộ Trung Quốc

Để kết thúc chương này, cần tóm lược các điểm chính của "Liên minh Ủng hộ Trung Quốc". Bất cứ khi nào bạn thấy một hoặc nhiều trong số những lập luận này trên các bài bình luận, xã luận, diễn thuyết, tranh luận truyền hình, hay báo cáo của các think tank, bạn có thể tin chắc rằng

293

những kẻ đó mưu toan chống lại những cải cách có ý nghĩa với Trung Quốc. Và đây là một vài luận điệu lừa bịp thường dùng của các kẻ ủng hộ Trung Quốc:

- Kiểu điều kiện tất yếu – buộc tội bất cứ ai chỉ trích Trung Quốc là một "Kẻ đả kích Trung Quốc".

- Kiểu Joe McCarthy – quy kết bất cứ ai ủng hộ cải cách mậu dịch là một "kẻ bảo hộ".

- Kiểu hù dọa chúng ta – cảnh báo bất cứ nỗ lực nào nhằm bảo vệ Hoa Kỳ từ chủ nghĩa con buôn và bảo hộ Trung Quốc sẽ dẫn đến một "cuộc chiến mậu dịch".

- Kiểu biến nó thành một tiểu thuyết kinh dị Stephen King – nhắc đến vai trò của các sắc thuế Smoot-Hawley trong cuộc Đại Khủng hoảng để tạo ra ấn tượng rằng một cuộc chiến mậu dịch với Trung Quốc sẽ tàn phá nền kinh tế toàn cầu.

- Kiểu "tâm lý sợ phản tác dụng" – cảnh báo rằng nếu bạn cố gắng gây áp lực bắt Bắc Kinh cam kết cải cách thì chỉ gây ra phản tác dụng.

- Kiểu lần khân trì hoãn – nhấn mạnh rằng "bây giờ" không phải là thời điểm để thực hiện các cải cách – và cứ lặp lại lập luận này từ năm này sang năm khác.

- Kiểu "lợi cho người nghèo" của Walmart – cho rằng bất cứ sự tổn hại nào đến các cơ sở sản xuất Hoa Kỳ sẽ được bù đắp nhiều hơn bằng lợi ích có được cho người tiêu dùng nhờ giá thấp của hàng hóa rẻ tiền của Trung Quốc.

- Kiểu sử dụng trò chơi 'shell game' (nhanh tay đánh tráo cái này sang cái khác) Stephen Roach – cho rằng vấn đề thâm thủng mậu dịch của chúng ta là một vấn đề "đa phương" với cả thế giới chứ không phải chỉ là vấn đề song phương với Trung Quốc.

- Kiểu tự trách mình – quy lỗi cho mức độ tiết kiệm thấp của Hoa Kỳ trong vấn đề bất cân xứng thương mại Hoa Kỳ - Trung Quốc chứ không phải là do các mưu đồ con buôn của Trung Quốc.

- Kiểu lừa bịp những người khờ khạo cả tin? – nói rằng đồng tiền của Trung Quốc thật sự không bị định giá thấp đến mức đó – hay không bị định giá thấp chút nào.

- Kiểu sử dụng chống chế Marie Antoinette – Fareed Zakaria – cho rằng cải cách mậu dịch với Trung Quốc sẽ không giúp Hoa Kỳ mà chỉ chuyển việc giao thương đến các quốc gia chi phí thấp khác như Bangladesh và Việt Nam.

Thế đấy, nếu bạn bị lừa một lần vì những luận điệu xuyên tạc này thì thật là điều hổ thẹn cho các nhà ủng hộ Trung Quốc. Nhưng nếu chúng ta để cho họ lừa dối nhiều lần thì chính chúng ta mới là người đáng hổ thẹn.

Chương 16

Sống với Trung Quốc: Làm thế nào để Tồn tại và Thịnh vượng trong thế kỷ của Rồng

Một chiếc thuyền dong buồm về hướng Đông,
Còn chiếc khác lại xoay về phương Tây,
Mà cơn gió thổi cùng một hướng,
Bởi chính vì cách dong buồm,
Chứ không phải là hướng gió,
Đã định hướng đường ta đi.

Ella Wheeler Wilcox, *"Những cơn gió định mệnh"*

Lúc bắt đầu của cuốn sách này, chúng tôi đã hứa sẽ cung cấp cho bạn tài liệu hướng dẫn để sống còn và kế hoạch hành động cụ thể. Trong chương này, lời hứa này sẽ được thực hiện bằng cách đưa ra một số các lựa chọn cá nhân, các quyết định của lãnh đạo và chính sách hành động của chính phủ để bảo vệ bạn và gia đình của bạn chống lại các sản phẩm không an toàn của Trung Quốc; và đồng thời cũng đem lại những thay đổi mang tính xây dựng cần thiết để tạo dựng nên mối quan hệ phồn vinh chứ không phải nguy hiểm đối với một Trung Quốc.

Chúng tôi tin rằng để tạo ra những thay đổi thực sự trong mối quan hệ Hoa Kỳ - Trung Quốc, chỉ có thể phát xuất từ người dân. Do đó, mục tiêu chính của chúng tôi là thông báo rộng rãi cho công chúng toàn thế giới biết về các mối đe dọa mà Trung Quốc đặt ra cho tất cả chúng ta.

Chúng tôi hy vọng mãnh liệt rằng một khi công chúng hoàn toàn hiểu được quy mô toàn cầu của "vấn đề Trung Quốc", thì sẽ tạo điều kiện cho một thay đổi chính trị trong hòa bình cần thiết để đưa ra các cải tổ chính trị có tính cách xây dựng ở Washington - cũng như ở Berlin, Tokyo, Sao Paulo, và các thủ đô khác trên thế giới.

Trước khi chúng tôi đề nghị các lựa chọn cá nhân, các quyết định của lãnh đạo và cải cách chính trị, chúng tôi xin trích dẫn vài ý tưởng từ một số nhà tư tưởng sắc bén nhất thế giới. Với tất cả các nhà hoạch định chính sách đang đọc cuốn sách này, chúng tôi xin lập lại lời khuyên của Betty Williams về việc không hành động: "Đừng đưa ra những lời trống rỗng từ cuộc họp này, hãy hành động".

Với những người nghĩ rằng chúng ta quá khắt khe với Trung Quốc, hoặc những người quá lạc quan cho rằng một Trung Quốc "dân chủ hóa" có nhiều bằng chứng xác thực hơn là bản chất độc tài toàn trị của nó, xin vui lòng ghi nhớ các chuẩn mực đạo đức của Albert Camus mà chúng tôi đã dẫn chứng ngay trang đầu cuốn sách này: "Nhiệm vụ của người biết suy nghĩ là không đứng cùng phe với đao phủ".

Sau hết, đối với bất kỳ công dân bình thường Hoa Kỳ nào cảm thấy bất lực không thể chống lại, xin vững tâm nghe những lời này của William James: "Cứ hành động như thể bạn sẽ tạo ra sự khác biệt. Thực tế là như vậy". Và mỗi ngày, hãy cố gắng làm theo phương châm của Theodore Roosevelt: "Hãy làm những gì bạn có thể làm, với bất cứ cái gì có trong tay, và bất cứ ở đâu".

Tránh bị giết bởi hàng hóa rác rưởi và độc hại từ Trung Quốc

Chúng ta đi đến cửa hàng bán lẻ lớn như Costco, Target, Walmart hay một cửa hàng bán lẻ thuốc như Walgreens, CVS hoặc một cửa hàng tạp hóa như Kroger hoặc Safeway, và hầu như không thể mua sản phẩm nào ngoài hàng

298

Trung Quốc. Điều này không chỉ gây bực bội, mà nó khiến chúng ta phát điên. Như chúng tôi đã minh họa, quá nhiều hàng hóa rác rưởi và độc hại của Trung Quốc đang được chất đầy trên các kệ bán lẻ của Hoa Kỳ đều nguy hiểm đến tính mạng. Dưới đây là một số hành động cụ thể mà tất cả chúng ta có thể làm để bảo vệ chính mình.

1: Đầu tiên, hãy thay đổi thái độ của chúng ta - "rẻ" không phải lúc nào cũng là rẻ nhất

Chúng ta không thể thay đổi thói quen mua hàng của mình cho đến khi chúng ta biết được nguyên tắc rằng sản phẩm tưởng như "giá rẻ" của Trung Quốc thực sự là không rẻ. Bên cạnh giá tiền bạn phải trả được ghi trên giá biểu, bạn cũng đối mặt với các yếu tố gây nguy cơ thương tích hoặc tử vong, tăng nguy cơ mất việc làm của bạn hoặc người quen bởi việc kinh doanh bất chính trong dây chuyền cung cấp hàng hóa Trung Quốc, và chi phí quản lý và thuế má khác mà sản phẩm của Trung Quốc không tính đến. Vì vậy, nếu đó là sản phẩm "Made in China", hãy dứt khoát đặt nó xuống, trừ khi bạn thực sự cần nó và không thể tìm thấy một sản phẩm thay thế hợp lý.

2: Tìm nhãn hiệu - sau đó đọc kỹ nhãn hiệu!

Chúng ta cũng không thể không mua các sản phẩm Trung Quốc trừ khi chúng ta biết đấy là hàng Trung Quốc. Vì vậy, tất cả chúng ta cần phải cẩn thận đọc nhãn hiệu sản phẩm. Đáng tiếc là trong khi Quan thuế Hoa Kỳ quy định phải ghi rõ mục "Xuất xứ hàng hóa" trên tất cả các sản phẩm thì việc tìm kiếm dòng chữ "Made in China" trên một sản phẩm được ví giống như chơi trò "Waldo ở đâu?" Và đôi khi thậm chí đòi hỏi phải có một kính lúp. (Chúng tôi không đùa đâu). Đó là lý do tại sao các quy định về nhãn hàng yêu cầu thông tin phải được tiêu chuẩn hóa, dễ tìm, và dễ đọc, tương tự như việc dán nhãn hàng kê khai các chi tiết về dinh dưỡng hữu ích trên các thực phẩm. Tuy nhiên, sự lừa gạt về nhãn hàng không phải là vấn đề duy nhất chúng ta phải đối mặt trong việc cố gắng dứt bỏ các sản phẩm Trung Quốc. Chính việc này dẫn đến hành động tiếp theo của chúng ta.

3: Thắt chặt lỗ hổng trên mạng về mục "Xuất xứ hàng hóa" ghi trên nhãn

Trong môi trường bán lẻ truyền thống, mục "Xuất xứ hàng hóa" trên nhãn giúp người tiêu dùng khôn ngoan trong việc lựa chọn hàng hóa. Tuy nhiên, khi càng nhiều người tiêu dùng chuyển sang mua hàng trên mạng, thì khả năng lựa chọn mất đi nhiều và làm lợi cho các nhà sản xuất vô đạo đức của Trung Quốc. Để hiểu được vấn đề, bạn chỉ cần vào trang web của Amazon. Đối với bất kỳ mặt hàng nào, bạn cũng có thể nhìn thấy mọi thông tin sản phẩm trừ nơi sản xuất. Đây rõ ràng là một khe hở cần phải có thêm luật lệ chặt chẽ. Luật Liên bang phải đòi hỏi tất cả các nhà bán lẻ trực tuyến phải ghi rõ ràng nước sản xuất trên nhãn của tất cả các sản phẩm.

4: Đòi ghi rõ "Xuất xứ thành phẩm hàng " trên nhãn hàng

Như chúng ta biết, một số sản phẩm không hoàn toàn "Sản xuất tại Trung Quốc", nhưng chúng có khá nhiều thành phần hoặc bộ phận cấu thành sản phẩm có xuất xứ từ Trung Quốc. Ví dụ, nếu các viên vitamin tổng hợp được pha trộn và đóng gói tại Hoa Kỳ, các nhà sản xuất vẫn có thể dán vào một cái nhãn "Sản xuất tại Hoa Kỳ" mặc dù các thành phần chính của sản phẩm là từ Trung Quốc. Một vấn đề tương tự cũng có đối với những chiếc hơi được xem là "hàng Hoa Kỳ" có thể có các bộ phận quan trọng như má thắng, hay vỏ bánh xe sản xuất tại Trung Quốc.

300

Chính vì những mối nguy hiểm do khe hở trong nhãn hàng gây ra, chúng ta rất cần những quy định luật pháp khắt khe hơn trong thông tin nhãn hàng. Ví dụ, Quốc hội phải yêu cầu tất cả các nhà sản xuất thực phẩm và thuốc men ghi rõ ràng xuất xứ hàng hóa trên nhãn hàng đối với tất cả các thành phần chính của sản phẩm - và thông tin phải được thể hiện một cách tiêu chuẩn hóa và dễ đọc. Jerome Krachenfelser đã nói rõ ràng như sau: "Nếu bạn đưa nó vào cơ thể của bạn, thì chí ít bạn cũng phải được quyền biết được nó từ đâu ra".

5: Cho các nhà bán lẻ biết bạn không thích hàng Trung Quốc

Nếu các nhà bán lẻ như Walmart, Target, và Nordstrom biết bạn muốn chọn hàng hóa không phải là hàng Trung Quốc, họ sẽ thay đổi nguồn cung cấp hàng của mình. Vì vậy, hãy dành chút thời gian nói chuyện với tất cả các nhân viên bán hàng và quản lý tại các cửa hàng mà bạn thường xuyên mua sắm, và cho họ biết bạn sẽ là một khách hàng trung thành hơn nữa nếu các cửa hàng cung cấp cho bạn sản phẩm không phải là hàng Trung Quốc.

Để gây áp lực hơn nữa lên các nhà bán lẻ và các trung tâm mua sắm đang nghiện bán hàng giá rẻ một cách giả tạo của Trung Quốc nhằm thu lợi nhuận to lớn, bạn cũng có thể chuyển sang mua hàng trực tuyến và tìm kiếm các trang web cung cấp sản phẩm không phải của Trung Quốc. Tương tự như vậy, bạn cũng có thể viết thư hoặc gửi email cho bộ phận quan hệ khách hàng của cả nhà sản xuất và lẫn các cửa hàng bán lẻ. Hãy cho Apple và Best Buy biết rằng "Được thiết kế ở California" không thể che dấu cho "Sản xuất ở Quảng Đông".

Một khi các nhà bán lẻ nhận được thông điệp tẩy chay hàng Trung Quốc, họ sẽ bắt đầu cạnh tranh nhau không chỉ về giá cả, mà còn về xuất xứ hàng hóa. Cuối cùng, quan

301

trọng là điều này không phải để cổ động cho hàng "Sản xuất tại Hoa Kỳ", mà đúng hơn là một chiến dịch cổ động cho hàng "Sản xuất tại Thế giới tự do". Tự do mậu dịch thực sự không có chủ trương con buôn và bảo hộ sản xuất như của Trung Quốc là một điều tốt. Chính các sản phẩm tuyệt vời từ các đối tác thực sự tự do mậu dịch như Nhật Bản, Mexico, và Đức đang cải thiện cuộc sống và góp phần vào sự thịnh vượng chung của chúng ta. Chúng ta cần những quốc gia này tham gia vào chương trình nghị sự về "mậu dịch tự do" và sẵn sàng bất cứ khi nào cũng có thể chia sẻ gánh nặng khi cần trừng phạt một Trung Quốc nặng tư tưởng con buôn và bảo hộ.

6: Hãy coi chừng các mặt hàng có giá trị lớn từ Trung Quốc mang thương hiệu "nước ngoài"

Một trong những cách chủ yếu mà Trung Quốc có kế hoạch thâm nhập thị trường ở Hoa Kỳ - đặc biệt là các mặt hàng "có giá trị lớn" như xe hơi - là bán sản phẩm của mình dưới tên của các thương hiệu quen thuộc nước ngoài tạo ra những ảo tưởng hàng hóa không dính dáng đến Trung Quốc. Một trường hợp điển hình là Volvo. Công ty xe hơi "Thụy Điển" trên danh nghĩa này bây giờ là hoàn toàn thuộc sở hữu của Geely Automotive ở Trung Quốc, và Tổng giám đốc Điều hành Stefan Jacoby, gần đây đã tuyên bố rằng công ty đang cân nhắc nhập cảng xe hơi Trung Quốc đến Hoa Kỳ với nhãn hiệu Volvo có uy tín. Cũng lưu ý rằng Honda đang bán một chiếc xe hơi làm tại Trung Quốc, xe Jazz, vào châu Âu từ năm 2005. Vì vậy, một lần nữa, người mua hãy cẩn thận. Các công ty Trung Quốc nhiều tiền, nhất là các công ty quốc doanh - đang hối hả mua đứt các thương hiệu lớn của Tây phương, phải đọc báo chí tài chính mới biết về các vụ mua bán như vậy.

7: Cải cách luật bồi thường buộc Trung Quốc và các tay trung gian phải thực sự chịu trách nhiệm

Chúng ta chưa bao giờ là người thích kiện tụng lớn. Tuy nhiên, chúng ta tin rằng thật sai lầm khi các nhà sản xuất Trung Quốc không thể bị xét xử tại các toà án Hoa Kỳ và quốc tế, trong khi các đối thủ cạnh tranh Hoa Kỳ, Âu châu, và Nhật Bản phải tuân theo pháp luật.

Một sự vô lý tương tự là các công ty Hoa Kỳ nhập cảng các loại thuốc, thực phẩm, và các sản phẩm nguy hiểm của Trung Quốc cũng không chịu trách nhiệm. Tình huống hiện nay giảm động lực cải cách luật bồi thường bằng cách cho các công ty Hoa Kỳ được hưởng điều khoản trốn trách nhiệm qua công ty của Trung Quốc: hãy đưa dây chuyền sản xuất của bạn qua một số nhà trung gian bí ẩn tại Quảng Châu, và sau đó giả vờ bạn không biết chính xác nơi các sản phẩm của bạn được sản xuất. Đừng cười; điều này đã xảy ra. Đó là lý do tại sao chúng ta cần những điều luật nghiêm khắc hơn để chỉ định lỗi thuộc bất kỳ một nhà bán buôn hay bán lẻ hàng Trung Quốc ở Hoa Kỳ phải chịu trách nhiệm vì bất cứ tổn hại nào của các sản phẩm đó gây cho một người tại Mỹ. Tăng trách nhiệm giải trình sẽ buộc các nhà bán lẻ đẩy trách nhiệm trở lại nơi phát sinh ra sản phẩm hoặc lựa chọn các sản phẩm thay thế khác để bày bán. Vì vậy, hãy để Tòa Bạch Ốc, Quốc Hội, và các viện lập pháp tiểu bang biết đã đến lúc phải truy tố các nhà buôn trung gian chuyên cung cấp hàng hóa rác rưởi và độc hại của Trung Quốc.

Tước bỏ Vũ khí Hủy diệt Việc làm của Trung Quốc

Các chính trị gia Hoa Kỳ cần phải nhìn sáng suốt hơn về cái hộp mà các nhà bảo hộ và con buôn Trung Quốc đang nhét chúng ta vào - bởi vì nó ngày càng giống như một cỗ quan tài! Đó là lý do tại sao Quốc hội và Tổng thống phải cho Trung Quốc hiểu rõ rằng Hoa Kỳ sẽ không chấp nhận

bất cứ cuộc tấn công nào vào nền tảng sản xuất Hoa Kỳ mà
không được thực hiện theo nguyên tắc mậu dịch tự do.

Nếu Trung Quốc không từ bỏ Vũ khí Hủy diệt Việc làm -
vi phạm mọi quy tắc trong sách tự do mậu dịch - Tổng
thống và Quốc hội sẽ không có lựa chọn nào khác hơn là
hành động ngay lập tức. Dưới đây là những gì mà Hoa Kỳ
có thể đơn phương vô hiệu hóa những vũ khí đó của Trung
Quốc.

#1: Thông qua "Đạo luật Mậu dịch Tự do và Công bằng Hoa Kỳ"

Biện pháp pháp lý hiệu quả nhất để đối phó với chủ
nghĩa bảo hộ và con buôn Trung Quốc là - và tránh đối đầu
trực tiếp bởi vì không cần phải nêu đích danh - Quốc hội
thông qua "Luật Mậu dịch Tự do và Công bằng Hoa Kỳ."
Đạo luật này sẽ đặt ra các nguyên tắc căn bản sau đây - Với
các biện pháp trừng phạt cứng rắn cho những ai không
tuân theo luật chơi:

> Bất kỳ quốc gia nào có nhu cầu mậu dịch tự do về
> hàng chế xuất với Hoa Kỳ phải từ bỏ tất cả các trợ cấp
> xuất cảng bất hợp pháp, duy trì tiền tệ có giá trị hợp lý,
> cung cấp bảo vệ nghiêm ngặt về sở hữu trí tuệ, nêu cao
> các tiêu chuẩn môi trường, sức khỏe và an toàn đáp
> ứng tiêu chuẩn quốc tế, cung cấp cho thị trường toàn
> cầu không hạn chế năng lượng và nguyên liệu, mở cửa
> cho thị trường trong nước được tiếp cận tự do, bao
> gồm cả các dịch vụ truyền thông và Internet.

Bằng cách thông qua luật này, Quốc hội có thể bảo vệ
hệ thống mậu dịch tự do quốc tế và bảo đảm sự thịnh
vượng lâu dài của nền kinh tế Hoa Kỳ. Đạo luật này sẽ
không mang tính "bảo hộ" - điều mà chắc chắn các nhà
biện hộ cho Trung Quốc sẽ gắn mác cho nó. Thay vào đó,
nó chỉ đơn giản là biện pháp thông thường và tự vệ chính
đáng khi đối mặt với xâm lược kinh tế của Trung Quốc.

#2 Hợp tác và điều phối toàn cầu là tiêu lệnh

Ben Franklin - người Mỹ yêu nước vĩ đại - đã nói "Tất cả chúng ta phải liên kết để sống chung, nếu không chắc chắn sẽ chết lẻ." Đó là lý do vì sao đi đôi với việc thông qua Đạo luật Mậu dịch Tự do và Công bằng Hoa Kỳ, nước Mỹ phải liên kết với châu Âu, Brazil, Nhật Bản, Ấn Độ và các nạn nhân khác của chủ nghĩa con buôn và bảo hộ Trung Quốc để kiến nghị lên Tổ chức Mậu dịch Thế giới buộc Trung Quốc phải tuân thủ đầy đủ các quy định của Tổ chức.

Chỉ với sức mạnh của số đông, Hoa Kỳ và những đối tác khác mới có thể thành công trong việc đưa Trung Quốc từ một kẻ làm giàu theo kiểu "lợi mình hại người" hòa nhập thực sự với cộng đồng các nước mậu dịch tự do.

#3: Sứ mạng bí mật giải quyết nạn thao túng tiền tệ

Nếu chúng ta được yêu cầu phải đưa ra một vấn đề bức xúc nhất trong quan hệ Hoa Kỳ - Trung Quốc, chúng ta sẽ phải nói đến việc gài tỷ giá đồng nhân-dân-tệ với đô-la Hoa Kỳ. Một đồng tiền thả nổi là yếu tố căn bản để tự động điều chỉnh dòng chảy mậu dịch và ngăn chặn kiểu thặng dư cán cân mậu dịch triền miên mà Trung Quốc đang được hưởng trong quan hệ với nhiều quốc gia mậu dịch.

Tuy nhiên, chúng ta đồng ý với những người biện hộ cho Trung Quốc rằng chính phủ Trung Quốc không phản ứng tích cực khi bị áp lực trực tiếp. Do đó, ít nhất là đối với vấn đề tiền tệ, lựa chọn tốt nhất là dùng thể thức "ngoại giao con thoi" tối mật đi tới việc định giá tiền tệ tương đối hợp lý.

Trong công việc cực kỳ cấp thiết này, Tòa Bạch Ốc cần ngay lập tức cử một đặc phái để thông báo với Đảng Cộng sản Trung Quốc rằng: Hoa Kỳ sẽ không có lựa chọn nào khác ngoài việc coi Trung Quốc là kẻ thao túng tiền tệ trong cuộc Kiểm điểm chính sách tài chính định kỳ (hai năm một lần) sắp tới của Bộ Tài chính và áp đặt các mức thuế quan chống trợ cấp *trừ khi* Trung Quốc tự nâng giá trị đồng bản tệ lên một mức hợp lý.

Trong những thảo luận về việc này, đặc phái Hoa Kỳ phải giải thích rõ là Hoa Kỳ mong muốn việc cải cách tiền tệ là "ý tưởng của Trung Quốc", không phải là của Hoa Kỳ; và không bao giờ Hoa Kỳ muốn Trung Quốc "mất mặt" về vấn đề này. Chính vì thế mà sứ mạng này phải được tiến hành hoàn toàn bí mật.

Tuy nhiên, đặc phái Hoa Kỳ cần cho đối phương hiểu rõ là sau hơn bảy năm thảo luận về vấn đề này, Hoa Kỳ đã hết sự kiên nhẫn về mặt chính trị, và về mặt kinh tế tình trạng này không thể kéo dài hơn nữa. Tất nhiên, nếu Trung Quốc không hành động kịp thời, Bộ Tài chính phải tiếp tục đi tới việc coi Trung Quốc là kẻ thao túng tiền tệ và áp đặt các loại thuế tự vệ để đưa đồng nhân-dân-tệ lên giá trị hợp lý.

#4: Nhận thức được rủi ro thực sự cho công ty khi chuyển sang sản xuất tại Trung Quốc

Quá nhiều các nhà quản lý Hoa Kỳ khi có quyết định chiến lược chuyển cơ sở sản xuất và công ăn việc làm sang Trung Quốc đã luôn không đánh giá đầy đủ một loạt những rủi ro. Rủi ro dễ thấy là bị mất sở hữu trí tuệ của công ty do bị đánh cắp hay qua các chính sách của Trung Quốc ép buộc chuyển giao kỹ thuật và bắt buộc phải chuyển cơ sở nghiên cứu và phát triển sang đất Trung Quốc.

Ngoài việc mất sở hữu trí tuệ của công ty, các rủi ro khác bao gồm từ căn bệnh tham nhũng, ô nhiễm nghiêm trọng, hay thiếu nguồn nước trong tương lai cho đến mức độ phải vượt qua chế độ bảo hộ to lớn như Vạn Lý Trường Thành của Trung Quốc. Trong bất kỳ sự đánh giá toàn diện nào đối với rủi ro kinh doanh, các nhà quản lý cũng phải thừa nhận thực tế sau:

Nếu có một nước mà Hoa Kỳ có thể có xung đột vũ trang trong vòng mấy thập niên tới, đó chắc chắn là nước Trung Quốc đang tăng cường vũ trang nhanh chóng. Và nếu bạn là một tổng giám đốc kinh doanh đang dự định chuyển sản xuất ra nước ngoài, liệu bạn có muốn bỏ tất cả trứng của công ty vào một cái giỏ Trung Quốc khi xung đột như vậy có thể xuất phát từ Đài Loan, Tây Tạng hay tranh chấp lãnh thổ ở biển Đông Nam Á (tác giả: Nam Trung Hoa) hay vì quyền tiếp cận dầu mỏ Trung Đông không?

Do đó, các nhà quản lý Hoa Kỳ đang định chuyển kinh doanh sang Trung Quốc cần bỏ cặp kính màu hồng ra và thực hiện việc đánh giá toàn diện hơn nữa. Một cái nhìn tỉnh táo như vậy đối với những rủi ro thực liên quan tới việc chuyển các hoạt động kinh doanh sang Trung Quốc sẽ giúp tạo ra làn sóng mới đưa kinh doanh trở về với Hoa Kỳ, Brazil, Nhật Bản, châu Âu, và các thị trường mới nổi bên ngoài Trung Quốc.

#5: Hãy làm như Dan DiMicco của Nucor Steel - đừng làm như Jeffrey Immelt của GE

Nếu các nhà quản trị của Hoa Kỳ muốn hiểu rõ hơn về nghệ thuật chống lại chủ nghĩa con buôn và bảo hộ kiểu Trung Quốc, họ không cần nhìn đi đâu xa mà hãy noi theo gương Tổng giám đốc Dan DiMicco của công ty Nucor Steel. Ngoài việc điều hành một trong những công ty thành công và tiên tiến nhất thế giới về mặt sáng tạo kỹ thuật, DiMicco bỏ ra thời gian đáng kể trên các diễn đàn công cộng để thuyết phục cho cải cách mậu dịch thực sự với Trung Quốc. Bằng cách đó, DiMicco đưa ra một điểm phản công mạnh mẽ chống lại hành vi ngây thơ hoặc thậm chí phản bội của các lãnh đạo doanh nghiệp như Tổng giám đốc của GE Jeffrey Immelt và Jack Allen của Westinghouse.

#6: Chặn đứng việc bắt buộc chuyển giao kỹ thuật và chiếm đoạt thành quả nghiên cứu của Hoa Kỳ

Như Ủy ban Hoa Kỳ - Trung Quốc đã kiến nghị mạnh mẽ, chính phủ Hoa Kỳ cần "giúp các công ty Hoa Kỳ chống lại những mưu toan của nhà cầm quyền Trung Quốc ra lệnh hay bắt buộc các công ty kỹ thuật cao nước ngoài phải tiết lộ thông tin nhạy cảm về sản phẩm của mình để đổi lại quyền tiếp cận thị trường Trung Quốc." Chính phủ Hoa Kỳ cũng phải giúp các công ty chống lại việc bắt buộc phải chuyển cơ sở nghiên cứu và phát triển sang Trung Quốc như là điều kiện để có thể gia nhập thị trường Trung Quốc. Cả dân tộc chúng ta đang tự đẩy mình vào những thập niên phát triển trì trệ do nhường kỹ thuật của mình cho Trung Quốc, và điều này phải chấm dứt! Vì tầm quan trọng của vấn đề này, chúng ta cũng phải xét đến đưa ra luật ngăn chặn các công ty của chúng ta ký kết với Trung Quốc các điều khoản yêu cầu chuyển giao kỹ thuật làm điều kiện để tiếp cận thị trường.

#7: Chấm dứt sử dụng kiểm duyệt như một thứ rào cản phi thuế quan

Nhiều mặt hàng xuất cảng lớn nhất của Hoa Kỳ là từ các công ty hàng đầu thế giới của chúng ta trong lãnh vực giải trí, truyền thông, và Internet. Việc mạnh tay kiểm duyệt của Trung Quốc đối với phim ảnh, truyền hình, và Internet, cùng với sự hỗ trợ ngầm cho nạn phổ biến ăn cắp bản quyền là sự tấn công hàng loạt vào mậu dịch tự do. Trong khi Facebook bị cấm hoàn toàn tại Thượng Hải, công ty Ren Ren đối thủ từ Trung Quốc lại nhận được sự chào đón nồng nhiệt ở Hoa Kỳ và được niêm yết giá trị 500 triệu đô-la trên NASDAQ. Điều đó rất sai trái!

Để ngăn Trung Quốc trục lợi từ chiến tranh kinh tế kiểu trấn lột đó, Quốc hội cần thông qua đạo luật ngăn cản bất kỳ công ty truyền thông và Internet nào của Trung Quốc tham gia vào việc kiểm duyệt được niêm yết và gọi vốn từ thị trường chứng khoán Hoa Kỳ.

#8: Cấm các doanh nghiệp chính quyền Trung Quốc mua các công ty tư nhân

Chúng ta phải chấm dứt việc giả vờ cho rằng việc các công ty dầu khí, viễn thông, hay khai mỏ khổng lồ có sự hỗ trợ của chính quyền Trung Quốc mua đối thủ ở Hoa Kỳ, Canada, hay Úc sẽ tạo ra giá trị thực nào đó cho người tiêu dùng hoặc cổ đông. Ngược lại, chúng ta phải nhận ra các công ty quốc doanh của Trung Quốc được nuôi nấng trong môi trường độc quyền, lớn lên nhờ lợi nhuận của những thủ đoạn mậu dịch bất chính, có quyền tiếp cận các khoản tài trợ khổng lồ của các ngân hàng nhà nước có trợ cấp, và tất cả được điều hành bởi thành phần ưu tú của Đảng Cộng sản với ý đồ khóa chặt thị trường và phong tỏa các nguồn tài nguyên trên thế giới. Trong khi một số tổng giám đốc Hoa Kỳ sung sướng khi bán được những tài sản quốc gia của chúng ta cho các cán bộ tư bản chính quyền Bắc Kinh để kiếm những đồng tiền ăn liền thì những vụ mua bán đó thậm chí không hề có ích chút nào cho quyền lợi quốc gia.

Hãy hiểu thật rõ về vấn đề này: Trung Quốc không bao giờ cho phép một công ty Tây phương mua bất cứ công ty Trung Quốc nào trong lãnh vực "công nghiệp chiến lược"- bao gồm máy bay, xe hơi, năng lượng, tài chính, kỹ thuật, tài nguyên thiên nhiên, và gần như là tất cả mọi thứ phức tạp hơn việc bán dạo bánh mì kẹp thịt và gà chiên.

Vì mối đe dọa chiến lược từ các chính quyền nước ngoài chiếm quyền kiểm soát các công ty tư nhân ở Hoa Kỳ, Quốc hội Hoa Kỳ cần thông qua đạo luật ngăn cản các công ty tư nhân trong nước tiếp nhận các lời đề nghị từ các doanh nghiệp chính phủ, dù đó là doanh nghiệp Trung Quốc, Nga, hay gì đi nữa.

#9: Chúng ta cần một Tổng thống sáng suốt và cương quyết

Phần lớn lỗi trong việc phá hủy cơ sở sản xuất của Hoa Kỳ qua việc gia công ào ạt ra nước ngoài có thể trực tiếp quy trách vào Tòa Bạch Ốc. Từ 2001 đến 2008, Tổng thống George W. Bush chắc chắn có đủ cứng rắn chống lại Trung Quốc. Nhưng đáng tiếc là cái tấm che mắt ý thức hệ ông đã khiến ông hiểu sự khác biệt giữa mậu dịch tự do và mậu dịch chân chính. Kết quả là, bộ máy cai trị tầm thường của Bush chẳng làm gì cả ngoài việc chuyên tâm vào cuộc chiến chống khủng bố trong khi cách làm ăn kiểu con buôn và bảo hộ của Trung Quốc đã lũng đoạn nền kinh tế một cách hệ thống bằng cách cướp đi từng việc làm và thôn tính từng công ty một.

Ngược lại, Tổng thống Barack Obama chắc chắn đủ thông minh để hiểu vấn đề - ông đã tranh cử với quan điểm tấn công vào chủ nghĩa con buôn của Trung Quốc và nắm vững vấn đề. Nhưng vấn đề của Obama lại là ở chỗ ông có vẻ như không có đủ cứng rắn để làm những hành động cần thiết.

Chúng tôi xin lỗi vì phải nói thẳng ra là cái mà chúng ta cần bây giờ là một nhà lãnh đạo vừa thông minh vừa cương quyết - một Winston Churchill chứ không phải là một Neville Chamberlain. Barack Obama có thể làm được nếu ông ta hiểu được thông điệp - còn nếu không, kỳ bầu cử 2012 sẽ cho Hoa Kỳ một cơ hội khác để tìm ra một Tổng thống dẫn chúng ta ra khỏi miền đất hoang vu hậu công nghiệp mà Hoa Kỳ đang biến thành dưới sự tàn phá của Vũ khí Hủy diệt Việc làm của Trung Quốc.

Vạch ra ranh giới cứng rắn cho gián điệp và chiến tranh mạng của Trung Quốc

Chúng ta đã thấy là Trung Quốc vận hành một mạng lưới gián điệp hung hãn nhất tại Hoa Kỳ và các binh đoàn tin tặc đỏ thường xuyên tấn công mạng máy điện toán của cá nhân, doanh nghiệp và chính quyền. Chúng ta cần nhận ra những mối nguy hiểm hiển nhiên và cấp bách của những kiểu "chiến tranh không tiếng súng" để đứng dậy chống lại chúng. Chúng ta cũng phải liên tục tự hỏi mình: Tại sao chúng ta lại buôn bán nhiều thế với một đất nước tiến hành công tác tình báo hung hãn chống lại chúng ta?

#1: Đẩy mạnh các nỗ lực tình báo chống Trung Quốc

Một phần lớn các nguồn lực dành cho cộng đồng tình báo Hoa Kỳ - CIA, FBI, và những tổ chức to lớn khác như Cơ quan An ninh Quốc gia - tiếp tục được đổ vào cuộc chiến gần như vô tận chống khủng bố. Điều đó chẳng có gì là ngạc nhiên vì mối đe dọa của một số nhóm Hồi giáo cực đoan muốn sở hữu vũ khí hủy diệt hàng loạt là một khả năng đáng sợ.

Tương tự như vậy, chúng ta cũng phải đối mặt với một sự thật không thể chối cãi được là: ngay cả khi Trung Quốc đang tăng cường vũ trang một cách nhanh chóng và tích lũy hàng trăm vũ khí hạt nhân, họ vẫn tiến hành chiến tranh gián điệp và chiến tranh mạng chống lại đất nước chúng ta. Để chống lại mối nguy hiểm rõ ràng và hiện hữu ngang với khủng bố đó, chúng ta cần cải tổ nhân lực triệt để và đẩy mạnh những nỗ lực dành riêng cho việc chống tình báo Trung Quốc - và phối hợp công việc đó với những đồng minh của chúng ta tại châu Á, châu Âu, và châu Mỹ Latin.

Đành rằng tăng chi khó mà được phê duyệt trong thời buổi cắt giảm ngân sách nghiệt ngã hiện nay, nhưng nói cho cùng, chúng ta sẽ nhận hậu quả của những điều chúng ta làm hay không chịu chi tiêu. Khi cân nhắc các chi tiêu này, chúng ta phải nhận thức là những thiệt hại cho sự vững chắc của nền kinh tế của chúng ta do riêng tình báo công nghiệp Trung Quốc gây ra còn lớn gấp bội những ngân khoản thiếu sót trầm trọng hiện nay dành cho công tác phản gián chống lại sự đe dọa của Trung Quốc.

#2: Mạnh tay truy tố và trừng phạt điệp viên Trung Quốc

Một điệp viên đóng góp cho khả năng của Trung Quốc phát triển các hệ thống vũ khí tiên tiến về mọi khía cạnh cũng nguy hiểm như một binh sĩ Trung Quốc ấn nút bắn vũ khí đó. Đó là lý do tại sao tòa án, hội đồng xét xử và các công tố viên của chúng ta cần nghiêm khắc hơn nhiều đối với vấn đề điệp viên Trung Quốc; và bất kỳ kiểu làm điệp viên nào cũng phải bị truy tố mạnh tay.

Về mặt hình phạt thích hợp, công dân Hoa Kỳ làm điệp viên cho Trung Quốc là tội phản quốc - tội cao nhất chống lại đất nước. Tội đó phải bị trừng phạt bằng án chung thân và, trong những trường hợp liên quan đến bí mật quân sự và quốc phòng, phải dẫn đến án tử hình.

Hơn nữa, nếu bất kỳ điệp viên Trung Quốc nào bị bắt tại Hoa Kỳ, chúng cần bị giam lại và cho tù mọt gông (như ta thường nói) - bởi vì chỉ có trừng phạt nặng như vậy mới giảm bớt được hoạt động tình báo trên đất nước chúng ta. Và nên biết là bất cứ điệp viên Hoa Kỳ nào bị bắt ở Trung Quốc sẽ phải chịu số phận tàn bạo hơn mọi thứ mà hệ thống tư pháp của chúng ta có thể đưa ra.

#3: Tăng cường kiểm soát khách Trung Quốc và thị thực nhập cảnh

Chính quyền Trung Quốc rõ ràng không cho phép khách du lịch, sinh viên, hay các giám đốc kinh doanh đi lại tự do trên mọi miền Trung Quốc, và họ áp đặt hạn chế chặt chẽ đối với nhiều loại khách thăm, bao gồm cả nhà báo và những người làm phim tài liệu. Trong khi đó Hoa Kỳ cho phép gần như là bất cứ công dân Trung Quốc nào xin thị thực đều được đi lại tự do trong nước chúng ta. Điều này cần phải chấm dứt ngay!

Do đó, như một phần của nỗ lực chống gián điệp, cần kiểm soát bất cứ ai đến từ Cộng hòa Nhân dân Trung Quốc xin thị thực. Trong khi phần lớn khách Trung Quốc đến trong hòa bình, nhưng trong số đó số làm điệp viên cũng đủ để buộc phải có sự phòng ngừa nghiêm túc hơn.

Liệu điều đó có là "phân loại chủng tộc"? Tuyệt đối không. Đó là phân loại "nước xuất xứ", và điều này cần phải làm bởi chính Trung Quốc đã chứng tỏ là nước hung hăng nhất trên thế giới trong việc xuất cảng điệp viên sang Hoa Kỳ.

#4: Tuyên bố tấn công mạng là hành động chiến tranh - và đáp trả thích đáng

Chính quyền của Tổng thống Obama đã kêu gọi có một chính sách toàn diện hơn về an ninh mạng, và điều này chỉ có lợi mà thôi. Hòn đá tảng của chính sách này phải là việc coi bất kỳ cuộc tấn công mạng nào do chính phủ tài trợ là hành động chiến tranh, phải chịu sự trả đũa bằng kinh tế, chính trị, và nếu cần cả quân sự. Hơn nữa, chúng ta cần phải hoàn toàn trung thực về điểm xuất phát của những cuộc tấn công mạng đó và đáp trả trực tiếp.

Về mặt này, đã quá lâu, chúng ta cho phép Đảng Cộng sản Trung Quốc núp đằng sau những lý do lố bịch là những hành động tin tặc xuất phát từ mạng Internet bị kiểm duyệt và giám sát gắt gao nhất trên thế giới là ngoài tầm kiểm soát của đảng. Hãy tin chúng tôi: Nếu những tin tặc đó đang phát tán những đoạn video quay cảnh đàn áp tàn bạo ở Tây Tạng hay những cuộc họp mặt ủng hộ dân chủ ở Thượng Hải, hay những người theo Pháp Luân Công ở Thành Đô, công an mạng của Trung Quốc có thể và sẽ tìm ra và ngăn chặn ngay - gần như là vĩnh viễn. Như vậy, cần phải chấm dứt trò chơi đố chữ và gọi tin tặc Trung Quốc là tin tặc được chính quyền Trung Quốc bảo trợ.

Chúng ta cũng tin là việc bồi thường thiệt hại kinh tế cho những nạn nhân của tin tặc Trung Quốc phải là một phần của bất cứ chính sách toàn diện về an ninh mạng. Tương tự như vậy, Quốc hội Hoa Kỳ, cùng với Liên minh Âu châu, Quốc hội Nhật Bản, và các cơ quan lập pháp khác trên toàn thế giới phải ra các đạo luật đòi hỏi bồi thường cho các công dân, công ty chịu thiệt hại từ các vụ tấn công của tin tặc nước ngoài. Để cho việc bồi thường có hiệu lực, những đạo luật đó phải cung cấp cơ chế mạnh để tịch biên tài sản của các công ty bị phát hiện có tham gia vào tấn công mạng - trường hợp như việc tham gia của một công ty viễn thông lớn của Trung Quốc vào cuộc tấn công chúng tôi đã mô tả ở Chương 10.

#5: Phát triển một "Công tắc ngắt Trung Quốc" cho mạng Internet

Từ quan điểm chiến lược, không có sự khác biệt thật sự nào giữa một nhà máy điện bị tên lửa Trung Quốc phá hủy hay một nhà máy bị làm tê liệt bởi tin tặc Trung Quốc. Cả hai mối đe dọa đều có thực. Cả hai đều cần được dự tính và có biện pháp chống lại.

Một khi ngay trong cả thời gian được gọi là "hòa bình" tin tặc Trung Quốc đã tấn công và thăm dò liên tục các cơ quan Hoa Kỳ thì việc cấp thiết phải làm là phát triển một "công tắc ngắt Trung Quốc" để có thể cắt liên kết Internet Hoa Kỳ ra khỏi tất cả các địa chỉ IP Trung Quốc trong trường hợp có chiến tranh mạng tổng lực. Nhưng đó không phải là tất cả.

Nhiều cuộc tấn công mạng của Trung Quốc được thực hiện từ các máy chủ và máy điện toán cá nhân bên ngoài Trung Quốc mà đã bị các binh đoàn tin tặc đỏ chiếm quyền sử dụng. Điều đó có nghĩa là cần có công tắc ngắt mức hai để cách ly hoàn toàn các cơ sở then chốt của hạ tầng Hoa Kỳ - các công ty công ích, ngân hàng, các công ty quốc phòng - khỏi mạng Internet.

Thảo luận chính trị về hệ thống cực kỳ cần thiết này chắc chắn sẽ bao gồm các luận cứ đầy ý nghĩa về tự do ngôn luận và các quyền tự do công dân. Hiển nhiên là bất cứ giải pháp nào phải được thiết kế để có tác động nhỏ nhất lên việc trao đổi thông tin dân sự và tuyệt đối không được hạn chế tiếp cận đến báo chí truyền thông. Tuy nhiên, đáng tiếc là đe dọa bên ngoài đối với tự do của chúng ta hiện thực hơn một số câu chuyện mưu toan tưởng tượng trong nước; và nếu chúng ta tin tưởng ở chính phủ của mình với một kho vũ khí hạt nhân khổng lồ, chúng ta cũng cần có khả năng tin là chính phủ đó có thể có hành động đúng lúc để bảo vệ đất nước chúng ta khỏi cuộc tấn công mạng tổng lực từ bên ngoài.

#6: Nêu đích danh Bắc Kinh với những điệp vụ và ăn cắp táo tợn

Cũng giống như chúng ta gọi một tin tặc Trung Quốc là tin tặc Trung Quốc, chúng ta cần gọi điệp viên là điệp viên và công khai trừng phạt Trung Quốc vì hành vi tình báo thù địch. Chúng ta phải thể hiện rõ là Hoa Kỳ, Nhật Bản, Đại Hàn, Đài Loan, Úc, Ấn Độ, và Liên minh Âu châu sẽ không tiếp tục ngoảnh mặt đi trong khi các điệp viên của Bắc Kinh ăn cắp kỹ thuật của chúng ta, phá hoại các cơ quan của chúng ta, và chuẩn bị cho cuộc chiến tranh mạng của ngày tận thế. Nếu Cộng hòa Nhân dân Trung Quốc muốn làm ăn với chúng ta, họ sẽ phải cư xử như là họ thuộc về cùng một hội thân hữu của các nước có mậu dịch tự do và chân chính.

Đối mặt và chống lại mối đe dọa quân sự ngày càng tăng của Trung Quốc

Chúng ta không thể quay lưng lại với thực tế: tăng trưởng kinh tế nhanh chóng của Trung Quốc trên cơ sở bào mòn nền tảng sản xuất của Hoa Kỳ đang là nguồn tài chính cho việc leo thang quân sự của Trung Quốc nhanh hơn cả tốc độ tăng trưởng kinh tế. Đó là sự tăng cường nhiều mặt của bộ máy chiến tranh dưới đất, trên không, trên biển, trong không gian mạng và trong vũ trụ mà sắp tới sẽ đe dọa ưu thế quân sự của Hoa Kỳ. Chúng ta cần phải nhận ra và chống lại mối đe dọa đó; và khi làm việc đó, chúng ta phải luôn tự hỏi mình: Tại sao chúng ta lại mua nhiều sản phẩm của Trung Quốc đến vậy nếu như lợi nhuận từ sản phẩm đó được dùng để mua vũ khí nhắm vào đầu chúng ta?

#1: Chúng ta không thể áp đảo Trung Quốc với sức mạnh công nghiệp

Nguyên tắc chiến lược đầu tiên là Hoa Kỳ phải nhận ra là Trung Quốc đang đưa Hoa Kỳ vào cùng một vai trò như nước Đức phải đối mặt với Hoa Kỳ thời Tổng thống Roosevelt trong Chiến tranh Thế giới thứ Hai. Hoa Kỳ thắng nước Đức quốc xã không phải nhờ kỹ thuật vượt trội mà nhờ sức mạnh áp đảo của bộ máy công nghiệp.

Ngày nay, thế trận đã đảo lại bởi vì giờ đây Trung Quốc là nước có thể xuất xưởng hàng đoàn tàu, xe tăng, và phi cơ từ các nhà máy của mình. Vì ưu thế về số lượng vũ khí của Trung Quốc có thể chôn vùi ưu thế về chất lượng vũ khí của Hoa Kỳ - giống như sức mạnh vật chất của Hoa Kỳ đã thắng Đức quốc xã – chúng ta cần phải khôn ngoan và có đầu óc hơn trong chiến lược quân sự.

Quy luật đầu tiên là chúng ta phải cấp thiết tăng "hiệu quả sử dụng vốn" từ tổ hợp công nghiệp quân sự thiếu sinh khí, tốn kém của chúng ta. Hệ thống mua sắm vũ khí hiện nay tạo ra các hệ thống vũ khí đắt khủng khiếp, luôn

316

vượt mức ngân sách, luôn chậm tiến độ, và thường bị trục trặc.

Đồng thời, chúng phải nhận ra là khi Trung Quốc tăng cường vũ trang nhanh thì khả năng dễ bị tổn thương của chúng ta chỉ có tăng lên. Do đó, nếu chúng ta một ngày nào đó phải đối đầu với Trung Quốc trong cuộc chiến tranh âm thầm đang leo thang này, thì thời điểm là bây giờ. Chúng ta cần phải công khai nêu rõ Trung Quốc không phải là một nước hiếu hòa và phải nghiêm túc tự hỏi tại sao quy chế "tối huệ quốc" lại được dành cho một nước đang là mối đe dọa quân sự hàng đầu của chúng ta.

#2: Chúng ta không thể bị lôi kéo vào chạy đua vũ trang và chui vào "bẫy Reagan"

Từ quan điểm chiến lược, các lãnh đạo chính trị và quân sự Hoa Kỳ phải nhận ra là với tiền đầy túi Bắc Kinh sẽ thích đẩy Hoa Kỳ vào vai trò giống như Liên Xô đã đối mặt với Hoa Kỳ dưới thời Ronald Reagan vào những năm 1980. Trung Quốc biết rõ là chính quyền Reagan đã chôn vùi Liên Xô bằng cách lôi kéo vào chạy đua vũ trang dẫn đến việc Liên Xô bị kiệt quệ – và tạo ra sự sụp đổ của các chế độ cộng sản trên toàn thế giới.

Ngày nay, lại một lần nữa, thế trận đã đảo ngược. Trung Quốc với hàng ngàn tỷ đô-la dự trữ ngoại hối, nền kinh tế tăng trưởng nhanh, quân sự hóa với tốc độ chóng mặt, sẽ rất muốn lôi kéo Hoa Kỳ đang ở trong tình trạng bấp bênh về tài chính vào một cuộc chạy đua vũ trang nhằm đánh sập nền tài chính Hoa Kỳ. Chính thực tế này đòi hỏi Hoa Kỳ phải vừa khôn khéo vừa có định hướng chiến lược - cũng như có hành động chủ động ngăn ngừa sự tăng trưởng quân sự chớp nhoáng của Trung Quốc.

#3: Đánh giá trung thực những điểm yếu của chúng ta

Theo đề nghị của Ủy ban Hoa Kỳ - Trung Quốc, Ngũ Giác Đài phải báo cáo hàng năm về khả năng của quân đội Hoa Kỳ chống lại một cuộc tấn công trên không và bằng hoả tiễn của Trung Quốc vào các căn cứ khu vực và liệt kê các bước cụ thể để có thể sống sót sau cuộc tấn công đó. Ủy ban cũng đã yêu cầu giới quân sự "tăng cường tương tác với các đồng minh ở Tây Thái Bình Dương" và "mở rộng mối quan hệ đến các nước khác ở châu Á để thể hiện sự cam kết liên tục của Hoa Kỳ đối với khu vực." Xây dựng các mối liên minh mạnh với ba nước có thể là mục tiêu của Trung Quốc trong tương lai - Nhật Bản, Ấn Độ, và Việt Nam - là một phần quan trọng của chiến lược này.

#4: Chúng ta cần vô hiệu hóa Vũ khí Hủy diệt Việc làm của Trung Quốc nếu chúng ta muốn ngăn chặn Trung Quốc tăng cường quân sự đại quy mô

Nhà lý thuyết quân sự nổi tiếng người Phổ Karl von Clausewitz đã từng nói "Chiến tranh là sự tiếp diễn của chính trị, nhưng bằng các phương tiện khác." Ngày nay, cũng theo tư duy đó, chúng ta cần nhận ra là việc Trung Quốc tăng cường quân sự nhanh chóng là sự tiếp diễn trực tiếp của tăng trưởng kinh tế, và một phần quá lớn của tăng trưởng đó đã gây thiệt hại cho Hoa Kỳ.

Đó là vì sao chúng ta cuối cùng phải hiểu là cách tốt nhất để tước bỏ Vũ khí Hủy diệt Việc làm của Trung Quốc không phải là "giữ công ăn việc làm của chúng ta" - mặc dù điều này cũng rất quan trọng. Thay vì thế, lý do mạnh nhất cần đối đầu với những thủ đoạn mậu dịch bất chính của Trung Quốc là để bảo vệ quốc gia:

Nếu chúng ta nhường cơ sở sản xuất cho một Trung Quốc theo chủ nghĩa con buôn trong khi chúng ta vẫn tiếp tục cấp tài chính cho tăng trưởng của Trung Quốc bằng cách mua sản phẩm của họ và chịu thâm hụt mậu dịch khổng lồ, tất cả những gì chúng ta, những người tiêu dùng, đang làm là bảo đảm đưa đến cái chết của chính mình.

Chống lại con Rồng thực dân

Như chúng tôi đã minh họa chi tiết, gót giày đinh Trung Quốc đang giẫm trên toàn lục địa châu Phi và tiến tới Mỹ Latin tìm cách độc chiếm các nguồn năng lượng và nguyên liệu thô cho bộ máy công nghiệp của Trung Quốc. Cho đến nay, đế chế thực dân mới này đang mở rộng mà hầu như không gặp phải sự thách thức nào.

Đẩy lùi cơn thủy triều của chủ nghĩa thực dân Trung Quốc chắc chắn không phải là việc dễ dàng. Nhưng mọi hành trình đều bắt đầu từ những bước đi nhỏ bé, ít ra chúng ta có thể bắt đầu một số bước để đối phó với thách thức toàn cầu của Trung Quốc.

#1: Chặn đứng việc Trung Quốc lạm dụng quyền phủ quyết tại Liên Hiệp Quốc

Đây là một trong những câu hỏi luân lý quan trọng của thời đại, mà mỗi cá nhân chúng ta, với tư cách là công dân Hoa Kỳ, cần phải liên tục tự chất vấn mình và các chính trị gia: Tại sao Tổng thống Hoa Kỳ, Ngoại trưởng Hoa Kỳ và Đại sứ Hoa Kỳ tại Liên Hiệp Quốc vẫn giữ im lặng trong khi "kẻ buôn thảm" Trung Quốc tiếp tục sử dụng quyền phủ quyết của mình tại LHQ như một cái lá bài mặc cả cho việc tiếp cận nguồn tài nguyên thiên nhiên và các nguồn nguyên liệu tại các quốc gia côn đồ như Iran và các chế độ độc tài quân sự như Sudan và Zimbabwe? Các hành vi thương mại thô bỉ của Trung Quốc nhằm xây dựng một đế chế thực dân cần phải được thẳng thắn lên án không chỉ bởi Hoa Kỳ mà cả thế giới – từ Âu sang Á đến Mỹ Latin, đặc biệt là cả châu Phi vốn đã phải hứng chịu hậu quả của chiến lược phủ quyết tàn bạo và man rợ của Trung Quốc.

#2: Cải tổ các cơ quan và tổ chức ngoại giao với trọng tâm đối kháng Trung Quốc

Chúng ta cần cải tổ và tăng cường nhân sự cho các cơ quan đã và đang giúp thực hiện chính sách "quyền lực mềm" của chính phủ Hoa Kỳ. Các cơ quan này này bao gồm ngành Ngoại giao, Cơ quan Phát triển Quốc tế Hoa Kỳ, Tổ chức Hòa bình, và nhiều đơn vị Hoa Kỳ đang thực hiện nhiệm vụ ở các khu vực đóng quân.

Một phần trong cuộc canh tân chính sách đối ngoại Hoa Kỳ là chúng ta cần theo dõi sát các hoạt động của Trung Quốc trên toàn thế giới. Sự theo dõi này phải tiến hành từ nguồn tin tức cơ sở trên toàn cầu. Vì vậy, từng thành viên trong số gần 300 sứ quán, lãnh sự, và ngoại giao đoàn trên toàn thế giới cần phải bổ sung cho mình ít nhất một chuyên gia về Trung Quốc. Nói rộng hơn, trọng tâm mới này giúp chúng ta xây dựng một đội ngũ chuyên gia phân tích Trung Quốc cốt lõi trong các cơ quan ngoại giao và tình báo Hoa Kỳ.

Chúng ta cũng không thể bỏ qua sự đóng góp của các doanh nghiệp cho việc triển khai quyền lực mềm của Hoa Kỳ. Sự thực là nhiều giám đốc Hoa Kỳ tự coi mình là những người yêu nước, và chúng ta cần lôi kéo các công ty có hoạt động ở nước ngoài hành động như như đại sứ của đất nước chúng ta.

#3: Đem thông điệp của Hoa Kỳ đến toàn thế giới

Tất cả chúng ta đã và đang được nghe tin tức từ đài phát thanh Hoa Kỳ ở mọi ngõ ngách thế giới, và chính chúng ta cũng biết đến quyền lực của thông tin này. Chúng ta cũng biết tầm quan trọng của các cơ sở như trung tâm Hoa Kỳ cung cấp thư viện và các chương trình văn hóa trong việc cảm hóa trái tim và tâm hồn người dân ở các nước đang phát triển.

Về Đài Tiếng nói Hoa Kỳ, chúng ta nên hiểu một thực tế là truyền hình vệ tinh vô cùng phổ biến tại các vùng nông thôn Trung Quốc, từ những ngôi nhà nông thôn vách đất lâu 200 năm vẫn mọc lên những đĩa vệ tinh lớn. Vì thế, điều quan trọng là phủ sóng sóng truyền hình vệ của Đài Tiếng nói Hoa Kỳ tới lãnh thổ Trung Quốc. Việc này có thể làm được với hệ thống vệ tinh địa tĩnh sẵn có ở châu Á. Nếu người Trung Quốc phản đối, chúng ta cần nói cho họ biết đó là cách chúng ta thực hiện một phần điều khoản "tiếp cận thị trường" mà họ đã ký với Tổ chức Mậu dịch Thế giới.

Tây phương có lẽ cũng xét tới các phương thức chủ động cung cấp dịch vụ máy chủ proxy miễn phí cho công dân Trung Quốc. Dịch vụ này sẽ cho phép người dùng internet bên trong Vạn lý Hỏa thành có thể thoải mái khám phá "thế giới ảo thực sự".

Khi xem xét các phương thức như vậy, cần nhớ rằng Hoa Kỳ vẫn còn là ông vua cực mạnh trong truyền thông và tiếp thị trên thế giới. Với khả năng của chúng ta như vậy thì thật là một điều ngạc nhiên khi chúng ta đã hoàn toàn thất bại trong việc tận dụng khả năng đó để quảng bá hiệu quả các giá trị dân chủ của chúng ta ra nước ngoài.

#4: Thay thế tiếng Pháp và tiếng Đức bằng tiếng Hoa trong trường trung học của chúng ta

Chúng ta đều cổ xúy thế giới đa ngôn ngữ như hiện nay, nhưng thật vô cùng thiển cận trong thế kỷ 21 nếu nhiều trường trung học cứ tiếp tục yêu cầu học sinh phải đáp ứng các yêu cầu ngoại ngữ với những khóa học tiếng Pháp và tiếng Đức chứ không phải tiếng Hoa phổ thông. Thực tế, tiếng Hoa cần phải được dạy ngay từ cấp tiểu học. Đó là cách chúng ta đáp lại kẻ thù, và đó là hệ thống giáo dục của chúng ta. Vì vậy, hãy vận động hội đồng nhà trường thay đổi cho phù hợp. (Khi vận động, hãy nói dạy viết tiếng Hoa bằng bàn phím thay vì là viết tay).

Ngăn chặn Trung Quốc bằng chính Trung Quốc

Ngay sau khi nhận chức Ngoại trưởng, Hillary Clinton thông báo cho cả thế giới là Hoa Kỳ sẽ không gây sức ép với Trung Quốc về vấn đề nhân quyền. Từ trước đến nay không có lời tuyên bố nào lại khinh suất như vậy.

Sự thật là: Chúng ta cần một cuộc "cách mạng hoa lài" ở Trung Quốc – trong hòa bình hay không hòa bình – để hoặc là giải thoát nhân dân Trung Quốc khỏi sự cai trị của Đảng Cộng sản Trung Quốc hoặc làm cho lãnh đạo Đảng Cộng sản nới lỏng bàn tay cai trị chuyên chế đối với đất nước đông dân nhất thế giới. Trong thực tế, nương nhẹ lời nói và giảm áp lực về những vi phạm nhân quyền như Ngoại trưởng Clinton đã khiến cho Trung Quốc làm ngược lại và làm cho cả thế giới đang phát triển có cảm giác – hy vọng là cảm giác sai – là Tây phương ngầm đồng ý với chế độ Bắc Kinh và nhãn hiệu chủ nghĩa tư bản quốc doanh chuyên chế của họ.

#1: Phục hồi nhân quyền làm một yếu tố của chính sách đối ngoại Hoa Kỳ

Hoa Kỳ và các nước khác trên thế giới phải tiếp tục tạo áp lực để Trung Quốc tôn trọng những quyền con người căn bản, bao gồm tự do ngôn luận, tự do lập hội, tụ tập và thờ cúng, cùng với quyền tự do lập tổ chức tại chỗ làm việc và quyền tự quyết về sinh đẻ.

Hoa Kỳ phải sẵn sàng đứng ra bảo vệ quyền lợi của các dân tộc bản địa như những người ở Tây Tạng, Nội Mông, và Tân Cương; và điều này bao gồm cả việc kêu gọi ngừng ngay lập tức các chiến dịch thanh trừng sắc tộc đang xảy ra ở những "khu tự trị" giả tạo của Trung Quốc.

#2: Giải tư chứ không đầu tư

Chiến dịch giải tư chống lại các công ty Nam Phi đã rất thành công trong việc lật đổ chế độ phân biệt chủng tộc. Chúng tôi đề nghị chiến thuật tương tự có thể cũng hiệu quả đối với một nước phụ thuộc vào đầu tư nước ngoài như Trung Quốc. Hãy đóng góp phần của mình bằng cách không đầu tư vào các công ty Trung Quốc, các quỹ đầu tư hỗ tương Trung Quốc, hay thậm chí các quỹ tăng trưởng "nước đang phát triển" đang mua đầy các cổ phiếu của Trung Quốc.

Thực ra, bạn sẽ làm lợi cho mình bằng cách giảm sự phụ thuộc vào một nền kinh tế đầy rủi ro, tham nhũng, không minh bạch, với bong bóng bất động sản lúc nào cũng muốn vỡ. Nếu bạn muốn chơi quân bài tăng trưởng kiểu Trung Quốc, ít nhất hãy làm điều đó an toàn hơn bằng cách nghĩ tới đầu tư vào các công ty và tiền tệ của các nước có tài nguyên phong phú như Úc và Brazil là các nước cũng đang tăng trưởng nhanh cùng với Trung Quốc.

#3: Hạn chế xuất cảng công cụ kiểm duyệt Internet

Có quá nhiều "viên gạch" ảo đã được đặt xuống để xây nên Vạn lý Hỏa thành được sản xuất ở Hoa Kỳ bởi những công ty tiếng tăm nhất – trong đó có Cisco là điển hình cho vấn đề này. Đã quá lúc chúng ta phải chấm dứt tội đồng lõa và chính sách hai mặt kiểu này. Quốc hội phải thông qua đạo luật hạn chế xuất cảng bất kỳ sản phẩm nhu liệu hay cương liệu mà có thể bị các chế độ chuyên chế dùng để kiểm duyệt Internet và các hệ thống viễn thông.

Đương đầu với thách thức không gian của Trung Quốc

Trong những vấn đề chúng ta đã bàn luận, sự cạnh tranh để thiết lập quyền lực trong không gian trên cao có thể có tác động lớn nhất đến tương lai con em chúng ta.

Việc bảo đảm cho con em chúng ta sẽ không phải chịu đựng cơn ác mộng của Tổng thống Lyndon B. Johnson về việc "ngủ dưới ánh trăng cộng sản" buộc phải có hành động nhanh chóng ngay lập tức.

Với chương trình vũ trụ công cộng đang tan vỡ và ngân sách liên bang bị khủng hoảng, nhất định phải có những ý tưởng táo bạo, mới mẻ.

#1: Tận dụng lợi thế của công nghiệp tư nhân Hoa Kỳ để giảm giá thành

Sự hỗ trợ của chính phủ đã là cực kỳ quan trọng để bắt đầu xây dựng nhanh chương trình vũ trụ của chúng ta sau khi xuất hiện vệ tinh Sputnik. Tuy nhiên, từ sau thành công của chương trình Apollo, rủi ro đạo đức của việc chi tiêu ngân sách cộng với cách làm chính trị thu vén ngân khoản cho khu vực bầu cử của các dân biểu đã tạo ra sự toa rập độc quyền khống chế của các cơ quan không gian vũ trụ khổng lồ không có hiệu năng khiến cho chúng ta có một cơ cấu quan liêu trong ngành thăm dò không gian, chỉ dám dùng những ngân khoản khổng lồ để rụt rè đến những nơi con người đã khám phá nhiều lần rồi.

Đã đến lúc phải biến sự độc quyền của chính quyền trong ngành vũ trụ thành kỹ nghệ tư nhân thực thụ và để cho cả bên dân sự lẫn quân sự được hưởng lợi từ các động lực thị trường vốn đã luôn phục vụ tốt cho đất nước. Không phải kỵ binh của tướng Custer đã chinh phục miền Tây Hoa Kỳ mà chính những người khai mỏ, chủ trang trại gia súc, những đoàn xe và đường sắt đã làm nên chiến công đó. Một phi thuyền chứa đầy những phi hành gia chính quyền bay quanh trái Đất ở khoảng cách còn gần hơn là từ Boston đến New York không phải là cách chúng ta tiến đến những chân trời mới.

Thực ra, giảm chi phí thám hiểm không gian là điều mà các công ty mới năng động như SpaceX, Scaled

Composites, Sierra Nevada, và XCOR đang làm. Điểm hay hơn nữa là cách suy nghĩ phóng khoáng và thiết kế chương trình không gian vũ trụ táo bạo này là điều mà các công ty quốc doanh khổng lồ của Trung quốc không bao giờ có thể theo kịp và cả giới lãnh đạo lơ mơ của Trung quốc cũng không bao giờ dám cho phép – nhưng chắc chắn là điệp viên và tin tặc Trung quốc sẽ cố sức lấy cắp các kỹ thuật mới phát minh ra. Do đó, chúng ta cần phải đẩy mạnh ưu thế kỹ nghệ tư nhân Hoa Kỳ trong lãnh vực then chốt này.

Vì những lý do đó, giám đốc NASA Charles Bolden đã kêu gọi các công ty tư nhân nhanh chóng đảm nhận những chức năng bình thường như "chuyên chở trong vũ trụ" để làm "các việc thông thường và chắc chắn như tiếp cận với quỹ đạo thấp vòng quanh trái Đất." Giao những chức năng bình thường đó cho doanh nghiệp tư nhân thì NASA sẽ quay trở về với chức năng khám phá vũ trụ đầy thử thách và hấp dẫn hơn. Mục đích này đã được hỗ trợ bởi ngân sách của Tổng thống Obama cung cấp thêm 6 tỷ đô-la cho NASA để dành riêng cho việc thuê dịch vụ phóng phi thuyền của tư nhân. Chúng ta cần ngăn chặn những nỗ lực của Quốc hội muốn nhận chìm kế hoạch này, họ đang chống lại tư nhân hóa và muốn đưa NASA trở lại chương trình buồn ngủ tạo công ăn việc làm với mục đích xã hội!

#2: Khuyến khích giáo dục STEM

Trung Quốc đang sản xuất ra nhiều gấp trên 10 lần số nhà khoa học và kỹ sư so với Hoa Kỳ; và đất nước của chúng ta đang tụt lại xa phía sau trong lãnh vực này. Chúng ta cần đẩy mạnh những nỗ lực của mình ở cấp cá nhân, gia đình, công ty, và chính phủ để thu hẹp khoảng cách đang ngày càng rộng này bằng cách động viên thế hệ trẻ trở thành kỹ sư và nhà khoa học, bằng cách cung cấp tài chính thích hợp, xây dựng các cơ sở, và tạo cơ hội cho lớp trẻ.

Do đó, các học bổng, chương trình cho sinh viên vay, các quỹ trợ cấp giáo dục phải được điều chỉnh thích hợp để nhấn mạnh vào Khoa học, Kỹ thuật ứng dụng, Kỹ thuật công trình, và Toán học - gọi tắt là các môn học STEM (Science, Technology, Engineering, Math). Cùng lúc đó, các bậc phụ huynh cần động viên con em mình theo đuổi những ngành nghề khoa học kỹ thuật (STEM). Giới truyền thông cũng có thể đóng góp phần của mình bằng cách tạo ra các thông điệp và các nhân vật điển hình về những đứa trẻ thông minh đã làm những điều lớn để thúc đẩy nền văn minh. Tương tự, các công ty cũng có thể tham gia bằng cách công khai thưởng cho những kỹ sư hàng đầu của mình giống như họ biểu dương và trọng thưởng những người bán hàng giỏi nhất bằng những bữa tiệc thịnh soạn và chuyến đi nghỉ ở miền nhiệt đới.

#3: Xác định chủ quyền với mặt Trăng trước khi Trung Quốc kịp làm điều đó

Sau khi đọc xong quyển sách này, bạn có thực sự nghĩ rằng chương trình không gian của Trung Quốc là để phụng sự cho cả thế giới không? Sự thật là chúng ta phải tính đến việc Trung Quốc sẽ bắt đầu chiếm đoạt tài nguyên vũ trụ giống hệt như họ đang vẽ ra toàn bộ biển Đông Nam Á (tác giả: Nam Trung Quốc) là khu vực ảnh hưởng của họ và tuyên bố lãnh hải có tiềm năng lớn về tài nguyên của Nhật Bản là lãnh thổ đặc quyền của Trung Quốc.

Đó là lý do tại sao Hoa Kỳ phải bắt đầu tuyên bố chủ quyền đối với các tài nguyên vũ trụ đáng giá như mặt Trăng khi chúng ta còn trong tư thế mạnh để làm điều đó. Chúng ta cũng phải tuyên bố chủ quyền đối với các thiên thạch giàu tài nguyên như tiểu hành tinh Eros và những điểm có thể chiếm được như tiểu hành tinh Ceres, Hỏa tinh, và các điểm Lagrange trên quỹ đạo. Khi các nước khác la ó phản đối về việc "chiếm đất" của chúng ta, hãy mời họ đến bàn đàm phán và thiết lập một hệ thống công bằng cho phép tự do kinh doanh, tự do suy nghĩ, và con người tự do có thể mang di sản của nhân loại đến các vì sao chứ không phải di sản của một nước tư bản quốc doanh Trung Quốc chuyên chế và áp bức.

Những suy nghĩ kết luận

Mỗi hành động cá nhân, quyết định của lãnh đạo, và những cải cách chính phủ đã được đề nghị trong chương này sẽ cải thiện đáng kể triển vọng là quan hệ Hoa Kỳ - Trung Quốc sẽ phát triển thịnh vượng chứ không phải là ăn bám lẫn nhau, nhưng cái mà cả thế giới đang cần là phải điều chỉnh toàn bộ thái độ.

Đã quá lâu, chúng ta ở Tây phương đã chờ đợi nền kinh tế tăng trưởng của Trung Quốc có thể biến đổi một chế độ chuyên chế tàn bạo thành một đất nước dân chủ, tự do và cởi mở. Chúng ta đã chờ đợi qua cuộc tàn sát ở Quảng trường Thiên An Môn, các chiến dịch thanh trừng sắc tộc ở Nội Mông, Tây Tạng, và Tân Cương; sự phát triển của bộ máy tuyên truyền tinh vi nhất thế giới và sự kiểm duyệt nghẹt thở đối với Internet; việc bán tràn ngập thị trường thế giới những sản phẩm nguy hiểm chết người; sự tàn phá cơ sở sản xuất của Hoa Kỳ; sự ô nhiễm quy mô lớn những tài sản chung toàn cầu; sự tấn công liên tục của một mạng lưới điệp viên tinh vi nhắm vào những mục tiêu quân sự và kỹ nghệ; và sự xuất hiện của lực lượng vũ trang viễn chinh năm thứ quân đủ khả năng một ngày nào đó sẽ áp đặt những đòi hỏi vô lý về chủ quyền lên toàn cầu – và chắc chắn là sẽ có ngày lên cả vũ trụ.

Chúng ta không được phép chần chờ nữa. Thực ra đã muộn để tất cả chúng ta cùng đối đầu Trung Quốc - thậm chí chúng ta lại còn phải đối đầu với chính những hy vọng hão huyền - ngược với tất cả những gì chúng ta chứng kiến - là bằng cách nào đó sự trỗi dậy của Trung Quốc sẽ mang tính hòa bình.

Và cũng không cần phải nhắc lại là trong khi tiến hành xử lý các vấn đề từ chủ nghĩa con buôn của Trung Quốc và sự an toàn sản phẩm đến biến đổi khí hậu, nhân quyền, và hợp tác quân sự, chúng ta cần luôn đề cao cảnh giác khi làm việc với Trung Quốc ở bất kỳ cấp nào. Đồng thời chúng ta cần tuân thủ chặt chẽ lời khuyên của Ronald Reagan từ thời chiến tranh lạnh về đàm phán với Liên Xô. Vì căn cứ trên các thành tích bất hảo của Trung Quốc từ trước đến nay, đối với Bắc Kinh chúng ta phải "nghi ngờ và liên tục kiểm tra lại" một cách thích hợp.

Lời kết

Trở lại năm 1984, tôi có nhiệm vụ viết diễn văn cho Ronald Reagan trong chuyến viếng thăm Trung Quốc. Đây là chuyến thăm đầu tiên của một tổng thống Hoa Kỳ kể từ khi Richard Nixon bắt đầu thiết lập mối quan hệ với những người cộng sản năm 1972, sự kiện này xảy ra trong trong thời kỳ của những hứa hẹn lớn và tiến triển quan trọng của chính trị Trung Quốc.

Thời điểm đó, người đứng đầu Trung Quốc là Đặng Tiểu Bình có vẻ thổ lộ mong muốn chân thành chuyển từ đất nước nhà tù biệt lập của Mao sang cộng đồng những quốc gia hiện đại, dân chủ và tránh xung đột với Tây phương. Đáp lại, các công ty Hoa Kỳ như Coca-Cola, KFC (Kentucy Fried Chicken) và Proctor & Gamble bắt đầu đặt nền móng ở Trung Quốc và xuất cảng từ Trung Quốc sang Hoa Kỳ tăng dần - ở mức độ chưa có lý do gì để báo động.

Một khi quá trình tự do hóa kinh tế và dân chủ ở Trung Quốc vẫn tiếp tục, Hoa Kỳ đã đúng khi tiếp tục tham gia sâu hơn nữa. Tuy nhiên, như bạn đã đọc trong cuốn sách này, quá trình tự do hóa đã kết thúc đột ngột vào tháng 6 năm 1989 với một cuộc diễu hành của xe tăng và cái kết đẫm máu ở Quảng trường Thiên An Môn.

Từ sau vụ Thiên An Môn, Đảng Cộng sản Trung Quốc phản động và tàn nhẫn dùng bất cứ phương tiện cần thiết nào để giữ vững quyền lực. Ngày nay, ẩn sau vẻ ngoài của "sự trỗi dậy hòa bình", Hoa Kỳ quá tin người đã đi quá sâu vào một mối quan hệ mậu dịch bất thường với Trung Quốc, phá hủy nền tảng sản xuất của mình và nhanh chóng làm giảm khả năng tự vệ đối với mối đe dọa quân sự ngày càng tăng từ phía Trung Quốc.

329

Trái ngược với mối đe dọa ngày càng tăng từ Trung Quốc, trong bối cảnh được sự hỗ trợ đặt nhầm chỗ của cả hai đảng, các Tổng thống Hoa Kỳ từ Bush I và Clinton đến Bush II và Obama đều tiếp tục theo đuổi tăng cường quan hệ với Bắc Kinh như thể mối quan hệ là khá bình thường. Đó là sai lầm căn bản trong mối quan hệ Trung Quốc - Hoa Kỳ: những nhà chính trị của chúng ta tiếp tục đối xử với các nhà lãnh đạo Trung Quốc như là những người bạn dân chủ đến từ các quốc gia châu Âu hay Nhật Bản, trong khi thực tế đây là một chế độ xã hội đen giết người không khác gì Iran dưới sự cai trị của Ahmadinejad hay Libya dưới thời Gadhafi và tàn bạo giống hệt như nước Nga thời Stalin.

Tôi có thể bảo đảm với bạn rằng nếu Ronald Reagan là Tổng thống hiện nay, ông sẽ dũng cảm đương đầu với các nhà độc tài ở Bắc Kinh như ông đã từng làm với Liên Xô. Sẽ không có tình trạng "ưu đãi tối huệ quốc" và không có sự phụ thuộc tê liệt vào Trung Quốc để hỗ trợ cho ngân sách chính phủ của chúng ta. Sẽ nhanh chóng có công lý đối với điệp viên Trung Quốc, lệnh trừng phạt mạnh mẽ chống lại tin tặc mạng Trung Quốc, và không có khoan nhượng cho những hành vi con buôn như thao túng tiền tệ. Cũng sẽ có những phản ứng ngoại giao mạnh mẽ và liên tục với sự lạm dụng thương mại thô bỉ của Trung Quốc đối với quyền phủ quyết của Liên Hiệp Quốc để chiếm các nguồn tài nguyên thiên nhiên trọng yếu từ các quốc gia nhỏ bé. Và cũng giống như Ronald Reagan yêu cầu Gorbachev "lật đổ bức tường", ông cũng sẽ khẳng định với người Trung Quốc, "Chúng tôi đang đứng về phía bạn, không phải là phía của kẻ áp bức bạn". Và ông sẽ bảo đảm với những công nhân Hoa Kỳ rằng "chúng tôi sẽ không vận chuyển công việc của bạn đến Quảng Châu cho các sản phẩm sản xuất với giá rẻ hơn nhờ nhân công nô lệ, trợ cấp xuất cảng bất hợp pháp, vi phạm bản quyền trắng trợn, và đồng nhân-dân-tệ bị định giá thấp.

Trong thực tế, lịch sử đã dạy chúng ta bài học cay đắng nhất về những gì có thể xảy ra khi chúng ta ở trong cộng đồng các quốc gia dân chủ để cho mình bị quyến rũ bởi "phép lạ kinh tế" của một quyền lực độc tài đang lên. Thật vậy, trong cuộc đại khủng hoảng vào những năm 1930, nhiều giám đốc điều hành doanh nghiệp Hoa Kỳ bị dụ tới Đức bởi sự pha trộn quyến rũ của kỹ thuật tiên tiến, chủ nghĩa dân tộc cực đoan, và chủ nghĩa tư bản chính phủ tương tự một cách kỳ lạ với những gì đang tồn tại ở Trung Quốc ngày nay.

Trong phiên bản trước đó của nước Đức "trỗi dậy hòa bình", những doanh nhân xuất sắc nhưng bảo thủ ngây thơ như Henry Ford đã đầu tư khoản tiền khổng lồ xây dựng các nhà máy lớn ở Đức Quốc xã. Tất nhiên, đầu tiên chính quyền Đức tước đi sự kiểm soát của Ford thông qua tất cả mọi biện pháp, từ yêu cầu về nội địa hóa linh kiện cho đến thanh lọc sắc tộc quản trị. Cuối cùng, công ty được đổi tên thành Ford-Werke, đặt dưới sự kiểm soát hoàn toàn của chính quyền, và được sử dụng hầu hết trong việc chuyên chở công cụ chiến tranh của Đức trong các cuộc chiến chớp nhoáng với các nước láng giềng khác nhau từ Ba Lan, Đan Mạch và Na Uy đến Hà Lan, Pháp, và Hy Lạp.

Cùng khoảng thời gian này, những người theo chủ nghĩa tự do được "giác ngộ" đổ xô đến Liên bang Xô Viết mới, và nhà báo Lincoln Steffens chuyên moi tin nổi tiếng đã trở về Hoa Kỳ cùng tuyên bố, "Tôi đã nhìn thấy tương lai, và nó hoạt động!" Trong sự phấn khích, Henry Ford lao đến xây dựng một nhà máy sản xuất xe hơi tại Gorky để tham gia vào thị trường mới dũng cảm này. Tất nhiên, đây cũng là nơi độc tài toàn trị, và Ford đã bị gạt một lần nữa.

Dưới ánh sáng của lịch sử và bức chân dung đậm nét của Trung Quốc ngày nay được minh họa một cách chính xác trong cuốn sách này, tất cả các nhà lãnh đạo chính trị và kinh tế từ Detroit và Washington tới Paris, London, và

Tokyo nên có một cảm nhận nghiêm túc về những gì đang xảy ra ngày nay. Vì vậy, khi bạn đọc xong cuốn sách này và chuẩn bị hành động để đáp lại lời kêu gọi khẩn cấp của cuốn sách, xin nhớ hai điều:

Đầu tiên, mỗi ngày, hàng chục triệu cá nhân thành công của Trung Quốc từ San Francisco và Toronto đến Singapore và Đài Loan chứng minh rằng người dân Trung Quốc và văn hóa Trung Quốc có thể phát triển mạnh trong xã hội tự do. Khi mọi người bị đánh đập, tra tấn, hoặc bị giết để duy trì quyền lực hoặc khi các nhà đầu tư nước ngoài và các đối tác kinh doanh bị lừa dối và các bí mật mậu dịch và kỹ thuật của họ bị vi phạm bản quyền, đó không phải là do "người Trung Quốc". Điều này hoàn toàn không đúng.

Thứ hai, mỗi người chúng ta nên nghĩ kỹ để cẩn thận xem xét những ngụ ý trong cuộc trao đổi sau đây giữa Thủ tướng Trung Quốc Chu Ân Lai và Ngoại trưởng Hoa Kỳ Henry Kissinger ở một cuộc họp năm 1973 trong giai đoạn hình thành mối quan hệ bình thường với Trung Cộng:

Chu: Có lẽ đó là đặc tính quốc gia của người Mỹ dễ bị lừa gạt bởi những người có vẻ tử tế và ôn hoà.

issinger: Đúng vậy.

Chu: Nhưng thế giới không đơn giản như thế.

Thực vậy...

Dân biểu Dana Rohrabacher, *Quận 46 (Đảng Cộng hòa, tiểu bang California)*

Phụ lục A:
Từ vựng Anh - Phiên âm Hoa - Việt

A

A2/AD - anti-access / area denial : Chiến lược chặn tiếp cận / chống xâm nhập

Abuse (v) : (đt) Lạm dụng

Academy of Military Sciences: Học viện Khoa học Quân sự

Administration : Chính phủ

Aegis guided missile : Phi đạn điều khiển bằng hệ thống Aegis

Aircraft carrier (n) : (dt) Hàng không mẫu hạm, tàu sân bay

Aircraft carrier launch system : Hệ thống phóng máy bay trên hàng không mẫu hạm

Airplane (n) : (dt) Máy bay, phi cơ, tàu bay

Air traffic control system : Hệ thống điều khiển không lưu

All-China Federation of Trade Unions : Liên đoàn các Công đoàn Toàn Trung Quốc

All-terrain vehicle : Xe địa hình

American Apparel & Footwear Association : Hội Trang phục và Giày Hoa Kỳ

American Meat Institute : Viện Thịt Hoa Kỳ

American Soybean Association : Hội Đậu nành Hoa Kỳ

American Space Shuttle Program : Chương trình Phi thuyền Con thoi Hoa Kỳ

Amnesty International : Tổ chức Ân xá Quốc tế

Analog (adj.) : (tt. thuộc về) Kỹ thuật tương đương

ASAT - Anti Satellite (n. military) : (dt. quân sự) Vũ khí chống vệ tinh

Asset management : Quản trị tích sản

Asteroid (n. astrology) : (dt. thiên văn) Tiểu hành tinh

Astronaut (n) : (dt) Phi hành gia

Australia : Úc

B

Baiqiao Tang : Đường Bách Kiều

Battle ship (n. navy) : (dt. hải quân) Chiến hạm, tàu chiến

Beam weapon (n. military) : (dt. quân sự) Vũ khí tiêu diệt
bằng chùm tia

Beidou (n. astrology) : (dt. thiên văn) sao Bắc Đẩu

Big Dipper Constelation (n. astrology) : (n. thiên văn)
chòm sao Đại Hùng Tinh

Binzhou (n. city) : (dt. thành phố) Tấn Châu

Black Eagle (n) : (dt) Hắc Ưng

Black-heart (adj) : (tt) Dã tâm

Black Sea (n) : (dt.) Hắc Hải

Bohai (n. place) : (dt. địa danh) Bột Hải

Britain Secret Service MI5 : Cơ quan Tình báo Anh MI5

Bureau of Industry and Security (of US Commerce
Department) : Phòng Kỹ nghệ và An ninh (thuộc Bộ
Thương mại Hoa Kỳ)

Business, Enterprise (n) : (dt) Thương nghiệp, doanh
nghiệp

C

Canton or Guangdong (n. province) : (dt. tỉnh) Quảng
Đông

Center for Intelligence Research and Analysis : Trung tâm
Nghiên cứu và Phân tích Tình báo

Center for Strategic and International Studies : Trung tâm
Nghiên cứu Chiến lược và Quốc tế

Central Intelligence Agency - CIA : Cơ quan Tình báo Trung ương (Hoa Kỳ)

Chairman (n) : (dt) Chủ tịch, chủ tọa

Changji : Cát Lợi

Charter 08 manifesto : Tuyên ngôn Hiến chương 08

Chengdu (n. city) : (dt. thành phố) Thành Đô

Chi Mak : Mạch Đại Chí

Chief Executive Officer - CEO (n. administration) : (dt. quản trị) Tổng giám đốc Điều hành

Chief Financial Officer - CFO (n. administration) : (dt. quản trị) Tổng giám đốc Tài chánh

Chief Technology Officer - CTO (n. administration) : (dt. quản trị) Tổng giám đốc Kỹ thuật

China Agriculture University : Đại học Nông nghiệp Trung Quốc

China Apologist Coalition : Liên minh Ủng hộ Trung Quốc

China Communist Party : Đảng Cộng sản Trung Quốc

China Guangdong Nuclear Power Holding Co. : Công ty Điện hạt nhân Quảng Đông Trung Quốc

China Hacker Union : Nghiệp đoàn Tin tặc Trung Quốc

China Lunar Program : Chương trình Mặt trăng Trung Quốc

China Metallurgical : Công ty Luyện kim Trung Quốc

China Minmetals : Công ty Kim loại Trung Quốc

Chinese Academy of Social Sciences : Học viện Khoa học Xã hội Trung Quốc

Chinese Ministry of State Security : Bộ An ninh Quốc gia Trung Quốc

Chinese Restaurant Association : Hội Nhà hàng Trung Quốc

Chongqing (n. city) : (dt. thành phố) Trùng Khánh

Computer Assisted Tomography - CAT (n. technology) :
(dt. kỹ thuật) Chụp hình bằng phương pháp cắt lớp
dùng hệ thống điện toán

Computer virus (n. computer) : (dt. điện toán) Vi trùng
tin học

Congenital heart defects : Bệnh khuyết tật tim bẩm sinh
(ở trẻ em)

Corn Refiners Association : Hội Tinh chế Bắp

Council for Foreign Relations : Hội đồng Quan hệ Quốc tế

Course materials, notes (n. education) : (dt. giáo dục)
Giáo án

Course syllabus (n. education) : (dt. giáo dục) Giáo trình

Crab Group : Hà giải tổ

Culture Revolution : Cách mạng Văn hoá

D

Dai Bu (n. village) : (dt. làng) Đãi Bổ

Dalai Lama : Đức Đạt Lai Lạt Ma

Dalian (n. place) : (dt. địa danh) Đại Liên

Defense Facilities Administration Agency (of Japan) : Cơ
quan Phòng vệ Cơ sở (Nhật Bản)

Deng Xiaoping : Đặng Tiểu Bình

Democratic Party (of the USA) : Đảng Dân chủ (của Hoa
Kỳ)

Destroyer (n. navy) : (dt. hải quân) Khu trục hạm, tàu khu
trục

Digital (adj. computer) : (tt. điện toán) Kỹ thuật số

Director (n. administration) : (dt. quản trị) Giám đốc

Dongfan Chung : Tôn Đông Phương

Dongfeng : Đông Phong

Dongguan (n. city) : (dt. thành phố) Đông Quản

Dong Yang : Đông Dương

E

Electricity grid : Mạng lưới điện đô thị hay quốc gia

Email account (n. computer) : (dt. điện toán) Thư khoản

EMP - Electromagnetic pulse bomb (n. military) : (dt. quân sự) Bom xung điện từ

Enterprise (n) : (dt) Thương nghiệp, doanh nghiệp

Explosive reactive armor (n. military) : (dt. quân sự) Kỹ thuật sườn xe chống đạn xuyên phá (có thể vô hiệu hóa đạn phá xe tăng)

European Environment Agency : Cơ quan Môi trường Âu châu

European Food Safety Authority : Cơ quan An toàn Thực phẩm Âu châu

European Union : Liên minh Âu châu

F

Falun Dafa Information Center : Trung tâm Thông tin Pháp Luân Đại Pháp

Falun Gong (n. religion, sect) : (dt. tôn giáo, giáo phái) Pháp Luân Công

Federation of American Scientists : Liên đoàn Khoa học gia Hoa Kỳ

Federal Bureau Investigation - FBI : Cơ quan Điều tra Liên bang (Hoa Kỳ)

Federal Reserve : Cơ quan Dự trữ Liên bang

Finland : Phần Lan

Fire and Disaster Management Agency (of Japan) : Sở Cứu hỏa và Quản lý Thiên tai (Nhật Bản)

Food Safety Commission of Japan : Ủy ban An toàn Thực phẩm Nhật Bản

Forbidden City : Tử Cấm Thành

Fuan Textiles (n) : (dt) (công ty) Dệt may Phúc An
Fuqing (n. city) : (dt. thành phố) Phúc Thanh
Fushan : Phù San
Fusuo Zhang : Trương Phúc Tỏa
Fuzhou : Phúc Châu

G

Gansu (n. province) : (dt. tỉnh) Cam Túc
Gao Hua : Công ty Chứng khoán Cao Hoa
Germany : Đức
Global Positioning System - GPS : Hệ thống định vị toàn
    cầu
Great Wall : Vạn Lý Trường Thành
Great Firewall : Vạn lý Hoả thành
Green Army Corps : Lục sắc binh đoàn
Gross domestic product - GDP (n. economy) : (dt. kinh tế)
    Tổng sản lượng nội địa
Gross national product - GNP (n. economy) : (dt. kinh tế)
    Tổng sản lượng quốc gia
Government : Chính quyền
Guangdong (n. province) : (dt. tỉnh) Quảng Đông
Guangxi (n. province) : (dt. tỉnh) Quảng Tây
Guangzhou (n. city) : (dt. thành phố) Quảng Châu
Guiyu (n. place) : (dt. địa danh) Quý Tự

H

Hainan : Hải Nam
Hangzhou Zhongce (n.) : (dt. công ty) Hàng Châu Trung
    Sách
Hardware (n. computer) : (dt. điện toán) Cương liệu
Hebei (n. province) : (dt. tỉnh) Hà Bắc

338

Henan (n. province) : (dt. tỉnh) Hà Nam
Hongkong : Hồng Kông
Honkers : Hồng khách
Hua Guofeng : Hoa Quốc Phong
Huai (n. river) : (dt. sông) Hoài
Hubei (n. province) : (dt. tỉnh) Hồ Bắc
Hunan Valin Steel & Iron : Công ty Hồ Nam Thép và Sắt

I

India : Ấn Độ
Industrial Revolution : Cách mạng Công nghiệp
Industry (n) : (dt) Kỹ nghệ, công nghiệp
Injection-molded plastic part : Phụ tùng nhựa đúc bằng
     máy phun chi tiết
Inner Mongolia's People Party : Đảng Nhân dân Nội Mông
Intercontinental ballistic missile - ICBM : Hỏa tiễn đạn đạo
     liên lục địa
International Amnesty : Tổ chức Ân xá Quốc tế
International Space Station : Trạm Không gian Quốc tế
Isotope (n. physics) : (dt. vật lý) Đồng vị

J

Jasmine Revolution Movement : Cách mạng hoa Lài
Jia Junming : Cổ Tuấn Minh
Jiang Zemin : Giang Trạch Dân
Jìn (n. dynasty) : (n. triều đại) nhà Tấn
Jiangan (n. place) : (dt. địa danh) Giang Nam
(Chinese) Junk (n) : (dt) Hàng hóa rác rưởi (của Trung
     quốc)

K

Kinetic kill vehicle (n) : (dt) Xe tiêu diệt mục tiêu bằng
   động năng
Korea : Đại Hàn
Ko-Suen Moo : Mộ Khả Thuấn
Kwon Hwan Park : Phát Hoán Quyền

L

Labour (n) : (dt) Nhân công, lao động
Lake Tai (n) : (dt) Hồ Thái
Lanzhou (n. city) : (dt. thành phố) Lan Châu
Laogai (n. city) : (dt. thành phố) Lao Cải
Laser-guided missile (n. military) : (dt. quân sự) Hỏa tiễn
   / phi đạn điều khiển bằng tia laser
Liang Yage : Lương Nhã Cách
Liao (n. river) : (dt. Sông) Liêu
Liaoning : Liêu Ninh
Li Daguang : Lý Đại Quang
Lifen : Lâm Phần
Li Fengzhi : Lý Phong Chí
Li Guohong : Lý Quốc Hoành
Li Lanqing : Lý Lam Thanh
Liu Chenglin : Lưu Thành Tâm
Liu Xiaoping : Lưu Tiểu Bình
Liu Xiaowei : Lưu Tiểu Vi
Long March : Vạn Lý Trường Chinh
Luo Yadong : Lưu Hải Đồng

M

Management and Organization Review : Tạp chí Quản trị
   và Tổ chức
Manager (n. management) : (dt. quản trị) Quản đốc

Mandarin (n. language) : (dt. tiếng) Phổ thông

Magnetic Resonance Imaging - MRI (n. technology) : (dt. kỹ thuật) Chụp hình bằng phương pháp cộng hưởng từ trường

Mars (n. astrology) : (dt. thiên văn) Hỏa Tinh, sao Hỏa

Mao Trạch Đông : Mao Zedong

Memory mattress : Nệm (giường ngủ) có trí nhớ

Microchip (n. computer) : (dt. điện toán) Mạch vi điện tử

Microprocessor (n. computer) : (dt. điện toán) Bộ vi xử lý

Ming (n. dynasty) : (n. triều đại) nhà Minh

Ming Xia : Hạ Minh

Ministry of National Defense : Bộ Quốc phòng

Misfire : Bắn nhầm (hoặc vì vô tình bóp cò súng)

Missile : Hỏa tiễn, phi đạn, tên lửa

Monetary Fund : Quỹ Tiền tệ Quốc tế

Moo Ko-Suen : Mộ Khả Thuấn

Moon (n. astrology) : (dt. thiên văn) Mặt Trăng

Mutual fund : Quỹ đầu tư hỗ tương

N

Nanjing (n. city) : (dt. thành phố) Nam Kinh

NASA - National Aeronautics and Space Administration : Cơ quan Hàng không Vũ trụ Hoa Kỳ

National Association of Manufacturers : Hội các Công ty Sản xuất Quốc gia

National Public Radio : Đài Phát thanh Công cộng Quốc gia

National Retail Federation : Liên đoàn Bán lẻ Quốc gia

National Security Agency : Cơ quan An ninh Quốc gia

NATO - North Atlantic Treaty Organization : Khối Quân sự Bắc Đại Tây Dương

Naval reactor : Lò phản ứng hạt nhân

Needle breast biopsy (n. technology) : (dt. kỹ thuật) Kim sinh thiết "vú"

Neutron bomb (n. military) : (dt. quân sự) Bom neutron

Ningbo (n. place) : (dt. địa danh) Ninh Ba

Norway : Na Uy

Nuclear fission (n. technology) : (dt. kỹ thuật) Phương pháp phân tách hạt nhân

Nuclear fusion (n. technology) : (dt. kỹ thuật) Phương pháp tổng hợp hạt nhân

O

Orbital ballistic missile (n. military) : (dt. quân sự) Hoả tiễn đạn đạo trên quỹ đạo

Operating system (n. computer) : (dt. điện toán) Hệ thống điều hành

Operation Aurora : Chiến dịch Aurora

Organization of the Petroleum Exporting Countries - OPEC : Tổ chức các Quốc gia Xuất cảng Dầu hỏa

Ouyang Ziyuan : Âu Dương Tự Viễn

P

Park Kwon Hwan : Phát Hoán Quyền

Peace Corps : Tổ chức Hòa bình

Pearl (n. river) : (n. sông) Châu

Pearl harbor : Trân Châu cảng

Pentagon : Ngũ Giác Đài

Precision-milled part : Phụ tùng tiện/khoan chính xác

Press Freedom Index : Chỉ số Tự do Báo chí

Progressive Policy Institute : Viện Chính sách Cấp tiến

Q

Qin Shi Huang: Tần Thủy Hoàng

Qinghai (n. province) : (dt. tỉnh) Thanh Hải

R

Rape of Nanking : (vụ) Cưỡng hiếp Nam Kinh

Raw materials : Nguyên liệu

Red Cross (n. association) : (dt. hội) Hồng Thập Tự

Reporters Without Borders : Tổ chức Phóng viên Không biên giới

Republican Party (of the USA) : Đảng Cộng hoà (của Hoa Kỳ)

Rocket (n) : (dt) hỏa tiễn, tên lửa

Russian Defense Council : Hội đồng Quốc phòng Nga

Russian International News Agency : Thông tấn xã Quốc tế Nga

S

Sanya : Tam Á

Satellite : Vệ tinh

Satellite navigation system : Hệ thống điều khiển dùng vệ tinh

Seoul (n. capital) : (dt. thủ đô) Hán Thành (Đại Hàn)

Shandong (n. province) : (dt. tỉnh) Sơn Đông

Shanxi (n. province) : (dt. tỉnh) Sơn Tây

Shang (dynasty) : (triều đại) Thương

Shanghai (n. city) : (dt. thành phố) Thượng Hải

Shanghai Baosteel : Công ty Thép Thượng Hải

Shenyang (n. city) : (dt. thành phố) Thẩm Dương

Shenzhen (n. city) : (dt. thành phố) Thẩm Quyến

Shenzhou (n. city) : Thần Châu

Shi Lang : Thi Lang

Sichuan (n. province) : (dt. tỉnh) Tứ Xuyên

Six Golden Flowers : Lục đóa kim hoa

Software (n. computer) : (đt. điện toán) Nhu liệu

Software application program (n. computer) : (đt. điện toán) Chương trình nhu liệu ứng dụng

Song (dynasty) : (triều đại) Tống

Space Security Commission : Ủy ban An ninh Không gian

Sporting Goods Manufacturers Association : Hiệp hội các Công ty Sản xuất đồ Thể thao

State Environmental Protection Agency (SEPA) : Cơ quan Bảo vệ Môi trường của Chính quyền

Submarine (n. military) = (đt. quân sự) Tàu ngầm, tiềm thủy đĩnh

Submarine propulsion system (n. military) : (đt. quân sự) Hệ thống đẩy của tàu ngầm

Subway system : Hệ thống xe điện ngầm

Sun Tzu : Tôn Tử

Sun Yat-sen : Tôn Trung Sơn

T

Tai (n. lake) : (đt. hồ) Thái

Taipei (đt. capital) : (đt. thủ đô) Đài Bắc (Đài Loan)

Tang Baiqiao : Đường Bách Kiều

Tang dynasty : triều đại nhà Đường

Tangshan (n. city) : (đt. thành phố) Đường Sơn

Tank (n. military) : (đt. quân sự) Xe tăng, thiết xa

Team leader (n. administration) : (đt. quản trị) Trưởng nhóm/toán

Three Gorges Dam : Đập Tam Hiệp

Tiananmen Square : Quảng trường Thiên An Môn

Tianshan : Thiên Sơn

Tianying : Điền Doanh

Tibetants (n. people) : (đt. người) Tây Tạng

U

Uighur or Uyghur (n. people) : (dt. người) Duy Ngô Nhĩ

United Nations - UN : Liên Hiệp Quốc

Unmanned aerial vehicles (n. military) : (dt. quân sự) Máy bay không người lái

Union of Soviet Socialist Republics (USSR) - Soviet Union : Liên bang Xô Viết

University of Electronic Science and Technology (of China) : Đại học Khoa học và Kỹ thuật Điện tử (của Trung Quốc)

United States of America - U.S.A. : Hiệp chủng quốc Hoa Kỳ

UN Security Council : Hội đồng Bảo an Liên Hiệp Quốc

U.S. Agency for International Development : Cơ quan Phát triển Quốc tế Hoa Kỳ

U.S. Air Force for Space Programs : Không lực Hoa Kỳ phụ trách các Chương trình Không gian

USA Poultry & Egg Export Council : Hội đồng Xuất cảng Gà Vịt và Trứng Hoa Kỳ

U.S. Chamber of Commerce : Phòng Thương mại Hoa Kỳ

U.S. - China Commission : Ủy ban Hoa Kỳ - Trung Quốc

U.S. Consumer Product Safety Commission : Ủy ban An toàn Sản phẩm Tiêu dùng Hoa Kỳ

U.S. Department of Agriculture : Bộ Nông nghiệp Hoa Kỳ

U.S. Environment Protection Agency : Cơ quan Bảo vệ Môi trường Hoa Kỳ

U.S. Food and Drug Administration : Cơ quan Quản lý Thực phẩm & Dược phẩm Hoa Kỳ

U.S House Foreign Affairs Committee : Ủy ban Đối ngoại Hạ viện Hoa Kỳ

U.S. Joint Chiefs of Staff : Bộ Tổng Tham mưu Liên quân

U.S. National Security Council : Hội đồng An ninh Quốc gia

U.S. Navy warship operation procedures : Quy trình để vận hành chiến hạm Hoa Kỳ

U.S. Space Commission : Ủy ban Không gian Hoa Kỳ

U.S. Strategic Command : Bộ Tư lệnh Chiến lược Hoa Kỳ

V

Veto (v) : (đt) Phủ quyết

Voice of America : Đài Tiếng nói Hoa Kỳ

Voice coil : Cuộn dây (đồng) truyền âm thanh

Vision (n) : (dt) Viễn kiến

W

Wang Jiangping : Vương Kiến Bình

Wang Xianbing : Vương Hiến Băng

Warship (n. navy) : (dt. hải quân) Chiến hạm, tàu chiến

Web browser (n. computer) : (dt. điện toán) Nhu liệu trình duyệt

Wei Linrong : Vi Lâm Vinh

Wen Jiabao : Ôn Gia Bảo

Wenran Jiang : Khương Văn Nhiên

(The) White House : Tòa Bạch Ốc

World Bank : Ngân hàng Thế giới

WTO - World Trade Organization : Tổ chức Mậu dịch Thế giới

Wuchang (n. city) : (dt. thành phố) Vũ Xương

Wuhan (n. city) : (dt. thành phố) Vũ Hán

Wuhu (n. city) : (dt. thành phố) Vũ Hồ

Wujiang (n. district) : (dt. khu, quận) Ngô Giang

Wu Lihong : Ngô Lập Hồng

X

Xia Ming : Hạ Minh

Xiamen : Hạ Môn

Xiao Ai Ying : Tiểu Ái Anh

Xichang : Tây Xương

Y

Yang Rongli : Dương Vinh Lệ

Yangtze (n. river) : (dt. sông) Dương Tử

Yang Wenchang : Dương Văn Sương

Yang Xuan : Dương Toàn

Yangzhou Coal Mining : Công ty Khai thác Than đá Dương Châu

Yantai Beihai (n.) : (dt.) (công ty) Yên Đài Bắc Hải

Yao Yunzhu : Diêu Vân Trúc

Ye Chao : Triệu Diệp

Yellow (n. river) : (dt. sông) Hoàng (Hà)

Yongkang (n. place) : (dt. địa danh) Vĩnh Khang

Yuan (dynasty) : (triều đại) Nguyên

Yuan : Đồng nhân-dân-tệ (Trung Quốc)

Yuan Zelu : Viên Trạch Lộ

Yunnan (n. mountain, province) : (dt. núi, tỉnh) Vân Nam

Z

Zhang Fusuo : Trương Phúc Tỏa

Zhao Huibin : Triệu Huệ Bình

Zhao Lianhai : Triệu Liên Hải

Zhongnanhai : Trung Nam Hải

Zhou Xiansheng : Chu Sanh Hiền

Zhuhai (n. city) : (dt. thành phố) Chu Hải

Phụ lục B:
Từ vựng Việt - Phiên âm Hoa - Anh

A, Ă

Â

Ấn Độ : India

Âu Dương Tự Viễn : Ouyang Ziyuan

B

Bắc Đẩu (sao) : Beidou

Bắn nhầm (hoặc vì vô tình bóp cò súng) : Misfire

Bệnh khuyết tật tim bẩm sinh (ở trẻ em) : Congenital
heart defects

Bom neutron (dt. quân sự) : (n. military) Neutron bomb

Bom xung điện từ (dt. quân sự) : (n. military) EMP -
Electromagnetic pulse bomb

Bộ An ninh Quốc gia Trung Quốc : Chinese Ministry of
State Security

Bộ Nông nghiệp Hoa Kỳ : U.S. Department of Agriculture

Bộ Quốc phòng : Ministry of National Defense

Bộ Tổng Tham mưu Liên quân : U.S. Joint Chiefs of Staff

Bộ Tư lệnh Chiến lược Hoa Kỳ : U.S. Strategic Command

Bộ vi xử lý (dt. điện toán) : (n. computer) Microprocessor

Bột Hải (dt. địa danh) : (n. place) Bohai

C

Cách mạng Công nghiệp : Industrial Revolution

Cách mạng Hoa Lài : Jasmine Revolution

Cách mạng Văn hoá : Culture Revolution

Cam Túc (dt. tỉnh) : (n. province) Gansu

Cảng Trân Châu : Pearl harbor

Cát Lợi : Changji

Châu (sông) : Pearl (river)

Châu Hải (dt. thành phố) = (n. city) Zhuhai

Chỉ số Tự do Báo chí : Press Freedom Index

Chiến dịch Aurora : Operation Aurora

Chiến hạm, tàu chiến (dt. hải quân) : (n. navy) Battleship, warship

Chiến lược chặn tiếp cận / chống xâm nhập : A2/AD - anti-access / area denial

Chiến xa, xe bọc thép : Tank

Chính phủ : Administration

Chính quyền : Government

Chu Sanh Hiền : Zhou Xiansheng

Chủ tịch, chủ tọa (dt) : (n) Chairman

Chụp hình bằng phương pháp cắt lớp dùng hệ thống điện toán (dt. kỹ thuật) : (n. technology) Computer Assisted Tomography - CAT

Chụp hình bằng phương pháp cộng hưởng từ trường : Magnetic Resonance Imaging - MRI

Chương trình Mặt trăng Trung Quốc : China Lunar Program

Chương trình nhu liệu ứng dụng (dt. điện toán) : (n. computer) Software application program

Chương trình Phi thuyền Con thoi Hoa Kỳ : American Space Shuttle Program

Công ty Chứng khoán Cao Hoa : Gao Hua

Công ty Điện hạt nhân Quảng Đông Trung Quốc : China Guangdong Nuclear Power Holding Co.

Công ty Hồ Nam Thép và Sắt : Hunan Valin Steel & Iron

Công ty Khai thác Than đá Dương Châu : Yangzhou Coal Mining

Công ty Kim loại Trung Quốc : China Minmetals

Công ty Luyện kim Trung Quốc : China Metallurgical

Công ty Thép Thượng Hải : Shanghai Baosteel

Cổ Tuấn Minh : Jia Junming

Cơ quan An ninh Quốc gia : National Security Agency

Cơ quan An toàn Thực phẩm Âu châu : European Food Safety Authority

Cơ quan Bảo vệ Môi trường Hoa Kỳ : U.S. Environment Protection Agency

Cơ quan Bảo vệ Môi trường của Chính quyền : State Environmental Protection Agency (SEPA)

Cơ quan Dự trữ Liên bang : Federal Reserve

Cơ quan Điều tra Liên bang (Hoa Kỳ) : Federal Bureau Investigation - FBI

Cơ quan Hàng không Vũ trụ Hoa Kỳ : NASA - National Aeronautics and Space Administration :

Cơ quan Môi trường Âu châu : European Environment Agency

Cơ quan Phát triển Quốc tế Hoa Kỳ : U.S. Agency for International Development

Cơ quan Phòng vệ Cơ sở (Nhật Bản) : Defense Facilities Administration Agency (of Japan)

Cơ quan Quản lý Thực phẩm & Dược phẩm Hoa Kỳ : U.S. Food and Drug Administration

Cơ quan Tình báo Anh MI5 : Britain Secret Service MI5

Cơ quan Tình báo Trung ương (Hoa Kỳ) : Central Intelligence Agency - CIA

Cuộn dây (đồng) truyền âm thanh : voice coil

Cự Lãng : Jù Làng

Cương liệu : Hardware

Cường hiếp Nam Kinh : (the) Rape of Nanking

D

Dã tâm (tt) : (dt) Black-heart (adj)
Dệt may Phúc An (công ty) : Fuan Textiles
Diêu Vân Trúc : Yao Yunzhu
Duy Ngô Nhĩ (dt. người) : (n. people) Uighur, Uyghur
Dương Toàn : Yang Xuan
Dương Tử (dt. sông) : (n. river) Yangtze
Dương Văn Sương : Yang Wenchang
Dương Vinh Lệ : Yang Rongli

Đ

Đảng Cộng hòa (của Hoa Kỳ) : Republican Party (of the
    USA)
Đảng Cộng sản Trung Quốc : China Communist Party
Đảng Dân chủ (của Hoa Kỳ) : Democratic Party (of the
    USA)
Đảng Nhân dân Nội Mông : Inner Mongolia's People Party
Đài Bắc (dt. thủ đô) : (dt. capital) Taipei
Đài Loan : Taiwan
Đài Phát thanh Công cộng Quốc gia : National Public
    Radio
Đài Tiếng nói Hoa Kỳ : Voice of America
Đãi Bổ (dt. làng) : (n. village) Dai Bu
Đại Hàn : Korea
Đại học Nông nghiệp Trung Quốc : China Agriculture
    University
Đại học Khoa học và Kỹ thuật Điện tử : University of
    Electronic Science and Technology
Đại Hùng Tinh (chòm sao) : Big Dipper Constelation
Đại Liên (dt. địa danh) : (n. place) Dalian
Đạo quân đất nung: Terracotta Soldiers

(Đức) Đạt Lai Lạt Ma : Dalai Lama

Đặng Tiểu Bình : Deng Xiaoping

Đập Tam Hiệp : Three Gorges Dam

Điền Doanh : Tianying

Đông Dương : Dong Yang

Đông Phong : Dongfeng

Đông Quản (dt. thành phố) : (n. city) Dongguan

Đồng nhân-dân-tệ: yuan, reminbi

Đồng vị (dt. vật lý) : (n. physics) Isotope

Đường (triều đại) : (n. dynasty) Tang

Đức : Germany

Đường Bách Kiều : Tang Baiqiao

Đường Sơn (dt. thành phố) : (n. city) Tangshan

E, Ê

G

Giang Nam (dt. địa danh) : (n. place) Jiangan

Giang Trạch Dân : Jiang Zemin

Giám đốc : Director

Giáo án : Course materials, notes

Giáo trình : Course syllabus

H

Hà Bắc (dt. tỉnh) : (n. province) Hebei

(tổ) Hà Giải : Crab Group

Hà Nam (dt. tỉnh) : (n. province) Henan

Hạ Minh : Xia Ming

Hạ Môn : Xiamen

Hải Nam : Hainan

Hán Thành (dt. thủ đô) (Đại Hàn) : (n. capital) Seoul

Hàng Châu Trung Sách (dt. công ty) : Hangzhou Zhongce

Hàng hóa rác rưởi (của Trung quốc) : (Chinese) Junk

Hàng không mẫu hạm, tàu sân bay : Aircraft carrier

Hắc Hải (biển) : Black Sea

Hắc Ưng : Black Eagle

Hệ thống đẩy của tàu ngầm (dt. quân sự) : (n. military) Submarine propulsion system

Hệ thống điều hành (dt. điện toán) : (n. computer) Operating system

Hệ thống điều khiển dùng vệ tinh : Satellite navigation system

Hệ thống điều khiển không lưu : Air traffic control system

Hệ thống định vị toàn cầu : Global Positioning System - GPS

Hệ thống phóng máy bay trên hàng không mẫu hạm : Aircraft carrier launch system

Hệ thống xe điện ngầm : Subway system

Hiệp chủng quốc Hoa Kỳ : United States of America - U.S.A.

Hiệp hội các Công ty Sản xuất đồ Thể thao : Sporting Goods Manufacturers Association

Hoa Quốc Phong : Hua Guofeng

Hỏa tiễn, phi đạn, tên lửa : Missile, rocket

Hỏa tiễn đạn đạo liên lục địa (dt. quân sự) : (n. military) Intercontinental ballistic missile - ICBM

Hỏa tiễn đạn đạo trên quỹ đạo (dt. quân sự) : (n. military) Orbital ballistic missile

Hỏa tiễn (phi đạn) điều khiển bằng tia laser : Laser-guided missile

Hỏa Tinh, sao Hỏa : Mars

Hoài (sông) : Huai river

Hoàng (Hà) : Yellow river

Học viện Khoa học Quân sự : Academy of Military
    Sciences
Học viện Khoa học Xã hội Trung Quốc : Chinese Academy
    of Social Sciences
Hồ Bắc (dt. tỉnh) : (n. province) Hubei
Hội các Công ty Sản xuất Quốc gia : National Association
    of Manufacturers
Hội Đậu nành Hoa Kỳ : American Soybean Association
Hội đồng An ninh Quốc gia Hoa Kỳ : U.S. National Security
    Council
Hội đồng Bảo an Liên Hiệp Quốc : UN Security Council
Hội đồng Quan hệ Quốc tế : Council for Foreign Relations
Hội đồng Quốc phòng Nga : Russian Defense Council
Hội đồng Xuất cảng Gà Vịt và Trứng Hoa Kỳ : USA Poultry
    & Egg Export Council
Hội Hồng Thập Tự : Red Cross
Hội Nhà hàng Trung Quốc : Chinese Restaurant
    Association
Hội Tinh chế Bắp : Corn Refiners Association
Hội Trang phục và Giày Hoa Kỳ : American Apparel &
    Footwear Association
Hồng khách : Honkers

I

K
Khối Quân sự Bắc Đại Tây Dương : NATO - North Atlantic
    Treaty Organization
Không lực Hoa Kỳ phụ trách các Chương trình Không gian
    : U.S. Air Force for Space Programs
Khu trục hạm, tàu khu trục : Destroyer
Khương Văn Nhiên : Wenran Jiang

Kim sinh thiết "vú" (dt. kỹ thuật) : (n. technology) Needle breast biopsy

Kỹ nghệ, công nghiệp : Industry

Kỹ thuật số (tt. điện toán) : (adj. computer) Digital

Kỹ thuật sườn xe chống đạn xuyên phá (có thể vô hiệu hóa đạn phá xe tăng) (dt. quân sự) : (n. military) Explosive reactive armor

Kỹ thuật tương đương (tt. điện toán) : (adj. computer) Analog

L

Lan Châu (dt. thành phố) : (n. city) Lanzhou

Lao Cải (dt. thành phố) : (n. city) Laogai

Lâm Phần (dt. địa danh) : (n. place) Lifen

Liên bang Xô Viết : Union of Soviet Socialist Republics (USSR) - Soviet Union

Liên đoàn Bán lẻ Quốc gia : National Retail Federation

Liên đoàn (các) Công đoàn Toàn Trung Quốc : All-China Federation of Trade Unions

Liên đoàn Khoa học gia Hoa Kỳ : Federation of American Scientists

Liên Hiệp Quốc : United Nations - UN

Liên minh Âu châu : European Union

Liên minh Ủng hộ Trung Quốc : China Apologist Coalition

Liêu (sông) : Liao (river)

Liêu Ninh : Liaoning

Lò phản ứng hạt nhân : Naval reactor

Lục đóa kim hoa : Six Golden Flowers

Lục sắc binh đoàn : Green Army Corps

Lưu Hải Đồng : Luo Yadong

Lưu Thành Tâm : Liu Chenglin

Lưu Tiểu Bình : Liu Xiaoping

Lưu Tiểu Vi : Liu Xiaowei
Lương Nhã Cách : Liang Yage
Lý Đại Quang : Li Daguang
Lý Lam Thanh : Li Lanqing
Lý Phong Chí : Li Fengzhi
Lý Quốc Hoành : Li Guohong

M

Mạch Đại Chí : Chi Mak
Mạch vi điện tử (dt. điện toán) : (n. computer) Microchip
Mạng lưới điện đô thị hay quốc gia : Electricity grid
Mao Zedong : Mao Trạch Đông
Máy bay, phi cơ, tàu bay : Airplane
Máy bay không người lái : Unmanned aerial vehicles
Mặt Trăng : Moon
Minh (dt. triều đại) : (n. dynasty) Ming
Mộ Khả Thuấn : Ko-Suen Moo

N

Na Uy : Norway
Nam Kinh (dt. thành phố) : (n. city) Nanjing
Nệm (giường ngủ) có trí nhớ : Memory mattress
Ngân hàng Thế giới : World Bank
Nghiệp đoàn Tin tặc Trung Quốc : China Hacker Union
Ngô Giang (dt. khu, quận) : (n. district) Wujiang
Ngô Lập Hồng : Wu Lihong
Ngũ Giác Đài : Pentagon
Nguyên (dt. triều đại) : Yuan (dynasty)
Nguyên liệu : Raw materials
Nhà lưu động : mobile home
Nhân công, lao động : Labour

Nhu liệu (dt. điện toán) : (n. computer) Software

Nhu liệu trình duyệt (dt. điện toán) : (n. computer) Web browser

Ninh Ba (dt. địa danh) : (n. place) Ningbo

O

Ô

Ôn Gia Bảo : Wen Jiabao

Ơ

P

Pháp Luân Công (dt. tôn giáo, giáo phái) : (n. religion, sect) Falun Gong

Phát Hoán Quyền : Park Kwon Hwan

Phần Lan : Finland

Phi đạn điều khiển bằng hệ thống Aegis : Aegis guided missile

Phi hành gia : Astronaut

Phong trào Cách mạng Hoa Lài : Jasmine Revolution Movement

Phòng Kỹ nghệ và An ninh (thuộc Bộ Thương mại Hoa Kỳ) : Bureau of Industry and Security (of US Commerce Department)

Phòng Thương mại Hoa Kỳ : U.S. Chamber of Commerce

Phổ thông (ngôn ngữ) : Mandarin

Phù San : Fushan

Phủ quyết (đt) : (v) Veto

Phụ tùng nhựa đúc bằng máy phun chi tiết : Injection-molded plastic part

Phụ tùng tiện/khoan chính xác : Precision-milled part

Phúc Châu : Fuzhou

Phúc Thanh (dt. thành phố) : (n. city) Fuqing

Phương pháp phân tách hạt nhân (dt. kỹ thuật) : (n. technology) Nuclear fission

Phương pháp tổng hợp hạt nhân (dt. kỹ thuật) : (n. technology) Nuclear fusion

Q

Quản đốc : Manager

Quản trị tích sản : Asset management

Quảng Châu (dt. thành phố) : (n. city) Guangzhou

Quảng Đông (dt. tỉnh) : (n. province) Guangdong, Canton

Quảng Tây (dt. tỉnh) : (n. province) Guangxi

Quy trình để vận hành chiến hạm Hoa Kỳ : U.S. Navy warship operation procedures

Quý Tự (dt. địa danh) : (n. place) Guiyu

Quỹ đầu tư hỗ tương : Mutual fund

Quỹ Tiền tệ Quốc tế : Monetary Fund

R

S

Sở Cứu hỏa và Quản lý Thiên tai (Nhật Bản) : Fire and Disaster Management Agency (of Japan)

Sơn Đông (dt. tỉnh) : (n. province) Shandong

Sơn Tây (dt. tỉnh) : (n. province) Shanxi

T

Tam Á : Sanya

Tàu ngầm, tiềm thủy đĩnh (dt. quân sự) : (n. military) Submarine

Tạp chí Quản trị và Tổ chức : Management and Organization Review

(nhà) Tấn (n. triều đại) : (n. dynasty) Jìn

Tấn Châu (dt. thành phố) : (n. city) Binzhou

Tần Thủy Hoàng: Qin Shi Huang

Tây Tạng (dt. người) : (dt. people) Tibetant

Tây Xương : Xichang

Thái (hồ): Tai (lake)

Thanh Hải (dt. tỉnh) : (n. province) Qinghai

Thành Đô (dt. thành phố) : (n. city) Chengdu

Thẩm Dương (dt. thành phố, quân sự) : (n. city, military) Shenyang

Thẩm Quyến (dt. thành phố) : (n. city) Shenzhen

Thần Châu (dt. thành phố) : (n. city) Shenzhou

Thiên An Môn (Quảng trường) : Tiananmen (Square)

Thi Lang : Shi Lang

Thiên Sơn : Tianshan

Thông tấn xã Quốc tế Nga : Russian International News Agency

Thư khoản (dt. điện toán) : (n. computer) Email account

Thương (dt. triều đại) : Shang (dynasty)

Thương nghiệp, doanh nghiệp : Business, Enterprise

Thượng Hải (dt. thành phố) : (n. city) Shanghai

Tiểu Ái Anh : Xiao Ai Ying

Tiểu hành tinh (dt. thiên văn) : (n. astrology) Asteroid

Tòa Bạch Ốc : (The) White House

Tổ chức Ân xá Quốc tế : Amnesty International

Tổ chức Hòa bình : Peace Corps

Tổ chức Mậu dịch Thế giới : World Trade Organization - WTO

Tổ chức Phóng viên Không Biên giới : Reporters Without Borders

Tổ chức các Quốc gia Xuất cảng Dầu hỏa : Organization of the Petroleum Exporting Countries - OPEC

Tôn Đông Phương : Dongfan Chung

Tôn Trung Sơn : Sun Yat-sen

Tôn Tử : Sun Tzu

Tống (dt. triều đại) : Song (dynasty)

Tổng giám đốc Điều hành (dt. quản trị) : (n. administration) Chief Executive Officer - CEO

Tổng giám đốc Tài chánh (dt. quản trị) : (n. administration) Chief Financial Officer - CFO

Tổng giám đốc Kỹ thuật (dt. quản trị) : (n. administration) Chief Technology Officer - CTO

Tổng sản lượng nội địa (dt. kinh tế) : (n. economy) Gross domestic product - GDP

Tổng sản lượng quốc gia (dt. kinh tế) : (n. Economy) Gross national product - GNP

Trạm Không gian Quốc tế : International Space Station

Triệu Diệp : Ye Chao

Triệu Huệ Bình : Zhao Huibin

Triệu Liên Hải : Zhao Lianhai

Trung Nam Hải : Zhongnanhai

Trung tâm Nghiên cứu Chiến lược và Quốc tế : Center for Strategic and International Studies

Trung tâm Nghiên cứu và Phân tích Tình báo: Center for Intelligence Research and Analysis

Trung tâm Thông tin Pháp Luân Đại Pháp : Falun Dafa Information Center

Trùng Khánh (dt. thành phố) : (n. city) Chongqing

Trương Phúc Tỏa : Zhang Fusuo

Trưởng nhóm/toán : Team leader

Tuyên ngôn Hiến chương 08 : Charter 08 Manifesto
Tứ Xuyên (đt. tỉnh) : (n. province) Sichuan
Tử Cấm Thành : Forbidden City

U

Úc : Australia
Ủy ban An ninh Không gian : Space Security Commission
Ủy ban An toàn Sản phẩm Tiêu dùng Hoa Kỳ : U.S.
    Consumer Product Safety Commission
Ủy ban An toàn Thực phẩm Nhật Bản : Food Safety
    Commission of Japan
Ủy ban Đối ngoại Hạ viện Hoa Kỳ : U.S House Foreign
    Affairs Committee
Ủy ban Hoa Kỳ - Trung Quốc : U.S. - China Commission
Ủy ban Không gian Hoa Kỳ : U.S. Space Commission

Ư

V

Vạn lý Hỏa thành : Great Firewall
Vạn Lý Trường Chinh : Long March
Vạn Lý Trường Thành : Great Wall
Vân Nam (đt. núi, tỉnh) : (n. mountain, province) Yunnan
Vệ tinh : Satellite
Vi Lâm Vinh : Wei Linrong
Vi trùng tin học : Computer virus
Vĩnh Khang (đt. địa danh) : (n. place) Yongkang
Viên Trạch Lộ : Yuan Zelu
Viễn kiến (đt) : (n) Vision
Viện Chính sách Cấp tiến : Progressive Policy Institute
Viện Thịt Hoa Kỳ : American Meat Institute

Vũ Hán (dt. thành phố) : (n. city) Wuhan
Vũ Hồ (dt. thành phố) : (n. city) Wuhu
Vũ khí chống vệ tinh : ASAT - Anti Satellite
Vũ khí tiêu diệt bằng chùm tia : Beam weapon
Vũ Xương (dt. thành phố) : (n. city) Wuchang
Vương Hiến Băng : Wang Xianbing
Vương Kiến Bình : Wang Jiangping

X
Xe địa hình : all-terrain vehicle – ATV
Xe tăng, chiến xa, thiết xa : Tank
Xe tiêu diệt mục tiêu bằng động năng : Kinetic kill vehicle

Y
Yên Đài Bắc Hải (dt.) (công ty) : Yantai Beihai

Made in the USA
Charleston, SC
12 January 2015